तुम्ही तुमचा ४० टक्के वेळ कामात घालवत असाल, तर तुम्हाला तुमचे काम करण्यात मजा वाटते का?

'हाउ टू एन्जॉय युवर लाइफ ॲन्ड युवर जॉब'

हे पुस्तक अशा गृहिणींपासून ते अब्जाधीश लोकांच्या प्रोत्साहित करणाऱ्या गोष्टी सांगते की, ज्यांनी आपल्या नैराश्यावर, थकव्यावर आणि कंटाळ्यावर विजय मिळवून, अत्यंत यशस्वीपूर्ण, समृद्ध आयुष्य जगले आहेत. डेल कार्नेगी ह्यांचे अनुभवसिद्ध तंत्र वापरून लाखो लोकांनी आपले आयुष्य सुरेल बनवले आहे आणि आपल्या क्षेत्रातील यशाची शिखरे अलगदपणे चढून गेले आहेत.

- तुम्हाला यशाकडे नेणाऱ्या कामासंबंधीच्या चार आवश्यक चांगल्या सवयी ओळखा.
- शोधून काढा, नेमकी कोणती गोष्ट तुम्हाला दमवते आणि त्याबाबत तुम्ही कोणते बदल करू शकता.
- जर तुम्हाला मध गोळा करायचा असेल, तर मधमाशाच्या पोळ्यावर लाथ मारू नका.
- इतरांचा प्रामाणिकपणे गुणगौरव करा – टीका, निषेध किंवा तक्रारी करू नका.
- इतरांच्या चुका त्यांना अप्रत्यक्षपणे दाखवून द्या – समोरच्याच्या चुका पोटात घाला.

डेल कार्नेगींनी फार पूर्वी लिहिलेल्या व्यावहारिक आणि प्रोत्साहन देणाऱ्या शिकवणी आजसुद्धा तितक्याच उपयुक्त आहेत. तुम्ही आता डेल कार्नेगींच्या आत्मशोधाच्या नवीन साहसी उपक्रमात भाग घेऊ शकता; तो उपक्रम म्हणजे – 'हाउ टू एन्जॉय युवर लाइफ ॲन्ड युवर जॉब.'

आपल्या स्नेहीजनांना पुस्तके भेट द्या

'How to Enjoy Your Life and Your Job'
या इंग्रजी पुस्तकाचा मराठी अनुवाद

मजेत जगा आणि आनंदाने काम करा

'हाउ टू विन फ्रेंड्स अ‍ॅन्ड इन्फ्लुअन्स पीपल' आणि *'हाउ टू स्टॉप वरिंग अ‍ॅन्ड स्टार्ट लिव्हिंग'* ह्या विक्रमी विक्री झालेल्या पुस्तकांमधील निवडक उतारे

लेखक
डेल कार्नेगी

अनुवाद
अ‍ॅड. शुभदा विद्वांस

मेहता पब्लिशिंग हाऊस

HOW TO ENJOY YOUR LIFE AND YOUR JOB
by DALE CARNEGIE

Copyright © Mehta Publishing House, Pune

Translated into Marathi Language by Adv. Shubhada Vidwans

मजेत जगा आणि आनंदाने काम करा / मार्गदर्शनपर

अनुवाद : ॲड. शुभदा विद्वांस
Email : author@mehtapublishinghouse.com

मराठी अनुवादाचे व प्रकाशनाचे सर्व हक्क मेहता पब्लिशिंग हाऊस, पुणे.

प्रकाशक : सुनील अनिल मेहता, मेहता पब्लिशिंग हाऊस,
१९४१, सदाशिव पेठ, माडीवाले कॉलनी, पुणे ४११०३०.

प्रकाशनकाल : जानेवारी, २०१३ / पुनर्मुद्रण : सप्टेंबर, २०१८

P Book ISBN 9788184984453
E Book ISBN 9789353170622
E Books available on : play.google.com/store/books
www.amazon.in/b?node=15513892031

प्रस्तावना

तुम्ही कधी स्वत:शी थबकून ह्या गोष्टीचा विचार केला आहे का की, आपल्यापैकी सगळेच जण आयुष्यातील जास्तीत जास्त वेळ आपल्या कामाच्या ठिकाणी घालवतात? मग ते काम कोणतेही असो –

ह्याचाच अर्थ असा की, आपला रोजचा दिवस किती आनंदाचा, समाधानाचा आणि कर्तव्यतत्परतेचा जाणार आहे किंवा पूर्णपणे नैराश्याने भरलेला, कंटाळवाणा आणि थकवा आणणारा जाणार आहे, हे आपण आपल्या कामाकडे कोणत्या दृष्टीने बघतो, त्या दृष्टिकोनावर अवलंबून असते.

डेल कार्नेगी ह्यांनी हा अभ्यासक्रम मुद्दामच अशा पद्धतीने बनवला आहे की, तुम्ही तुमच्या कामाच्या ठिकाणी तुमच्या आतील क्षमता पूर्णपणे वापरून समाधान मिळवू शकाल, तुम्ही जेव्हा ह्या पुस्तकाचा अभ्यास कराल तेव्हा तुमचा आयुष्याप्रति आणि लोकांप्रति असणारा दृष्टिकोन पुन्हा एकदा तपासून पाहा. नंतर तुम्ही तुमची बलस्थाने लक्षात घ्या आणि जेव्हा तुमच्या लक्षात येईल की, ह्या पूर्वी तुम्ही तुमच्या निम्म्या क्षमतांचासुद्धा वापर केला नाहीत तेव्हा तुम्हीच आश्चर्यचकीत व्हाल; तुमच्यामध्ये असलेले अनेक गुण आत्तापर्यंत गुलदस्त्यात होते, ते वापरण्यात किती मौज असते, हे तुम्हाला आत्ता लक्षात येईल.

हे पुस्तक म्हणजे डेल कार्नेगी यांच्या अत्यंत लोकप्रिय 'हाउ टू विन फ्रेंड्स ॲन्ड इन्फ्लुअन्स पीपल' व 'हाउ टू स्टॉप वरिंग ॲन्ड स्टार्ट लिव्हिंग' ह्या दोन पुस्तकातील निवडक उताऱ्यांचा संग्रह आहे. ह्या दोन्ही पुस्तकातील आम्ही असा भाग निवडला आहे की, तुमच्यासारख्या लोकांना उपयुक्त ठरेल. तुम्हाला तुमच्या आयुष्यात परिपूर्णता हवी आहे, हो ना? तुम्हाला तुमचे आयुष्य अधिक सुरेल करायचे आहे, तुमच्या आयुष्याला तुम्हाला हवा तो अर्थ द्यायचा आहे, तुमच्या अंतरंगातील गुणांचा जास्तीत जास्त विकास झालेला हवा आहे, हो ना? तुमच्या ह्या सर्व इच्छा पूर्ण करण्याचे वचन हे पुस्तक तुम्हाला देत आहे.

डेल कार्नेगी प्रशिक्षणाच्या अभ्यासक्रमासाठी प्रवेश घेणे, हे मुळातच तुमच्या आत्मशोधाच्या मार्गातील एक धाडसी पाऊल आहे. कदाचित तुमचे आयुष्य पूर्णपणे बदलून टाकणारा हा निर्णय असेल. मुळातच तुमच्या अंगी असे काही लोकोत्तर गुण आहेत, ज्यामुळे तुमचे आयुष्य देदिप्यमान होणार आहे, फक्त तुमच्याकडे काय हवे आहे, तर आपले गुण उलगडून त्यांचा जास्तीतजास्त वापर करण्याचा कठोर निश्चय!

– डोरोथी कार्नेगी

अध्यक्ष, 'दि बोर्ड डेल कार्नेगी
ॲन्ड असोसिएट्स'

अनुवादिकेचे मनोगत

मला जर कोणी विचारले की, तुला माहिती असलेली सर्वांत जास्त कॉमन सेन्स असलेली व्यक्ती कोणती तर मी क्षणाचाही विलंब न लावता 'डेल कार्नेगी' हेच नाव उच्चारेन. 'कॉमन सेन्स' ह्या नावात कॉमन शब्द असला तरी उपरोधाने असेच म्हणावे लागेल की, 'कॉमन सेन्स' हा 'अनकॉमन' असतो.

डेल कार्नेगीनी आपल्याला माहिती असलेल्या पण आपण दुर्लक्ष केलेल्या गोष्टी आपल्या मनावर बिंबवण्याचा प्रयत्न केला आहे.

हल्लीचे आपले आयुष्य इतके गतिमान आहे की, नवीन पिढीला 'तेच तेच' आणि 'तेच ते'चा लगेचच कंटाळा येतो. नोकऱ्या तर ते अगदी कपडे बदलावेत इतके झटपट बदलतात. पूर्वीच्या काळी नोकरीविषयी बोलताना 'कुठे चिकटवला' हा शब्दप्रयोग करणे नित्यनियमाचे होते, पण त्या पिढीला नोकरीत सुरक्षितता वाटत असे! वार्धक्याच्या गंगाजळीची तजवीजसुद्धा त्या नोकऱ्यांमध्ये होती, आता मात्र तरुणांच्या नोकऱ्या ह्या टांगत्या तलवारीसारख्या असतात. तर कधी-कधी त्यांनाच बोअर होते, म्हणून धरसोडवृत्ती दिसून येते.

ह्या पुस्तकात डेल कार्नेगी तुम्हाला कामाच्या ठिकाणी येणारा थकवा टाळण्यासाठी आणि तुम्हाला कामात रुची वाटावी म्हणून काय-काय करता येईल, ह्याचा कानमंत्र देत आहेत.

खरे तर ह्यापूर्वीच्या 'हाउ टू विन फ्रेंड्स ॲन्ड इन्फ्लुअन्स पीपल' व 'हाउ टू स्टॉप वरिंग ॲन्ड स्टार्ट लिव्हिंग' ह्या दोन पुस्तकातील मोजकेच उतारे घेऊन आपण आपले आयुष्य अधिक सुरेल कसे जगावे आणि कामसुद्धा आनंदाने कसे करावे, ह्या विषयावर अधिक लक्ष केंद्रित केले आहे.

त्याचा तुम्हाला आम्हाला नक्कीच उपयोग होईल ह्याची मला खात्री वाटते.

– ॲड. शुभदा विद्वांस

अनुक्रमणिका

भाग एक

आनंद आणि शांती मिळविण्याचे सात मार्ग

भाग दोन

लोकांशी कसे वागावे याबद्दलची मूलभूत तंत्रे

भाग तीन

लोकांना तुमच्याशी सहमत करून घेण्याचे मार्ग

भाग चार

लोकांना राग न येऊ देता किंवा आक्रमक न होऊ देता कसे बदलावे?

'हाउ टू स्टॉप वरिंग ॲन्ड स्टार्ट लिव्हिंग' ह्या पुस्तकातील नियम / १७७

'हाउ टू विन फ्रेंड्स ॲन्ड इन्फ्लुअन्स पीपल' ह्या पुस्तकातील नियम / १७८

भाग एक

आनंद आणि शांती मिळविण्याचे सात मार्ग

डेल कार्नेगी ह्यांनी 'हाउ टू स्टॉप वरिंग अॅन्ड स्टार्ट लिव्हिंग' हे पुस्तक तुम्हाला हेच पटवून देण्यासाठी लिहिले आहे की, आपले आयुष्य कसे बनवायचे हे सर्वस्वी तुमच्याच हाती आहे. जर आपण स्वत:ला आहे तसे स्वीकारले, आपल्यातील गुण-दोष जाणून घेतले आणि आपल्या ध्येयपूर्तीसाठी जर योग्य त्या गोष्टी केल्या, तर आपल्यावर विनाकारण चिंता करण्याची आणि ऊर्जा वाया घालवण्याची पाळी येणार नाही.

१

स्वत:ला ओळखा आणि त्याचा अभिमान बाळगा!

लक्षात ठेवा, ह्या पृथ्वीतलावर तुमच्यासारखे दुसरे कोणी नाही!

मला उत्तर कॅरोलिनामधील माउंट एअरी येथून मिसेस एडिथ ॲलर्ड हिचे एक पत्र आले. पत्रात तिने लिहिले होते, 'लहान असताना मी फार संवेदनशील आणि लाजाळू होते. मी जरा जास्तच सुदृढ होते आणि माझे गाल तर माझ्या शरीरापेक्षा जास्तच अवाढव्य होते. माझी आई इतकी जुनाट मतांची होती की, सुंदर दिसणारे कपडे घालणे म्हणजे ती मूर्खपणा समजत असे. तिच्या मते भरपूर लांब-रुंद कपडेच घालणे चांगले आणि त्याप्रमाणेच ती माझे कपडे बनवत असे. मी कधीच कोठे पार्ट्यांना गेले नाही, कधी मौजमजा केली नाही. जेव्हा मी शाळेत गेले तेव्हा मी इतर मुलांबरोबर दुसऱ्या कोणत्याच कार्यक्रमात भाग घेतला नाही; अगदी मल्लखांब वगैरेसुद्धा नाही. माझ्या लाजाळूपणाने मला रोगट बनवले होते. माझाही हळूहळू समज होऊ लागला की, इतरांपेक्षा मी वेगळी आहे आणि सगळ्यांना नावडणारी आहे.

'मी जेव्हा मोठी झाले तेव्हा माझ्यापेक्षा बऱ्याच वर्षांनी मोठे असलेल्या माणसाशी माझे लग्न झाले, पण तरीही मी बदलले नाही. माझी सासरची मंडळी शांत आणि आत्मविश्वासपूर्ण होती. चांगले कुटुंब होते. मला जसे हवे होते, तसेच ते होते; पण खूप प्रयत्न करूनही मला त्यांच्यासारखे वागता येत नव्हते. त्यांनी माझ्यात बदल घडवण्याचा प्रयत्न केला, पण जेवढा ते प्रयत्न करत असत तेवढी मी अधिकच माझ्या कोशात जाऊन बसत असे. मी अत्यंत उदास व चिडचिडी झाले. मी सर्व मित्र-मैत्रिणींना टाळत असे. माझी परिस्थिती हळूहळू इतकी बिघडत गेली की, मला दरवाजाची बेल वाजली तरी भीती वाटायची! माझ्या अपयशाची मला जाणीव व्हायची. मला तर हे समजले होते, पण आता माझ्या नवऱ्याच्याही

हे लक्षात येईल याची मला भीती वाटायची, म्हणून सगळ्यांसमोर मी आनंदी राहण्याचा प्रयत्न करत असे; पण मी जरा जास्तच नाटक करते, हेसुद्धा लोकांच्या लक्षात येईल, अशी मला भीती वाटायची. त्यामुळे मी दु:खी व्हायची. शेवटी मी इतकी दु:खी झाले की, माझे अस्तित्व अधिक लांबवणे निरर्थक वाटून माझ्या मनात आत्महत्येचे विचार घोळू लागले.'

आणि अचानक त्या दु:खी बाईच्या आयुष्यात कसा काय बदल झाला?

'योगायोगाने एक वाक्य माझ्या कानावर पडले आणि माझे आयुष्य बदलले.' ती म्हणते, 'एके दिवशी माझी सासू सांगत होती की, तिने तिच्या मुलांना कसे वाढवले. त्याबद्दल सांगताना ती म्हणाली, ''कसेही असले आणि काहीही झाले तरी मी मुलांना शिकवले की, तुम्ही 'तुम्ही' म्हणूनच मोठे व्हायचे.'' या वाक्याने माझ्या मेंदूत प्रकाश पडला! त्या क्षणी मला असे जाणवले की, मी हे सगळे दु:ख विनाकारण विकत घेतले आहे. मी जशी नाही तसे बनण्याचा प्रयत्न मी करते आहे.

'एका रात्रीतून मी बदलले. मी स्वत: म्हणून जगायला शिकले. मी माझ्या स्वत:च्या व्यक्तिमत्त्वाचा अभ्यास केला. मी कशी आहे? मी कोण आहे? हे शोधून काढण्याचा प्रयत्न केला. मी माझ्यातील गुण शोधले. मी रंगसंगती, आधुनिक फॅशन्स याचा विचार केला आणि त्याप्रमाणे माझ्या पोशाखात बदल केला. माझे व्यक्तिमत्त्व त्यामुळे नक्कीच खुलले. मी मित्र-मैत्रिणी जमवले. सुरुवातीला मी काही छोट्याच संघटनांमध्ये सामील झाले, पण त्यामुळे माझी भीती कमी झाली, माझ्यात धाडस आले, कारण माझ्यावरसुद्धा काही कामे सोपवली गेली. प्रत्येक वेळी लोकांसमोर बोलल्यामुळे भीती चेपत गेली. आज मी मला कधी स्वप्नातही वाटले नव्हते, त्यापेक्षा अधिक सुखी आहे. आता मीपण मुलांची आई आहे आणि मीसुद्धा त्यांना हाच धडा शिकवते की, तुम्ही कसे आहात हे महत्त्वाचे नाही, पण तुम्ही तुम्हीच आहात हे अधिक महत्त्वाचे!'

''स्वत्वाच्या या समस्येला जुना इतिहास आहे.'' डॉ. जेम्स गिलके म्हणतात, ''आणि मानवी जीवन हे सार्वत्रिक आहे.'' आपण जे आहोत ते लपवून ठेवणे किंवा ते दाखवण्यास उत्सुक नसणे, हेच अनेक मानसिक रोगांच्या मागचे कारण असते. त्यामुळे अनेक गंड निर्माण होतात. या विषयावर अेंजेलो पॅट्री यांनी तेरा पुस्तके आणि वर्तमानपत्रातून हजारो लेख लिहिले आहेत. त्यांचा विषय बालसंगोपन हाच आहे. ते म्हणतात, ''कोणतीच व्यक्ती इतकी दु:खी नसते की, तिला अशी इच्छा व्हावी की, तिच्या जे मनात व शरीरात नाही तशा व्यक्तीप्रमाणे तिने असावे.'' दुसऱ्या शब्दांत, आपण जसे आहोत तसेच दिसावे व वागावे ही नैसर्गिक वर्तणूक असते. त्यापेक्षा वेगळे असणे किंवा दिसणे, ही विकृती झाली.

आपण जसे नाही तसे दिसावे किंवा वाटावे ही प्रवृत्ती सिनेसृष्टीतच बळावली.

सॅम वुड हा सिनेसृष्टीतील प्रख्यात दिग्दर्शक म्हणतो, ''तरुण नट-नट्यांबद्दलची सगळ्यात मोठी डोकेदुखी ही असते की, त्यांना दुय्यम प्रतीचे लाना टर्नर्स किंवा हलक्या दर्जाचे क्लार्क गेबल्स व्हायचे असते, पण त्यांना हे समजत नाही की, लोकांनी हा फ्लेवर चाखला आहे.'' सॅम वुड कानीकपाळी ओरडून सांगत होता, ''आता त्यांना वेगळे काहीतरी द्या.''

सॅम वुडचे 'गुडबाय मि. चिप्स' आणि 'फॉर हुम द बेल टोल्स' हे सिनेमे प्रदर्शित होण्यापूर्वी तो रिअल इस्टेट एजंट होता. जमिनींच्या व्यवहारात कुशल होता. त्याच्या मते, ''जे तत्त्व सिनेमासृष्टीत लागू पडते तेच व्यावसायिक जगतात पण लागू पडते. इथेसुद्धा तुम्हाला नकलाकार दिसणार नाहीत किंवा पोपटपंची करून भागत नाही.'' तो म्हणतो, ''अनुभवान्ती मी हेच शिकलो की, सगळ्यात सुरक्षित काय असते, तर शक्य तितक्या लवकर मुखवटे धारण करणे सोडून देणे. तुम्ही जसे आहात तसेच वागा.''

मी एकदा त्या वेळेच्या मोठमोठ्या ऑइल कंपन्यांच्या एम्प्लॉयमेंट डायरेक्टर पॉल वाइन्टन यांना विचारले, ''नोकरीसाठी अर्ज करताना लोक सगळ्यात मोठी चूक कोणती करतात?'' आत्तापर्यंत त्यांनी साठ हजार लोकांचा इंटरव्ह्यू घेतला आहे आणि 'नोकरी मिळवण्याचे सहा मार्ग', असे पुस्तकही त्यांनी लिहिले आहे. त्यांनी उत्तर दिले, ''नोकरीसाठी अर्ज करताना सगळ्यात मोठी चूक ते अशी करतात की, ते स्वत: जे आहेत ते दाखवत नाहीत किंवा त्यांना जे उत्तर द्यावेसे वाटते, ते न देता तुम्हाला खूश करणारे उत्तर देतात. पण त्यामुळे काही उपयोग होत नाही, कारण ढोंगी माणूस कोणालाच नको असतो. खोटा शिक्का कोणाला हवा असेल का?''

एका कंडक्टरच्या मुलीला हा धडा खूप कष्टाने शिकावा लागला. तिची गायिका होण्याची इच्छा होती, पण तिचा चेहरा चांगला नव्हता. तिचा चेहरा खूप मोठा होता आणि पुढे आलेले तिचे दात तिला अधिकच विद्रूप करत होते. जेव्हा न्यू जर्सीमधील एका नाइट क्लबमध्ये ती गायिली, तेव्हा आपले दात दिसू नयेत म्हणून तिने ते वरच्या ओठाने झाकायचा प्रयत्न केला. आपण आकर्षक दिसावे म्हणून तिने खूप अशोभनीय गोष्टी केल्या. परिणाम काय झाला? तिने स्वत:चे हसे करून घेतले आणि ती अपयशी ठरली.

पण त्याच नाइट क्लबमध्ये एक माणूस तिचे गाणे मन लावून ऐकत होता. तिच्यात प्रचंड गुण आहेत हे त्याने ओळखले. तो तिला परखडपणे म्हणाला, ''हे बघ, तू जे काय सादर केलेस, ते मी पाहत होतो. तू काय लपवायचा प्रयत्न करत होतीस, ते मी जाणून आहे. तुला तुझ्या दातांची लाज वाटते ना?'' ती मुलगी ओशाळली. मग तो पुढे म्हणाला, ''काय बिघडले त्यात? दात पुढे असणे हा काय कायद्याने गुन्हा आहे का? त्यांना लपवण्याचा प्रयत्न करू नकोस. तू तोंड उघडे

ठेवून गा. जेव्हा तुला स्वत:लाच तुझ्या दातांची लाज वाटणार नाही, तेव्हाच लोक तुझ्या गाण्यावर प्रेम करतील. आणखी एक मी तुला सांगतो. आज ज्या दातांना तू लपवायचा प्रयत्न करतेस, तेच तुला उद्या संपत्ती मिळवून देतील!''

त्या मुलीचे नाव कास डॅलो. तिने त्या माणसाने दिलेला सल्ला ऐकला आणि त्याचे तंतोतंत पालन केले. तिने फक्त तिच्या श्रोत्यांचा विचार केला. तोंड पूर्ण उघडे करून, स्वत: आनंद घेत व दुसऱ्यांना आनंद देत ती गाऊ लागली. लोकांना ते इतके आवडले की, ती सर्वश्रेष्ठ गायिका ठरली. इतरांनीसुद्धा तिची नक्कल करण्याचा प्रयत्न केला!

सुप्रसिद्ध जेम्स विल्यम्स एकदा लोकांबद्दल बोलताना म्हणाले, ''अनेक लोकांना स्वत:च्या मनाचा ठाव लागत नाही.'' त्यांच्या मते माणूस सरासरी फक्त दहा टक्केच क्षमता वापरतो. तो लिहितो, 'म्हणजेच आपण अर्धजागृत अवस्थेत असतो. आपण आपल्या शारीरिक आणि मानसिक क्षमतांपैकी फार कमी गुणांचा वापर करतो. आपणच स्वत:भोवती कुंपण घालून घेतो. आपल्या अंगी प्रचंड शक्ती असते, पण ती न वापरण्याची सवय लागल्यामुळे आपण अपयशी ठरतो.'

तुमच्या आणि माझ्यामध्येसुद्धा प्रचंड क्षमता आहेत. म्हणून विनाकारण काळजी करण्यात आपण एक क्षणही वाया घालवायला नको. या जगात तुमचे काहीतरी वेगळेपण आहे. अगदी अनादी अनंत कालापासून या जगात अगदी तुमच्यासारखे कोणीच नाही आणि यापुढेही कोणी असणार नाही. अनुवांशिकतेच्या शास्त्रानुसार आपल्याला हे माहिती आहे. तुम्ही आणि मी आपल्या आईकडून आलेल्या 'चोवीस क्रोमोसोम्स'च्या व वडिलांकडून आलेल्या 'चोवीस क्रोमोसोम्स'च्या एकत्रिकरणातून झालेली उत्पत्ती आहोत. हे 'अठ्ठेचाळीस क्रोमोसोम्स' आपण कोणते गुण-दोष घेऊन जन्मणार हे ठरवतात. या क्रोमोसोम्समुळेच आपले आयुष्य पराकोटीचे बदलून जाते. खरोखर आपली निर्मिती खूप अद्‌भुत आणि भयंकर आहे.

जरी तुमचे आई-वडील भेटले व एकत्र आले, तरी तुम्ही आत्ता आहात तसेच जन्मण्याचा योग तीन लाखांतून एक एवढाच असू शकतो. म्हणजे जरी तुम्हाला तीन लाख भावंडे झाली, तरी ती सगळी वेगवेगळी असतील. तुम्हाला काय वाटते, हा सगळा अंदाज आहे? नाही. हे शास्त्रशुद्ध सत्य आहे. जर तुम्हाला यापेक्षा अधिक माहिती हवी असेल, तर 'यू ॲन्ड हेरीडीटी' हे अम्राम स्कॅनफीलचे पुस्तक वाचा.

मी तुमच्याशी खात्रीने स्वत्वाबद्दल बोलू शकतो, कारण मला स्वत:ला अगदी मनापासून तसेच असावे असे वाटते. मला माहीत आहे की, मी तुम्हाला काय सांगतो आहे. माझा स्वत:चा फार कडवट अनुभव आहे आणि तो मला फार महागात पडला. मी जेव्हा मिसुरीच्या शेतकरी कुटुंबातून प्रथम न्यूयॉर्कला आलो आणि अमेरिकन ॲकॅडेमीमध्ये माझे नाव दाखल केले तेव्हा नट व्हावे अशी माझी खूप मनापासून इच्छा होती. माझा असा समज होता की, 'मला किती हुशारीची

कल्पना सुचली! यश मिळवण्याचा सोपा उपाय सापडला!' आणि मला आश्चर्य वाटले की, विनाकारण इतकी मेहनत करणाऱ्या इतरांना हा मार्ग का नाही सापडला? मग मी माझे लक्ष नट होण्याविषयी इतर गोष्टींवर केंद्रित केले. त्या काळातला प्रसिद्ध नट जॉन ड्यूबद्दल मी माहिती मिळवली. तसेच वॉल्टर हॅम्पडन, ओटीस स्कीनर यांचा अभ्यास केला आणि त्यांच्या मला भारावून टाकणाऱ्या गुणांची नक्कल करण्यास मी सुरुवात केली आणि त्या तिघांच्या फक्त गुणांचे एकत्रीकरण करून मी माझे व्यक्तिमत्त्व बनवायला सुरुवात केली. किती मूर्ख होतो मी! खरे म्हणजे ते सगळेच निरुपयोगी होते. मी माझ्या आयुष्याची चांगली वर्षे इतरांची नक्कल करण्यात घालवली. एवढी साधी गोष्ट माझ्या मेंदूत घुसली नाही की, मी स्वत: काय आहे ते लोकांना दाखवून द्यावे आणि मी इतरांसारखा नाही हे लोकांना पटवून द्यावे.

हा इतका वाईट अनुभव गाठीशी असताना मी आयुष्यभरासाठी धडा शिकायला हवा होता; पण तसे घडले नाही. मी इतका मूर्ख होतो की, मी ती चूक पुन्हा एकदा केली; अर्थात त्यानंतर काही वर्षांनी! मी असे ठरवले की, जाहीर भाषण कसे करावे ही कला शिकवणारे पुस्तक अद्याप निघाले नाही म्हणून आपण ते काढावे. नट होण्यासाठी अभिनय शिकताना मी जी चूक केली होती, तीच चूक पुन्हा पुस्तक लिहिताना मी केली. मी अनेक लेखकांच्या वेगवेगळ्या कल्पना एकत्र केल्या आणि त्या सगळ्या एकाच पुस्तकात ठासून भरण्याचा चंग बांधला. अशा पद्धतीने अनेक लेखकांच्या लिखाणाचे एकत्रित करून ते हस्तलिखित बनवण्यात माझे एक वर्ष गेले, पण ते हस्तलिखित मी स्वत: वाचून पाहिल्यावर ते जणूकाही माझ्याकडे पाहून वाकुल्या दाखवतेय असेच मला वाटले, कारण त्यात जे लिहिले होते ते सगळे कृत्रिम वाटत होते आणि त्याचा कोणत्याच व्यावसायिकाला काहीच उपयोग झाला नसता. म्हणून संपूर्ण वर्षभर मेहनत घेऊन केलेल्या कामाच्या कागदाचे तुकडे करून मी ते केराच्या टोपलीत फेकले आणि पुन्हा लिखाणाला सुरुवात केली. या वेळेस मी मनाला बजावले, 'हे बघ, तू डेल कार्नेगी आहेस. कदाचित तुझ्यात दोष असतील, तुझ्या लिखाणाला मर्यादा असतील, पण तू तुझेच विचार मांडायचे. दुसऱ्या कोणाचे नाही.' आणि मग मी माझ्या बाह्या सरसावल्या आणि मनोभावे कामाला सुरुवात केली. मी भाषणकलेवरचे एक पाठ्यपुस्तक लिहिले. शिकवताना मला आलेले ते खरेखुरे अनुभव होते. मी माझ्या डोळ्यांनी केलेले ते निरीक्षण होते, त्यामुळे माझे लिखाण सच्चे, जिवंत आणि प्रामाणिक होते. मी आयुष्यभरासाठी यावरून धडा शिकलो. जो धडा वॉल्टर रॅले शिकला. (मी त्या सर वॉल्टरबद्दल बोलत नाही, ज्याने स्वत:चा कोट चिखलामध्ये राणीच्या पायाला द्यावा लागू नये म्हणून पसरला होता, तर सर वॉल्टर रॅले हा इंग्रजी साहित्याचा मोठा प्रोफेसर होता.) तो म्हणत असे, 'मी शेक्सपिअरची बरोबरी करणारे लिहू

शकत नाही, पण माझे स्वत:चे पुस्तक लिहू शकतो.'

तुम्ही तुमचे अस्तित्व जपा. अर्विंग बर्लिनने जॉर्ज गर्शविनला दिलेला सल्ला तुम्हीपण ऐका. जेव्हा बर्लिन आणि गर्शविन प्रथम भेटले तेव्हा बर्लिन सुप्रसिद्ध होता, पण गर्शविन अजून चांगला कंपोझर होण्यासाठी संघर्ष करत होता. त्याला टीन पॅन ॲले येथे आठवड्याला पस्तीस डॉलर्स मिळत होते. बर्लिन गर्शविनच्या क्षमता पाहून भारावून गेला आणि त्याने त्याला त्याचा संगीताचा सेक्रेटरी म्हणून नोकरी देऊ केली. त्याला मिळत असलेल्या पगाराच्या तिप्पट अधिक पगार देऊ केला आणि स्वत:च सल्ला दिला, "तरीही तू ही नोकरी स्वीकारू नकोस, कारण यामुळे तू दुय्यम प्रतीचा बर्लिन होशील, पण तू जर तुझे सध्याचे काम चालू ठेवलेस, तर तू एक दिवस श्रेष्ठ प्रतीचा गर्शविन होशील."

गर्शविनने त्याचा सल्ला ऐकला आणि खरोखरच हळूहळू तो अमेरिकेतील प्रसिद्ध संगीतकारांपैकी एक संगीतकार ठरला.

चार्ली चॅपलिन, विल रोजर्स, मेरी मार्गरिट, मॅकब्राइड जेन ऑट्री अशा अनेकांना हे धडे शिकावे लागले. मी तुम्हाला घरी बसून या प्रकरणात जे धडे शिकवतो ते या सगळ्यांनी आणि मीसुद्धा मोठी किंमत देऊन गिरवले आहेत.

जेव्हा चार्ली चॅपलिनने सिनेमा बनवायला सुरुवात केली, तेव्हा चॅपलिनच्या डायरेक्टरने त्याच्याकडे त्या काळातील एका जर्मन विनोदी नटाची नक्कल करण्याचा आग्रह धरला. त्याला स्वत:चे कसब दाखवण्यास वाव दिला नाही. बॉब होपलासुद्धा हाच अनुभव आला. अनेक वर्षे गाण्यात-वाचण्यात घालवूनसुद्धा जोपर्यंत त्याने स्वत:ची स्टाइल वापरली नाही, तोपर्यंत काहीच हाती लागले नाही. विल रॉजर्स एका छोट्या मनोरंजनाच्या कार्यक्रमात दोर गुंडाळायचे काम कित्येक वर्षांपर्यंत करत होता. जेव्हा त्याच्या विनोदी संवाद साधण्याच्या दैवी देणगीचा शोध लागला तेव्हा त्याला दोर बांधताना संवाद मिळाले.

मेरी मार्गरिट सुरुवातीला जेव्हा नोकरीवर गेली, तेव्हा तिने आयरीश कॉमेडियनची नक्कल केली आणि ती अपयशी ठरली. मग तिने ती जी कोणी होती तीच बनण्याचा प्रयत्न केला. जेव्हा ती मिसुरीमधील खेड्यातली मुलगी बनली, तेव्हा ती रेडिओ स्टार बनली.

जेव्हा जेन ऑट्री याने आपल्या टेक्सासमधील बोलण्यातील विशिष्ट लकबी प्रयत्नपूर्वक घालवून आपण न्यूयॉर्कमधीलच आहोत हे भासवायचा प्रयत्न केला तेव्हा लोकांनी त्याची खूप चेष्टा केली, पण जेव्हा त्याने बेंजो वाजवून दाखवून काउबॉयचे पोवाडे म्हटले तेव्हा तो संपूर्ण जगातील सगळ्यात लोकप्रिय काउबॉय ठरला.

तुम्ही या जगात इतरांपेक्षा वेगळे आहात आणि त्याच्यातच आनंद माना. निसर्गाने तुम्हाला जे काही दिले आहे त्याचा पुरेपूर वापर करा. सगळीच कला आत्मचरित्रात्मक

असते. तुमच्या गळ्यात जे गाणे आहे, तेच तुम्ही म्हणू शकता. तुमची चित्रे तुमच्या मनात असतील तशी रेखाटली जातील. तुम्हाला जसे अनुभव येतील, तुम्ही ज्या परिसरात वास्तव्य कराल, आनुवंशिकतेप्रमाणे तुमच्यामध्ये जे गुण-दोष येतील तसेच तुम्ही घडता. अधिक चांगले किंवा अधिक वाईट घडण्यासाठी तुम्हाला तुमची स्वत:ची बाग फुलवावी लागेल. अधिक चांगले वा अधिक वाईट घडण्यासाठी तुमची स्वत:ची वाद्ये लागतील. त्याप्रमाणे तुमच्या आयुष्याचा आर्केस्ट्रॉ सुमधुर किंवा कर्कश्श होईल.

इमर्सनने त्याच्या 'सेल्फ रिलायन्स' या निबंधात लिहिले आहे. 'प्रत्येक माणूस शिक्षण घेतो तेव्हा त्याच्या आयुष्यात हे वळण येते की, जेव्हा त्याची पूर्णत: खात्री होते की, मत्सर हा अडाणीपणा आहे; मर्यादा ही आत्महत्या आहे; अधिक चांगले वा अधिक वाईट घडणे, न घडणे हे पूर्णत: त्याच्यावरच आहे; त्याच्यामध्ये असलेली ताकद निसर्गाला नवीन आहे, पण त्याला स्वत:ला त्याचा अंदाज आहे.'

कवी डगलस मलोक म्हणतो –

तुम्ही उंच पर्वतावरचे पाइन वृक्ष बनू शकला नाहीत,
तर दऱ्याखोऱ्यातील छोटी वनस्पती बना;
पण लहानशा ओढ्याजवळील उत्तम वनस्पती बना.
वृक्ष न बनता आले तर झुडूप बना.
झुडूप बनता आले नाही तर गवत बना!
पण ते हायवेवरील, आनंदित करणारे असू द्या.
तुम्ही सुगंध देऊ शकला नाहीत, तर 'बास' मासा बना
पण तळ्यातला सुंदर मासा!
आपण सगळेच जहाजावरचे कॅप्टन बनू शकत नाही.
उरलेल्या लोकांनी खलाशी बना.
करण्यासारखी खूप मोठी कामे आहेत.
तुम्ही राजमार्ग बनू शकला नाहीत, तर छोटीशी पायवाट बना,
सूर्य बनता आले नाही, तर तारा बना.
तुमचे यश किंवा अपयश आकारावर अवलंबून नसते.
तुम्ही जे काय कराल ते उत्तम करा!

आपल्याला शांती हवी असेल आणि काळजीमुक्त व्हायचे असेल, तर तसा मानसिक दृष्टिकोन अंगी बाणवला पाहिजे.

आपण इतरांची नक्कल करू नये.
स्वत:ला ओळखा आणि स्वत्व जपा.

२

थकवा आणि चिंता टाळणाऱ्या चार चांगल्या सवयी

कामाच्या नियोजनाची चांगली सवय क्र. १ :
सध्या तुमच्या हातात जे काम आहे फक्त त्या संबंधीचेच
कागदपत्र टेबलावर ठेवा. बाकीचे सगळे कागदपत्र उचलून ठेवून
टेबल स्वच्छ करा.

शिकागो आणि नॉर्थवेस्टर्न रेल्वेचा प्रेसिडेंट रोनाल्ड विल्यम्स एकदा म्हणाला,
"ज्या माणसाचे टेबल निरनिराळ्या प्रकरणांच्या फायलींच्या ढिगाऱ्यांनी भरलेले
आहे, त्याने जर त्याचे टेबल साफ करून फक्त चालू प्रकरणाच्या फाइल्स टेबलवर
ठेवल्या, तर त्याचे काम अधिक सोपे व बिनचूक होईल. याला मी उत्तम
व्यवस्थापन म्हणेन आणि कार्यक्षमतेच्या दृष्टीने टाकलेले ते पहिले पाऊल आहे
असे समजेन.''

वॉशिंग्टन डी. सी.मधील वाचनालयाला जर तुम्ही भेट दिलीत, तर तेथील
छतावर कवी असलेल्या पोपने रंगवलेले पाच शब्द तुम्हाला दिसतील.

'ऑर्डर इज हेवन्स फर्स्ट लॉ.'

व्यवसायातसुद्धा योग्य अनुक्रम फार महत्त्वाचा आहे. यशस्वी व्यवसायाचा
पहिला नियम तोच आहे; पण खरेच असे असते का? नाही. जिकडे पाहावे, तिकडे
सगळी डेस्क्स आठवडेन् आठवडे कागदांनी भरलेली असतात. खरे सांगायचे, तर
'न्यू ऑर्लीन्स' वृत्तपत्राच्या प्रकाशकाने स्वत: एकदा मला हे सांगितले की, 'जेव्हा
त्याच्या सेक्रेटरीने डेस्क स्वच्छ केले, तेव्हा दोन वर्षांपासून हरवलेला टाइपरायटर
फायलींच्या खाली सापडला!'

उत्तरे न दिली गेलेली पत्रे, अनेक अहवाल आणि निवेदनपत्रे यांनी भरलेले टेबल हे तुमचा संभ्रम, ताण आणि चिंता वाढवते. 'लाखो गोष्टी करायच्या आहेत, पण त्या करायला वेळ नाही' अशी स्वतःला सतत टोचणी देत राहिल्यामुळेसुद्धा चिंता, तणाव व थकवा निर्माण होतो. एवढेच नाहीतर त्याचे रूपांतर पुढे उच्च रक्तदाब, हृदयरोग आणि पोटाचे अल्सर्स यामध्येसुद्धा होते.

मेडिकल कॉलेजचे प्रोफेसर डॉ. जॉन स्टोक्स हे पेनिसिल्व्हानिया विद्यापीठाकडून त्यांचा पेपर एका जागतिक कॉन्फरन्समध्ये वाचायला गेले होते. त्या पेपरचे नाव काय होते? 'फंक्शनल न्युरॉसीस कॉम्प्लिकेशन ऑफ ऑरगॅनिक डिसीज' त्या पेपरमध्ये डॉ. स्टोक्स यांनी रुग्णाच्या अकरा प्रकारच्या मनःस्थितींचा अभ्यास केला आहे. रुग्णाची मनोअवस्था समजून घेण्यासाठी कोणत्या गोष्टी अभ्यासल्या पाहिजेत, या आशयाचा त्याला मथळा दिला आहे. त्यातील पहिला मुद्दा खाली दिला आहे.

एखादी गोष्ट केलीच पाहिजे किंवा ती करण्याची आपल्यावर सक्ती आहे, अशा धारणेमुळे कधीच न संपणारा ताण रुग्णावर पडतो.

पण इतकी प्राथमिक स्वरूपाची पद्धत म्हणजे आपले टेबल स्वच्छ ठेवणे, निर्णय घेणे यांसारख्या साध्या गोष्टी उच्च रक्तदाबाला कशा दूर ठेवतील? तसेच 'हे' केलेच पाहिजे किंवा समोर असलेल्या गोष्टींचा फडशा पाडण्याचा न संपणारा ताण या गहन गोष्टींचा इतक्या साध्या गोष्टींशी संबंध कसा असू शकतो? डॉ. सॅडलर हे जागतिक कीर्तीचे विख्यात मनोवैज्ञानिक! त्यांनी त्यांच्या एका पेशंटबद्दल जे सांगितले ते खरेच लक्षात ठेवण्यासारखे आहे. त्या रुग्णाने अगदी साध्या उपायाने स्वतःला वैफल्यग्रस्त होण्यापासून वाचवले. शिकागोमधील एका फर्ममध्ये हा माणूस मोठा पदाधिकारी होता. तो जेव्हा डॉ. सॅडलरच्या क्लिनिकमध्ये आला तेव्हा अतिशय उदास, तणावपूर्ण आणि चिंताग्रस्त दिसत होता. त्याला स्वतःला हे समजत होते की, त्याचा हा प्रवास आत्मघातकी होता, पण तो त्याचे काम सोडू शकत नव्हता. त्याला त्या परिस्थितीतून मार्ग काढण्यासाठी मदतीची गरज होती.

डॉ. सॅडलर पुढे म्हणाले, "हा रुग्ण मला त्याची कथा ऐकवत असतानाच माझा टेलिफोन वाजला. तो हॉस्पिटलमधून होता. खरेतर प्रत्येक प्रकरण मी जागेवरच हातावेगळे करत असतो, पण येथे मी तातडीचे काम आधी करायचे ठरवले. पुन्हा या रुग्णाकडे वळलो, तर पुन्हा दुसरा तातडीचा फोन! चर्चा करणे गरजेचेच होते. ते होते न होते तोच तिसरा अडथळा आला, तो माझ्या मित्राचा. तो एका रुग्णाला घेऊन माझ्याकडे सल्ल्यासाठी आला होता. तो रुग्ण गंभीर

स्वरूपाचा आजारी होता. जेव्हा मी माझे सगळे काम संपवले व पुन्हा त्या रुग्णाकडे वळलो तेव्हा त्याला खूप वाट पाहायला लावल्याबद्दल त्याची क्षमा मागितली, पण आता त्याचा चेहरा खुलला होता. त्याच्या चेहऱ्यावर एक वेगळेच तेज झळकले होते.''

तो माणूस सॅडलरला म्हणाला, ''क्षमा वगैरे मागू नका. आत्ता तुम्ही येण्यापूर्वी दहा मिनिटे आधी माझ्या मनात एक अंत:प्रेरणा आली की, माझ्या बाबतीत नेमके कोठे चुकत असावे? मी आता माझ्या ऑफिसमध्ये परत जातो आणि माझ्या कामाच्या सवयी पुन्हा एकदा तपासून पाहतो; पण जाण्यापूर्वी जर मी तुमचे डेस्क पाहिले तर तुम्हाला राग नाही ना येणार?''

डॉ. सॅडलरने डेस्कची ड्रॉवर्स उघडली. ती सगळी रिकामी होती. तो रुग्ण म्हणाला, ''मला सांगा की, तुमची अपूर्ण राहिलेली कामाची कागदपत्रे तुम्ही कोठे ठेवता?''

'कामे मी पूर्णच करतो.'' डॉ. सॅडलर म्हणाले.

''आणि ज्या पत्रांना उत्तरे द्यायची राहिली आहेत ती पत्रे तुम्ही कोठे ठेवता?'' त्याने विचारले.

''मी सर्व पत्रांना लगेचच उत्तरे देतो. माझ्या कामाची शिस्तच आहे की, मी अनुत्तरित काही ठेवतच नाही. मी माझ्या सेक्रेटरीला लगेचच डिक्टेशन देतो.'' डॉ. सॅडलर म्हणाले.

सहा आठवड्यांनंतर त्या उच्च पदस्थ अधिकाऱ्याने डॉ. सॅडलरला त्याच्या ऑफिसमध्ये येण्याबद्दल आमंत्रण पाठवले. तो आता पूर्ण बदलला होता. त्याचे डेस्कसुद्धा. त्याने डॉक्टरांना दाखवण्यासाठी ड्रॉवर्स उघडले. त्याच्याही ड्रॉवर्समध्ये आता कुठलीच अपूर्ण राहिलेली कागदपत्रे नव्हती. तो म्हणाला, ''सहा आठवड्यांपूर्वी दोन वेगवेगळ्या ऑफिसेसमध्ये माझी ३ डेस्क्स होती आणि ती प्रचंड कामाच्या ओझ्यांनी दबून गेली होती. माझी कामे पूर्णच होत नव्हती; पण तुमच्याशी बोलून मी परत आलो आणि एक गाडीभरून जुनी कागदपत्रे, अहवाल अशा सगळ्या निरुपयोगी गोष्टी तेथून काढून टाकल्या. आता मी फक्त एकाच डेस्कवर काम करतो. जशा गोष्टी पुढे येतील तसतसा त्यांचा फडशा पाडतो आणि कामाचे डोंगर साठू देत नाही. त्यामुळे मला कोणताही ताण किंवा काळजी जाणवत नाही. या सगळ्यांपेक्षाही अधिक चांगली गोष्ट कोणती झाली, तर मी आता पूर्णपणे बरा झालो. आता माझ्या तब्येतीविषयी माझी कोणतीच तक्रार नाही.''

चार्लस ह्युजेस हा अमेरिकेतील सुप्रीम कोर्टाचा मुख्य न्यायाधीश. तो म्हणाला, ''पुरुष कामाच्या आधिक्यामुळे कधीच मरत नाहीत. ते मरतात ते व्यथर्तमुळे आणि काळजीमुळे!'' खरे आहे. आत्तापर्यंतचे त्यांचे कष्ट वाया गेल्यामुळे ते खचतात आणि त्यांचे काम ते पूर्ण करू शकले नाहीत म्हणून चिंताक्रांत होतात.

कामाच्या नियोजनाची चांगली सवय क्र. २ :

कामाच्या महत्त्वानुसार त्याचा क्रम लावून त्या क्रमानेच काम करा.

हेन्री डोहर्टी हे देशभर 'सिटी सर्व्हिस कंपनी'चे संस्थापक म्हणून प्रसिद्ध होते. ते म्हणतात, ''मी कोणाला किती पगार देत होतो याचा विचार न करता माझ्या असे लक्षात आले की, माणसात दोन मुख्य गुण आढळणे खूप गरजेचे असते, पण जे शक्यतो आढळत नाहीत.

''पहिला गुण म्हणजे विचार करण्याची क्षमता आणि दुसरा म्हणजे कामाच्या महत्त्वानुसार त्याचा क्रम ठरवून त्याप्रमाणे काम करणे. हे दोन्ही गुण अमूल्य आहेत.''

चार्लस लकमन हा एक गुणी मुलगा! त्याने शून्यातून आपल्या करिअरला सुरुवात केली आणि अवघ्या बारा वर्षांत तो पेप्सोडेंट कंपनीचा प्रेसिडेंट बनला. त्याचा वर्षाचा पगार एक लाख डॉलर्स इतका होता. त्याशिवायसुद्धा त्याने लाखो डॉलर्स कमवले. त्याने असे जाहीररीत्या सांगितले की, त्याच्या यशाचे संपूर्ण श्रेय तो त्याच्यातील दोन गुणांना देतो. तेच दोन गुण जे हेन्री डोहर्टीला सापडणे अशक्य वाटले होते. चार्लस लकमन म्हणाला, ''मला माझा भूतकाळ जेथपर्यंत आठवतो त्यानुसार मी रोज पहाटे पाच वाजता उठत असे, कारण इतर कोणत्याही वेळेपेक्षा मी त्या वेळात विचार जास्त चांगला करू शकत असे. त्या वेळातच मी माझ्या दिवसभराच्या कामाचे नियोजन करत असे आणि त्यांच्या महत्त्वानुसार त्यांचा क्रम ठरवून त्या क्रमाने काम करत असे.''

अमेरिकेतील सगळ्यात जास्त यशस्वी ठरलेला इन्श्युरन्स एजंट फ्रँक बेटगर तर दिवसभराच्या कामाचे नियोजन करण्यासाठी पहाटे पाचपर्यंतसुद्धा थांबायला तयार नव्हता. तो आदल्या दिवशी रात्रीच नियोजन करून ठेवत असे. दिवसभराची उद्दिष्टे ठरवत असे. त्या दिवशी किती रुपयांचा इन्श्युरन्स विकायचा हे ठरवत असे आणि तेवढ्या रकमेचा इन्श्युरन्स विकण्यात तो अयशस्वी ठरला, तर तेवढी रक्कम दुसऱ्या दिवशीच्या नियोजनात वाढवत असे. असेच चालत राहायचे.

मला आता प्रदीर्घ अनुभवांवरून असे लक्षात आले आहे की, प्रत्येकालाच अशी महत्त्वानुसार क्रमवारी ठरवणे जमत नाही; पण मला असेही माहिती आहे की, जे काम पहिले समोर येईल ते प्रथम करायचे, असे करणारे लोक आहेत आणि अगदीच पूर्वनियोजन न करण्यापेक्षा असे करणे केव्हाही चांगले.

सर जॉर्ज बर्नार्ड शॉने असा सक्त नियम केला नसता की, 'जे काम प्रथम समोर येईल ते आधी करायचे', तर लेखक म्हणून तो कदाचित अयशस्वी झाला असता

आणि आयुष्यभर बँक-कॅशिअर म्हणूनच राहिला असता. रोज पाच पाने लिहिण्याचा त्याचा निश्चय होता. त्यामुळेच त्याला लेखक म्हणून नावारूपाला येण्याची प्रेरणा मिळाली. त्या नऊ विलक्षण वर्षांत तो रोज पाच पाने लिहून काढत असे. अर्थात त्याने त्यातून फक्त तीस डॉलर्स कमावले हा भाग वेगळा! रॉबिन्सन क्रुसोसुद्धा दुसऱ्या दिवशी प्रत्येक तासाला काय करायचे याचा तक्ता बनवून ठेवत असे.

कामाच्या नियोजनाची चांगली सवय क्र. ३ :

जेव्हा तुमच्यासमोर समस्या उभी राहते, तेव्हा तिचे तिथेच निवारण करा. तुमच्याजवळ आवश्यक ती खरी माहिती उपलब्ध असेल, तर निर्णय लांबणीवर टाकू नका.

माझा एक जुना विद्यार्थी एच. पी. हॉवेल याने मला असे सांगितले की, जेव्हा तो अमेरिकेतील यू. एस. स्टीलच्या डायरेक्टर बोर्डावर होता तेव्हा अनेक लांबलचक मीटिंग्ज चालायच्या. अनेक समस्यांचे चर्वितचर्वण व्हायचे. काही निर्णय घेतले जायचे. परिणाम काय व्हायचा, तर प्रत्येक सभासदाला अहवालांची मोठमोठी बाडे अभ्यासासाठी घरी न्यावी लागायची.

शेवटी त्यावर तोडगा म्हणून एच. पी. हॉवेल यांनी इतर सभासदांचे मन वळवून असा निर्णय घेतला की, एका वेळी एकच समस्या चर्चेला घ्यायची आणि चर्चा करून निर्णयालाच यायचे. कुठलीही दिरंगाई चालणार नाही, टाळाटाळ चालणार नाही. कदाचित त्या निर्णयाला अधिक काही गोष्टींची माहिती मिळण्याची गरज भासत असे, कदाचित भासतही नसे; परंतु तरीही निर्णय घेतला जात असे. याचा परिणाम आश्चर्यकारक आणि क्रांतिकारकच झाला. फाइल्स बंद झाल्या, कॅलेंडर स्वच्छ झाले. आता सभासदांची घरी अभ्यासाला ओझे नेण्याची गरज संपली. अनुत्तरित समस्यांचे ताणतणाव नाहीसे झाले.

यू. एस. स्टीलमध्ये केलेला हा चांगला नियम फक्त त्यांच्यासाठीच हितावह नाही, तर तो आपल्याही हिताचाच आहे.

कामाच्या नियोजनाची चांगली सवय क्र. ४ :

संघटन, प्रतिनिधित्व आणि अवलोकन करायला शिका.

अनेक मोठमोठे उद्योगपती स्वतःच स्वतःची थडगी खणतात, याचे कारण असे की, आपल्या जबाबदाऱ्या इतरांवर सोपवायला त्यांना आवडत नाही. प्रत्येक गोष्ट स्वतः करण्याचा त्यांचा आग्रह असतो. परिणाम काय होतो? तपशील आणि

संभ्रम यामुळे ते बेजार होतात. 'घाई, चिंता आणि तणाव' हीच त्यांच्या आयुष्याची 'त्रिसूत्री' बनते. आपल्या जबाबदाऱ्या दुसऱ्यांवर सोपवणे, तसे पचनी पडणे अवघड असतेच. मला स्वतःलासुद्धा हे फार जड गेले. आपली जबाबदारी चुकीच्या माणसांवर सोपवली, तर किती संकटांचा सामना करावा लागतो, हे मला माहिती आहे; पण जरी ते अवघड असले, तरी जर या यशस्वी लोकांना चिंता, तणाव आणि थकवा टाळायचा असेल, तर जबाबदारी सोपवणे शिकले पाहिजे. उद्योगपती एवढे साम्राज्य उभे करतात, पण ते संघटन, अवलोकन व प्रतिनिधित्व सोपवणे शिकत नाहीत. त्यामुळे त्यांना अवघ्या पन्नाशीत किंवा साठीत हृदयविकारासारखे रोग जडतात. हे हृदयविकार केवळ ताणतणाव आणि काळजीमुळे जडतात. नेमकी उदाहरणे हवीत? तुमच्या स्थानिक वृत्तपत्रातील पुण्यस्मरण वाचा.

चिंता आणि थकवा दूर करण्यासाठी पुढील गोष्टींची निश्चितच मदत होईल.

१. सध्या तुमच्या हातात असलेल्या कामाच्या फायलीच फक्त तुमच्या टेबलावर ठेऊन बाकी सगळ्या फायली कपाटात ठेऊन द्या.

२. कामाच्या स्वरुपाचे महत्त्व जाणून त्याच्या महत्त्वानुसार क्रम लावा.

३. जर तुम्हाला एखादी समस्या भेडसावत असेल तेथल्या तेथेच आणि ताबडतोब त्यासंबंधीची सत्य माहिती जाणून घेऊन योग्य तो निर्णय घेऊन तिचा निचरा करा.

४. संघटन, प्रतिनिधित्व आणि अवलोकन करायला शिका.

३

तुम्हाला थकवा का येतो? आणि त्यावरील उपाय

येथे मी तुम्हाला एक अत्यंत विस्मयजनक आणि महत्त्वपूर्ण असे वास्तव सांगणार आहे – फक्त बौद्धिक कामामुळे तुम्ही कधीच थकत नाही. हे ऐकायला तुम्हाला विचित्र वाटते ना? पण काही वर्षांपूर्वीच शास्त्रज्ञांनी हे शोधून काढायचा प्रयत्न केला की, माणसाचा मेंदू हा किती काळापर्यंत त्याची क्षमता कमी न होता काम करू शकतो? प्रयोगाअंती जे सिद्ध झाले, ते पाहून शास्त्रज्ञसुद्धा थक्क झाले. त्यांनी असे शोधून काढले की, मेंदूतील रक्तप्रवाह जेव्हा काम करण्यात व्यग्र असतो, तेव्हा तो जराही थकत नाही, पण जर तुम्ही कष्टकरी मजुराच्या रक्ताचा नमुना घेतला, तर त्याच्यामध्ये थकवा उत्पन्न करणारे अनेक विषाणू असतात त्यामुळेच त्याला थकवा जाणवतो. पण जर तुम्ही अल्बर्ट आइनस्टाईनच्या मेंदूतील रक्ताचा थेंब तपासून पाहिलात, तर त्याच्यामध्ये दिवसाच्या अखेरीससुद्धा थकव्याचे विषाणू आढळणार नाहीत.

मेंदूच्या बाबतीत बोलायचे झाले, तर तो तितक्याच वेगाने आणि तितक्याच कार्यक्षमतेने कार्य करू शकतो. ज्या पद्धतीने त्याने दिवसाच्या सुरुवातीला काम केले तेवढेच आणि तसेच काम तो आठ तासांपर्यंत, फार काय बारा तासांपर्यंतसुद्धा करू शकतो! खरोखर मेंदूचे कार्य अविश्रांत चालू असते. मग तुम्ही कशामुळे दमता?

मानसशास्त्रज्ञ असे जाहीर करतात की, आपल्या एकूण थकव्यापैकी जास्तीतजास्त थकवा हा आपल्या मानसिक आणि भावनिक दृष्टिकोनामुळे येतो. जे. जे. हँडफिल्ड नावाचे प्रसिद्ध शास्त्रज्ञ त्यांच्या 'दि सायकॉलॉजी ऑफ पॉवर,' या पुस्तकात असे म्हणतात – 'आपल्याला जो थकवा सोसावा लागतो त्याचे मूळ आपल्या मानसिकतेमध्ये असते; फक्त शारीरिक थकावट ही क्वचित असते.' ए. ए. ब्रील हे अमेरिकेतील

एक प्रसिद्ध मानसशास्त्रज्ञ तर यापुढे जाऊन असे म्हणतात की, 'उत्तम आरोग्य असलेल्या बैठे काम करणाऱ्या व्यक्तीचा शंभर टक्के थकवा तिच्या मानसिक कारणांमुळे असतो. म्हणजे तिच्या भावनांच्या इंद्रधनुषी रंगांमुळे असतो.'

बैठे काम करणाऱ्या व्यक्तीच्या कोणत्या भावना तिला थकवतात? आनंदाच्या? समाधानाच्या? छे:! कधीच नाही! कंटाळा, संताप, आपल्या कामाचे कौतुक न केल्याबद्दल, आयुष्याच्या निष्फळतेबद्दल वैताग, काळजी, चिंता याच त्या सगळ्या भावना आहेत, ज्या बैठे काम करणाऱ्या माणसाला थकवतात. त्यामुळे त्याला सर्दी-पडसे होते. त्याचे अपेक्षित काम त्याच्याकडून होत नाही. मग तो उदासवाण्या चेहऱ्याने डोकेदुखी घेऊन घरी जातो. होय! अगदी खरे आहे. आपल्या या नकारात्मक भावना आपल्या शरीरात ताणतणाव निर्माण करतात.

राजधानीची शहरे असलेल्या ठिकाणी आयुर्विमा कंपनीने त्यांच्या पत्रकामध्ये थकव्याबद्दल असे लिहिले आहे की, 'केवळ शारीरिक कष्टामुळे क्वचितच असा थकवा जाणवतो की, जो रात्री झोप होऊन किंवा विश्रांती घेऊन घालवता येत नाही. 'काळजी, ताणतणाव आणि भावनिक उलथापालथ' ही थकव्याची तीन प्रमुख कारणे आहेत. खरेतर थकवा आला, तर शारीरिक किंवा मानसिक कष्टांकडे बोट दाखवले जाते. त्याऐवजी ही तीन प्रमुख कारणे लक्षात घेतली पाहिजेत. त्यांना दोष दिला पाहिजे. लक्षात ठेवा की, स्नायूंवर जेव्हा आपण ताण देतो तेव्हा तो कष्ट करतो. आता ताण काढून घ्या! आणि ती ऊर्जा दुसऱ्या महत्त्वाच्या कामासाठी वापरण्यास जपून ठेवा.

आत्ता या क्षणाला तुम्ही जे काय करत आहात ते ताबडतोब थांबवा! आत्ता या ओळी वाचताना तुमच्या कपाळावर आठ्या पडल्या का? तुमच्या डोळ्यांवर ताण जाणवतो का? तुम्ही तुमच्या खुर्चीत आरामात बसला आहात का? तुम्ही खांद्यात वाकला आहात का? तुमच्या चेहऱ्याचे स्नायू तणावग्रस्त आहेत का? जोपर्यंत तुमचे संपूर्ण शरीर हे चिंध्या झालेल्या जुन्या बाहुलीप्रमाणे मरगळलेले होत नाही तोपर्यंत तुमचे शरीर नकारात्मक, उदास करणारा ताण निर्माण करेल आणि तुमच्या स्नायूंवरसुद्धा ताण येईल.

आता तुम्ही स्वत:ला बेचैन करणारा ताण आणि बेचैन करणारा थकवा निर्माण करत आहात.

आपण बौद्धिक काम करत असताना हे अनावश्यक, गरज नसलेले तणाव का निर्माण करतो? डॅनियल जोसेलिन म्हणतो, 'आपली मुख्य अडचण कोणती असते ती मला सापडली आहे. आपला असा वैश्विक विश्वास असतो की, कष्टाचे काम करण्यासाठी विशेष प्रयत्न करावे लागतात. नाहीतर ते जमत नाही.' म्हणून आपण कपाळाला आठ्या घालून त्या कामावर संपूर्ण लक्ष केंद्रित

करतो. आपले खांदे पाडून बसतो, पोक काढून बसतो, आपल्या स्नायूंना आपल्या मदतीला बोलावतो, जेणेकरून आपल्या हालचाली गतिमान होतील; पण खरे म्हणजे, अशा कोणत्याच प्रकारे या सगळ्याचा आपल्या मेंदूला कोणताही उपयोग होत नसतो.

या बेचैन करणाऱ्या थकव्यावर काय उत्तर आहे? विश्रांती घ्या! आराम करा! तुम्ही तुमचे काम करत असतानाच विश्रांती कशी घ्यायची याचे तंत्र अवगत करा.

सोपे आहे का? नाही. कदाचित त्यासाठी तुम्हाला आयुष्यभर जोपासलेल्या सवयी बदलाव्या लागतील, पण असा प्रयत्न केल्यास तो फलदायी ठरेल. कदाचित हा बदल तुमच्या आयुष्यात क्रांती घडवून आणेल. विल्यम जेम्सने त्याच्या 'दि गॉस्पेल ऑफ रिलॅक्सेशन'मध्ये म्हटले आहे : 'अमेरिकेमधील लोकांची ही अतिरिक्त तणावपूर्ण जीवनशैली, छातीतील वेदना, श्वसनमार्गातील अडथळे, भावनांची तीव्रता आणि वेदना हे सगळे कशाचे द्योतक आहे? तर त्यांच्या केवळ वाईट सवयींचे!' ताणतणाव घेणे हीसुद्धा एक सवय आहे. विश्रांती घेणे हीसुद्धा एक सवय आहे. वाईट सवयी मोडून टाकल्या पाहिजेत व चांगल्या सवयी आत्मसात केल्या पाहिजेत.

विश्रांती कशी घ्याल? सुरुवात तुम्ही तुमच्या मनापासून करणार का मज्जातंतूंपासून? या दोन्हींपासून सुरुवात करू नका! विश्रांती घ्यायला सुरुवात तुम्ही तुमच्या स्नायूंपासून करा.

आपण असा प्रयत्न करून बघू! एक प्रात्यक्षिक करून बघण्यासाठी आपण डोळ्यांपासून सुरुवात करू. हा संपूर्ण परिच्छेद वाचा आणि जेव्हा या परिच्छेदाच्या शेवटापाशी तुम्ही पोहोचाल तेव्हा खुर्चीतच मान मागे टाकून निवांत बसा. तुमचे डोळे बंद करा आणि तुमच्या डोळ्यांना शांतपणे सांगा, 'जाऊ दे! सोडून दे! ताण घेणे आता थांबव! नावे ठेवणे थांबव! जाऊ दे! सोडून दे!' एक मिनिटापर्यंत हेच शब्द पुन्हा-पुन्हा मनाशी म्हणा.

तुमच्या हे लक्षात आले का की, काही सेकंदांनंतर डोळ्यांचे स्नायू तुमच्या आज्ञा पाळायला लागले? तुम्हाला असे जाणवले का की, एक अद्भुत हात आला आणि त्याने तुमचे सर्व ताणतणाव घालवून टाकले! तुम्हाला हे सगळे अविश्वसनीय वाटते ना, पण फक्त एकच मिनिटामध्ये आपल्या शरीराला सैलावण्याचे हे कसब तुम्ही शिकलात. हेच तंत्र तुम्ही चेहऱ्याचे स्नायू, जबड्याचे स्नायू शिथिल करण्यासाठी वापरू शकता. मानेसाठी, खांद्यासाठी एकूणच संपूर्ण शरीरासाठी हे तंत्र उपयोगी पडते; पण तरीही या सगळ्यांपेक्षा डोळ्यांचा तणाव नाहीसे करण्याचे तंत्र अधिक प्रभावी आहे. शिकागो विद्यापीठाचे डॉ. एडमंड जेकबसन तर फार पुढे जाऊन असे

म्हणतात की, जर तुम्ही डोळ्यांच्या स्नायूंना संपूर्णपणे विश्रांती देऊ शकलात, तर तुम्ही तुमचे सगळे दु:ख विसराल. डोळ्यांची विश्रांती इतकी महत्त्वाची का आहे यामागचे कारण असे आहे की, शरीराने शोषून घेतलेल्या एकूण नकारात्मकतेपैकी १/४ नकारात्मकता डोळे जाळून टाकू शकतात. ज्यांची दृष्टी अत्यंत चांगली आहे त्यांनासुद्धा डोळ्यांचा ताण जाणवण्यामागचे कारण हेच आहे.

विकी बॉम ही एक प्रसिद्ध कादंबरीकार! तिने सांगितले की, जेव्हा ती लहान होती तेव्हा तिला असा एक म्हातारा माणूस भेटला, ज्याने तिला आयुष्यभर लक्षात ठेवाव्यात अशा काही गोष्टी शिकवल्या. एकदा ती खेळताना पडली असता तिचे ढोपर फुटले, गुडघे फुटले त्या वेळी त्या माणसाने तिला उठवले, तिच्या अंगावरची माती झटकली. तो म्हातारा माणूस एके काळी सर्कशीत विदुषकाचे काम करणारा होता. तो तिला म्हणाला, "तू खाली पडल्यावर तुला जखम झाली याचे कारण म्हणजे तुझ्या शरीराला सैलसर कसे ठेवायचे हे तुला माहिती नाही. एखादा पायमोजा ज्याप्रमाणे मरगळलेला असतो, तसे तू तुझे शरीर ठेवायला हवे होतेस. ये, मी तुला दाखवतो कसे करायचे ते."

त्या म्हाताऱ्या गृहस्थाने विकी बॉमला व इतर मुलांना शिकवले की, पडताना कसे पडायचे, उड्या कशा मारायच्या, कोलांट्या उड्या कशा मारायच्या आणि आग्रहाने तो एक गोष्ट सांगत असे. "स्वत:ला आपण एक चोळामोळा झालेला पायमोजा आहोत असे समजा. म्हणजे तुम्हाला आराम वाटेल आणि इजाही होणार नाही."

तुम्ही कोठेही असलात तरी आणि वेळ कोणतीही असली तरी, तुम्ही विश्रांती घेऊ शकता. मात्र एकच गोष्ट करायची की, विश्रांती घेण्यासाठी कष्ट घ्यायचे नाहीत. विश्रांती या सदरात ताणतणाव आणि कष्ट यांना मज्जाव आहे. निवांतपणे आणि आरामाचाच फक्त विचार करा. सुरुवात डोळ्यांच्या स्नायूंच्या विश्रांतीच्या विचाराने करा, पुन्हा पुन्हा मनातल्या मनात तोंडाने पुटपुटा, 'जाऊ दे! सोडून दे!' तुमच्या चेहऱ्याच्या स्नायूंकडून शरीराच्या मध्यभागाकडे वाहणाऱ्या ऊर्जास्रोताला जागवा.लहान मुलाची निरागसता आठवा आणि लहान मुलाप्रमाणे तणावमुक्त व्हा!

तीव्र आवाजात गाणे गाण्यासाठी प्रसिद्ध असलेली गॅली कर्सी असेच करायची. हेलेन जोसनने मला सांगितले की, गॅली कर्सीच्या शो पूर्वी मी जेव्हा तिला पाहत असे तेव्हा ती एका खुर्चीवर बसून आपल्या जबड्याचे स्नायू इतके शिथिल करत असे की, तो लोंबकळल्याप्रमाणे दिसत असे. अशा पद्धतीचा उपयुक्त सराव केल्यामुळे स्टेजवर पाऊल ठेवण्यापूर्वी तिला कधीच औदासीन्य येत नसे. तिला थकवापण येत नसे.

योग्य पद्धतीने विश्रांती कशी घ्यावी हे सांगणाऱ्या चार सूचना खाली दिल्या आहेत. त्यांचा तुम्हाला उपयोग होईल –

१. कोणत्याही वेळेस विश्रांती घ्या. तुमच्या शरीराला एखाद्या पायमोज्याप्रमाणे शक्तिहीन करा. मी काम करताना माझ्या टेबलावर एक काळपट लाल रंगाचा पायमोजा ठेवतो. कशासाठी? तर मी त्या मोज्याप्रमाणे सैलावले पाहिजे याची आठवण करून देण्यासाठी! जर तुम्हाला पायमोज्याची कल्पना पसंत नसेल, तर मांजरीबद्दल विचार करून बघा. सूर्यप्रकाशात झोपलेल्या मांजरीला तुम्ही कधी उचलून पाहिले आहे का? तुमच्या लक्षात आले असेल की, ती कशी अंगाचे मुटकुळे करून झोपते ते! भारतातील ऋषीमुनीसुद्धा हेच सांगतात की, जर तुम्ही विश्रांतीचा विचार करत असाल तर मांजरीचा अभ्यास करा! मांजरीचे निरीक्षण करा! मी अजूनपर्यंत थकलेली मांजर कधीच पाहिली नाही किंवा नैराश्याने आजारी असलेली मांजरही पाहिली नाही किंवा निद्रानाश झालेली मांजर पाहिली नाही. चिंताक्रांत, पोटाचे अल्सर असलेली मांजर पाहिली नाही. जर तुम्हीसुद्धा मांजर जशी शरीर सैलावून विश्रांती घेते तशी घेतलीत, तर मोठमोठ्या संकटांपासून तुमचा बचाव होईल.
२. शक्य तेवढे जास्त काम आरामदायी वाटेल अशा स्थितीत करा. लक्षात ठेवा, शरीरात जर ताणतणाव निर्माण झाला, तर त्यामुळे खांदे दुखतात आणि बेचैन करणारा थकवा जाणवतो.
३. दिवसातून चार ते पाच वेळा स्वतःच स्वतःच्या मनाला प्रश्न विचारा, 'मी माझे काम जरुरीपेक्षा जास्त कष्टप्रद बनवत आहे का? मी जे काम करतो आहे, त्या कामासाठी खरोखरच इतक्या कष्टाची गरज आहे का?' या गोष्टीचा तुम्हाला आरामदायी वाटण्यासाठी नक्कीच उपयोग होईल. डॉ. डेव्हिड फिन्क म्हणतात, "जे लोक मानसशास्त्राचा अभ्यास करतात अशा दोघांपैकी एक जण तरी निदान असाच विचार करतो."
४. दिवसाच्या शेवटी स्वतःच स्वतःची परीक्षा घ्या. स्वतःला प्रश्न विचारा, 'मी असा कितीसा दमलो आहे? खरोखरच मी जर दमलो असेन, तर ते माझ्या बौद्धिक कामामुळे नव्हे, तर मी ते ज्या पद्धतीने केले त्यामुळे.' डॅनियल जोसलीन म्हणतात, "मी माझ्या यशाची पावती मी दिवस-अखेरीस किती दमलो यापेक्षा मी कसा दमलो नाही, या कसोटीवर देतो. जर दिवसाच्या अखेरीस मला खूप थकवा जाणवला किंवा माझी चिडचिड झाली, तर निःसंशयपणे माझा दिवस संख्यात्मक आणि

गुणात्मक अशा दोन्ही दृष्टिकोनांतून अपुरा ठरला. जर अमेरिकेतील प्रत्येक व्यावसायिकाने यापासून धडा घेतला, तर उच्च-रक्तदाबामुळे (हायपरटेन्शन) होणाऱ्या मृत्यूच्या प्रमाणात एका रात्रीतून घट होईल आणि काळजी व थकव्यामुळे रुग्णालयात भरती होणाऱ्यांचे प्रमाणही कमी होईल.''

४

थकवा, काळजी आणि रागाची निर्मिती करणाऱ्या कंटाळ्याला कसे पळवून लावाल?

थकवा येण्याचे प्रमुख कारण म्हणजे कंटाळा, नीरसपणा! उदाहरणच द्यायचे झाले, तर आपण ॲलिसचे देऊ या. ॲलिस ही एक उच्च पदावर नोकरी करणारी तुमच्या-आमच्यासारखी! अगदी तुमची 'नेक्स्ट डोअर नेबर!' सख्खी शेजारीण!! त्या दिवशी ॲलिस रात्री कामावरून घरी आली तीच मुळी दमून-भागून! जशी मेथीची जुडीच!! ती किती वैतागली आहे, हे ती सगळ्यांना दाखवत होती आणि प्रत्यक्षात खरेच ती वैतागलेली होती. तिचे डोके दुखत होते, तिची पाठ दुखत होती. ती इतकी थकली होती की, तिला जेवण न करताच झोपी जायचे होते; पण तिच्या आईने काही तिचा हेका सोडला नाही. तिला जेवायला लावले. इतक्यात टेलिफोनची घंटा वाजली. मित्राचा फोन होता! रात्रीच्या जेवणाचे आणि डिस्कोला जायचे निमंत्रण होते. मग काय विचारता! तिचे डोळे चकाकले! तिच्या अंगात नवचैतन्य सळसळले! दडादडा जिना चढत ती तिच्या बेडरूममध्ये गेली. खसकन एक पार्टीवेअर ड्रेस अंगावर चढवला. मॅचिंग लिपस्टिक लावली. खसाखस केस ब्रश केले आणि निघाली. रात्री तीन वाजेपर्यंत पार्टी चालू होती आणि सगळे आटोपून ती घरी आली तेव्हा तिच्या चेहऱ्यावर थकव्याचा लवलेशही नव्हता. उलट ती इतकी उत्साहाने भारलेली होती की, त्यामुळे तिला झोप लागली नाही.

तुम्हाला काय वाटते, ॲलिस आठ तासांपूर्वी खरेच, प्रामाणिकपणे दमलेली होती का? की ती थकल्याचे नाटक करत होती? नाही. ती नाटक करत नव्हती. ती खरेच खूप थकली होती. ती थकली होती, त्यामागचे कारण होते की, ती तिच्या कामाला कंटाळली होती. कदाचित आयुष्यालाच कंटाळली होती. अशा लाखो

ॲलिस आहेत. तुम्ही आणि मीसुद्धा त्यातल्याच एक आहोत.

हे सर्वसंमत सत्य आहे की, तुमच्या शारीरिक कष्टापेक्षासुद्धा तुमचा भावनिक दृष्टिकोन तुमच्या थकव्याला कारणीभूत ठरतो. काही वर्षांपूर्वी जोसेफ बारमॅक या प्रसिद्ध मानसोपचारतज्ज्ञाने त्याच्या संशोधनाचे काही अहवाल 'आर्काइव्हज ऑफ सायकॉलॉजी' नावाने प्रसिद्ध केले. त्यामध्ये त्याने प्रयोगाअंती सिद्ध केले आहे की, कंटाळा थकवा निर्माण करतो. डॉ. बारमॅक यांनी प्रयोगान्ती हे सिद्ध करण्यासाठी काही विद्यार्थ्यांचा गट करून त्यांची चाचणी घेतली. त्यांना माहिती होते की, विद्यार्थ्यांना त्यामध्ये फारशी रुची नाही. परिणाम? अपेक्षित होता. त्या विद्यार्थ्यांना खूप दमल्यासारखे वाटले, झोप आली. त्यांनी डोकेदुखीच्या, डोळ्यांवरील ताणाच्या तक्रारी केल्या. काहींची तर पोटेसुद्धा बिघडली. हे सगळे काल्पनिक होते का? नाही. चयापचय क्रियेचीसुद्धा टेस्ट घेऊन पाहिली. त्यामधूनही हेच निदर्शनास आले की, जेव्हा एखाद्या व्यक्तीला कंटाळा येतो तेव्हा शरीराचा रक्तदाब आणि शरीरात शोषलेल्या प्राणवायूचे प्रमाण कमी होते, पण तेच जर त्याने कशाततरी रुची दाखवायला सुरुवात केली व त्याला आनंद झाला, तर चयापचय क्रियेचा वेग वाढतो.

जर आपण आपल्याला आवडणारे काम करत असलो, तर सहसा आपण थकत नाही. उदाहरणार्थ, नुकतीच मी सुट्टी घेतली व कॅनडियन रॉकीजजवळील 'लुईस लेक' येथे गेलो. कोरालच्या खाडीत कित्येक दिवस मी 'ट्राऊट' माशांना पकडण्यासाठी घालवले. हे मासे बिनकाट्यांचे व चवदार असतात. हे मासे पकडण्यासाठी मी कितीतरी यातना सोसल्या. माझ्या डोक्यापर्यंत उंचीच्या झाडाझुडपांमधून मार्ग काढीत, लाकडी ओंडक्यांच्या अडथळ्यांना पार करत आठ तास सलग झगडत राहिलो. तरीही मी थकलो नाही. का? कारण मी रोमांचित झालो होतो. मला अत्यानंद झाला होता. कारण मी माझ्या मोहिमेत यशस्वी झालो होतो. सहा आख्खे मोठमोठे ट्राऊट्स माझ्या जाळ्यात सापडले होते; पण समजा, मी फिशिंग करताना कंटाळलो असतो, तर तुम्हाला काय वाटते मला काय वाटले असते? या कामामुळे मी इतका वैतागलो असतो की, सात हजार फूट उंचीवरून मला उडी मारावीशी वाटली असती.

तुम्हाला आश्चर्य वाटेल, पण गिर्यारोहणासारखी गोष्टसुद्धा काही वेळेस कंटाळवाणी वाटते. उदाहरण देऊन तुम्हाला सांगतो – मि. किंगमन हे फार्मर्स ॲन्ड मेकॅनिक्स बँकेचे प्रेसिडेंट होते. त्यांनी स्वत: मला हे सांगितले. जुलै, १९५३मध्ये कॅनडाच्या सरकारने कॅनडाईन अल्पाईन क्लबला सांगितले की, आर्मीमधील काही लोकांना गिर्यारोहण शिकवायचे आहे, त्यासाठी काही निष्णात गिर्यारोहक पाठवा. मि. किंगमन हेही या निष्णात गिर्यारोहक गाइड्सपैकी एक होते.

त्यांनी सांगितले की, या सगळ्या गिर्यारोहक गाइड्सची वये ४२ ते ५९ दरम्यानची होती. ते या तरुण जवानांना डोंगर-दऱ्यांतून, कडे-कपारीतून, बर्फाच्या शेतातून फिरवत होते. ते एका फक्त पंधरा फूट उंचीवरच्या कड्यावर त्यांना घेऊन गेले, जेथे त्यांना दोराच्या साहाय्याने चढावे लागले. आणखी काही छोट्या-छोट्या टेकड्या ते चढले. अशा प्रकारे पंधरा तासांचे गिर्यारोहण झाले, पण ज्यांचे सहा आठवड्याचे कमांडो-ट्रेनिंगसुद्धा नुकतेच झाले होते, असे हे जवान चांगलेच दमले! खूप-खूप दमले!!

या मिलिट्रीतील जवानांचे कमांडो-ट्रेनिंग गिर्यारोहणापेक्षा अधिक सोपे होते का? मग त्यांना एवढा थकवा येण्याचे कारण काय? ज्या माणसाने कमांडो ट्रेनिंग घेतले आहे, तो या प्रश्नावरच हसेल. हे जवान थकले, याचे मुख्य कारण म्हणजे ते खूप कंटाळले होते. ते इतके थकले की, ते न जेवताच झोपले. पण मग जे गिर्यारोहक गाइड्स या जवानांच्या दुप्पट किंवा तिप्पट वयाचे होते, ते थकले नव्हते का? हो. ते कष्टामुळे थोडे थकले, पण त्यांनी व्यवस्थित जेवण घेतले होते. आजचा दिवस कसा घालवला, त्यात आलेले अनुभव याबद्दल चर्चा केली होती. ते जवानांसारखे गलितगात्र झाले नव्हते. याचे कारण त्यांना या विषयात रुची होती.

कोलंबियाचे डॉ. एडवर्ड थॉर्नडाईक जेव्हा 'थकवा' या विषयावरचे प्रयोग करत होते, तेव्हा ते तरुण मुलांना त्यांच्या आवडीचे काहीतरी देऊन सतत जागे ठेवण्याचा प्रयत्न करत असत. बऱ्याच संशोधनाच्या अंती त्यांनी असा अहवाल तयार केला की, 'काम कमी होण्यामागचे खरे कारण त्या कामाचा कंटाळा हेच आहे.'

तुम्ही जर बौद्धिक काम करणाऱ्यांपैकी असाल, तर ते काम किती जास्त किंवा किती कमी होते, यावर तुमचा थकवा अवलंबून नसतो. काही वेळेस तुम्ही जे काम केले नाही, त्या कामामुळेसुद्धा थकू शकता. उदाहरणार्थ, मागच्या आठवड्यातील तो दिवस आठवा ज्या दिवशी तुमच्या कामात सतत व्यत्यय येत होता, तुमच्या पत्रांची उत्तरे दिली गेली नव्हती, तुमच्या पूर्वनियोजित भेटी रखडल्या होत्या. सगळीकडे अडचणीच अडचणी होत्या. त्या दिवशी सगळेच चुकीचे घडत होते. तुम्ही जे काही करायला जात होतात, त्याच्यात अपयश येत होते. त्यामुळे तुम्ही थकून-भागून घरी गेलात. तुमच्या डोक्यात कोलाहल होता.

दुसऱ्या दिवशी मात्र ऑफिसमध्ये कामाची भट्टी जमली होती. आदल्या दिवसापेक्षा तो दिवस चाळीस पटींनी चांगला होता. भरपूर काम झाले, तरीसुद्धा त्या दिवशी तुम्ही हसतमुखाने घरी गेलात. तुम्हाला असा अनुभव नक्कीच आला असेल. मलासुद्धा आला.

यापासून काय बोध घ्यायचा? फक्त एवढाच की, आपण कामामुळे थकत

नाही, तर आपण काळजी, चिंता आणि राग यामुळे थकतो.

हे प्रकरण लिहीत असताना जिरोमी कर्न्स यांनी नव्याने सादर केलेला अप्रतिम सुंदर म्युझिकल कॉमेडी शो पाहायला गेलो. त्या शोचे नाव होते 'शो बोट'. बोटीचे नाव होते 'कॉटन ब्लॉझम' आणि तिचा कॅप्टन होता अँडी. तो त्याच्या तर्कशुद्ध प्रस्तावनेमध्ये म्हणतो, 'ज्या लोकांना आपल्याला आवडणारे काम करायला मिळते, ते लोक नशीबवान असतात, कारण ते आपले काम एन्जॉय करू शकतात.' असे लोक नशीबवान, कारण त्यांच्यामध्ये अधिक उत्साह, अधिक आनंद आणि कमी काळजी आणि कमी थकवा असतो. ज्या कामामध्ये तुम्हाला रुची असते त्या कामामध्ये तुम्हाला उत्साह वाटतो. सतत टाकून बोलणारा नवरा किंवा टाकून बोलणारी बायको यांच्याबरोबर दहा पावले चालण्यानेसुद्धा थकवा येतो, पण आपला जोडीदार जर गोड बोलणारा व सुस्वभावी असेल, तर दहा मैल चालूनसुद्धा थकवा येत नाही.

पण म्हणून काय झाले? त्याला दुसरा काही पर्याय आहे का? पण एका स्टेनोग्राफरने काय केले ते बघा – एका ऑइल कंपनीसाठी ती काम करत होती. ती कंपनी तुलसा ऑक्लोहोमा येथे होती. कित्येक दिवस, कित्येक महिने तिला एकच एक कंटाळवाणे काम करावे लागत असे. ते म्हणजे ऑइल देण्याबद्दलचे प्रिंटेड फॉर्मस भरून द्यायचे, त्या फॉर्मसमध्ये आकडे घालायचे आणि हिशेब जमवायचे. हे काम इतके कंटाळवाणे असे क, एके दिवशी स्वत:ला बरे वाटावे म्हणून तिने मनाशी निश्चय केला की, आपले काम अधिक चांगले बनवायचे कसे? ती स्वत:च स्वत:शी स्पर्धा करत असे. प्रत्येक दिवशी सकाळी तिने भरलेले फॉर्मस् ती मोजत असे आणि दुपारी स्वत:चे रेकॉर्ड स्वत:च ब्रेक करण्याचा प्रयत्न करत असे. 'आजच्या दिवसाच्या बेरजेपेक्षा उद्याची संख्या अधिक व्हायला पाहिजे' असे मनाशी ठरवत असे. परिणाम काय झाला? थोडेच दिवसात इतरांपेक्षा अधिक जास्त प्रिंटेड फॉर्मस तिचेच भरून झाले होते. या सगळ्यामुळे तिला काय मिळाले? स्तुती? नाही. कोणी तिचे आभार मानले का? नाही. तिला बढती मिळाली का? नाही. तिचा पगार वाढला का? नाही. पण यामुळे तिला कामाचा थकवा जाणवला नाही, कारण तिला कंटाळा आला नाही. त्यामुळे तिची बौद्धिक भूक भागली. तिची नोकरी तिला अधिक आवडावी म्हणून तिने मनापासून प्रयत्न केले. त्यामुळे तिच्या अंगात अधिक उत्साह आला आणि तिला अधिक आनंद झाला. ती तिचा सुट्टीचा वेळ अधिक चांगला घालवू लागली.

ही गोष्ट खरी आहे. हे मी पैजेवर सांगू शकतो, कारण ती स्टेनोग्राफर माझी बायको आहे.

आता मी तुम्हाला आणखी एका स्टेनोग्राफरची गोष्ट सांगणार आहे, जिला

आपले काम आपल्याला आवडते असे नाटक करणे फायदेशीर ठरले. पूर्वी तिला तिचे काम आवडत नव्हते, पण आता तसे नाही. तिचे नाव मिस व्हॅली गोल्डन. तिने मला जे लिहून कळवले ते असे :

'माझ्या ऑफिसमध्ये चार स्टेनोग्राफर्स आहेत आणि त्या सगळ्यांचे हेच काम आहे की सगळ्यांची लेटर्स टाइप करून द्यायची. रोजच्या रोज हे काम करून कधीतरी अशी वेळ येतेच की, कामाचा प्रचंड कंटाळा येतो. एके दिवशी माझ्या बॉसने मला एकदा टाइप केलेले पत्र पुन्हा टाइप करायला सांगितले. तेव्हा मी खूप वैतागले आणि स्पष्ट नकार देऊन सांगितले की, हे लेटर पुन्हा टाइप करण्यापेक्षा आहे तेच मी दुरुस्त करून देते. माझ्या मनाने बंडखोरी पुकारली होती, पण बॉस खूप रागावला व जर मी हे काम केले नाही, तर दुसऱ्या कोणाकडून तो ते करून घेईल असेही त्याने सांगितले. खरेतर मी मनातल्या मनात धुमसत होते, पण नाइलाजाने ते लेटर मी पुन्हा टाइप करायला घेतले. मला हे त्या क्षणी जाणवले की, मी जर हे काम केले नाहीतर माझा जॉब करण्यास कोणीही तयार होईल. शिवाय मला हेच काम करण्यासाठी तर पैसे मिळतात. मग मला बरे वाटायला लागले. मी माझ्या मनाशी निश्चय केला की, जरी मनातून मी या कामाचा तिरस्कार करत असले, तरी इथून पुढे मी अशा पद्धतीने काम करेन की, जणूकाही ती माझ्या फार आवडीची गोष्ट आहे! मग मला एक महत्त्वाचा शोध लागला : मी माझे काम आनंदाने करते असे दाखवण्याने मी हळूहळू खरोखर आनंदाने काम करू लागले होते. मला ते काम आवडू लागले होते. आता माझ्या कामात चुका होत नसत. गरजेच्या वेळी मला अधिकही काम करावे लागत असे. चांगल्या कामामुळे माझी तेथे प्रतिष्ठाही वाढली आणि जेव्हा माझ्या डिपार्टमेंटच्या प्रमुखाला एखाद्या प्रायव्हेट सेक्रेटरीची गरज पडत असे तेव्हा तो मलाच प्राधान्य देत असे, कारण त्याचे म्हणणे असे की, मी जास्तीचे कामसुद्धा आनंदाने करते; दुर्मुखलेली दिसत नाही. अशा प्रकारे मानसिक दृष्टिकोन बदलल्यामुळे मला इतक्या महान गोष्टीचा शोध लागला की, त्यामुळे माझे आयुष्यच बदलून गेले!'

मिस गोल्डनने किमया करणारी प्रो. वैन्हिगरची 'जणूकाही' ही तत्त्वप्रणाली वापरली. त्याने आपल्याला हेच शिकवले – 'जणूकाही' आपण सुखी आहोत. आणि तसेच वागायचे.

जर तुम्ही 'जणूकाही' असे समजून तुमच्या कामात रुची दाखवलीत, तर खरोखर तुम्ही प्रत्यक्षात कामात रुची घेता. त्यामुळे तुमचा थकवा कमी होतो. तुमचे ताणतणाव कमी होतात आणि चिंतासुद्धा कमी होतात.

काही वर्षांपूर्वी हार्लन हॉवर्ड याने एक निश्चय केला आणि त्यामुळे त्याचे संपूर्ण आयुष्यच बदलून गेले. त्याने निश्चय केला की, माझे कंटाळवाणे काम मी आवडीचे

बनवीन. खरेच त्याचे काम खूप कंटाळवाणे होते. प्लेट्स धुणे, काउंटर्स साफ करणे आणि हायस्कूलमधील जेवणाच्या वेळी मुलांच्या बशीत आइस्क्रीम भरणे. तो हे काम करत असताना इतर मुले मात्र बॉल खेळत असायची किंवा मौजमजा करत असायची. मुलांची चेष्टा करत बसायची. हार्लनला त्याच्या कामाचा खूप तिरस्कार वाटायचा, पण त्याचा नाइलाज होता. मग त्याने आइस्क्रीमचा अभ्यास करायचे ठरवले. ते कसे बनते? त्याचे घटक पदार्थ काय आहेत? काही आइस्क्रीम्स इतर आइस्क्रीम्सपेक्षा अधिक चांगली का लागतात? त्याने आइस्क्रीममागचे रसायनशास्त्र समजून घेतले आणि हायस्कूलमधील केमिस्ट्री कोर्सचा तो स्कॉलर बनला. आता त्याला अन्न विषयाच्या केमिस्ट्रीची इतकी गोडी लागली होती की, त्याने मॅसॅच्युएट्स स्टेट कॉलेजमध्ये प्रवेश घेतला आणि 'फूड टेक्नोलॉजी' या विषयात प्रावीण्य मिळवले. न्यूयॉर्क कोको एक्सचेंज कंपनीने शंभर डॉलर्सचे बक्षीस 'बेस्ट पेपर'साठी जाहीर केले. स्पर्धा सर्व विद्यार्थ्यांसाठी खुली होती. विषय होता 'कोको व चॉकलेटचा वापर'. तुम्हाला काय वाटते, ते बक्षीस कोणी जिंकले? अर्थातच हार्लन हॉवर्डने!

जेव्हा त्याला लवकर नोकरी मिळाली नाही, तेव्हा स्वत:च्या घराच्या तळघरात त्याने प्रयोगशाळा उभारली. त्याच काळात असा कायदा केला गेला की, दुधामधील बॅक्टेरियाचे प्रमाण मोजून ते जाहीर करणे सक्तीचे आहे. त्यामुळे हार्लनच्या प्रयोगशाळेला चांगले काम मिळाले. ॲमहर्स्टमधील चौदा दूध कंपन्यांनी बॅक्टेरिया मोजण्याचे काम त्याला दिले. त्याला त्यासाठी दोन मदतनीस ठेवावे लागले.

त्यानंतर पंचवीस वर्षांनी तो कोठे असायला हवा? अर्थातच आज जे यशस्वी फूड केमिस्ट्री चालवणारे उद्योजक आहेत ते काही वर्षांनी मरणार किंवा रिटायर्ड होणार आणि त्यांची जागा तरुण पिढीला मिळणारच ना! पंचवीस वर्षांनी हार्लन हे नक्कीच या क्षेत्रातील एक अग्रगण्य नाव असेल. त्या वेळी त्याचे इतर वर्गमित्र कडवट चेहऱ्याने आइस्क्रीम विकत असतील, कदाचित बेकारही असतील किंवा एखाद्या सरकारी खात्यात कुरकुरत नोकरी करत असतील आणि आम्हाला संधी मिळाली नाही असा नशिबाला बोल लावत असतील. हार्लनलासुद्धा अशी संधी कधीच मिळाली नसती, जर त्याने त्याचे कंटाळवाणे काम आवडीचे बनवण्यासाठी स्वत:हून प्रयत्न केले नसते!

काही वर्षांपूर्वी असाच एक तरुण होता, जो त्याच्या लेथजवळ उभे राहून बोल्ट्स बनवण्याच्या कामाला कंटाळला होता. त्याचे नाव सॅम होते. सॅमला खरेतर ती नोकरी सोडायची होती, पण त्याला ही भीती वाटत होती की, त्याला दुसरी नोकरी मिळाली नाही तर काय करायचे. नाइलाजाने तो ते काम करत होता. पण मग त्याने ठरवले की, तो त्याचे काम अधिक रुचीपूर्ण बनवेल. मग त्याने शर्यत लावली. कुणाशी? तर त्याच्या बाजूला असलेल्या दुसऱ्या मेकॅनिकशी.

दोघांपैकी एकाचे काम होते पत्र्याचा खडबडीत पृष्ठभाग पातळ करण्याचे, तर दुसऱ्याचे होते बोल्टचा योग्य व्यास मापानुसार ठीक करण्याचे. कधीकधी ते दोघेही मशीन बंद करून एकमेकांचे बोल्ट्स मोजत असत. सॅमचा कामाचा वेग आणि कामातील अचूकता पाहून फोरमन फार प्रभावित झाला आणि त्याने त्याला अधिक चांगले काम दिले. तिथून पुढे त्याच्या बढत्याच चालू झाल्या. तीस वर्षांनी हाच सॅम बाल्डविन लोकोमोटिव्ह वर्क्सचा प्रेसिडेंट सॅम्युअल वॉक्लेन बनला. पण जर त्याचे कंटाळवाणे काम त्याने अधिक रुचीपूर्ण बनवण्याचा प्रयत्न केला नसता, तर तो मेकॅनिकच राहिला असता.

एच. व्ही. काल्टनबॉर्न हा रेडिओवरील बातम्यांचा विश्लेषक म्हणून प्रसिद्ध आहे. एकदा त्यानेच मला त्याचे कंटाळवाणे काम त्याने कसे आवडीचे बनवले हे सांगितले. तो जेव्हा बावीस वर्षांचा होता तेव्हा तो एका गुरे वाहून नेणाऱ्या बोटीवर होता. त्यांना खायला घालणे, पाणी देणे ही कामे तो करत होता. त्याने इंग्लंडपर्यंत सायकलवर प्रवास करून पुढे तो पॅरिसमध्ये पोहोचला. तो अतिशय भुकेल्या व भंगलेल्या अवस्थेत होता. त्याने त्याचा कॅमेरा पाच डॉलर्सला गहाण ठेवला आणि 'दि न्यूयॉर्क हेरॉल्ड'च्या पॅरिसमधील आवृत्तीत कामासाठी जाहिरात दिली. त्याला स्टिरिओ मशीन्स विकण्याचे काम मिळाले. तो म्हणाला, ''मला आजही ते जुन्या फॅशनचे स्टिरिओ-स्कोप्स आठवतात, ज्याच्यात आम्ही दोन वेगळी चित्रे शेजारी धरून पाहायचो; पण असे करतानाच चमत्कार घडला. स्टिरिओ स्कोपच्या दोन भिंगांतून दिसणारी दोन चित्रे एकत्र जोडली जाऊन एक सलग चित्र दिसले! चित्र त्रिमितीय बनले. ते चित्र दूर अंतरावरचे वाटले. त्याला खोली मिळाली. चित्राला प्रमाणबद्धता आली.''

तर मी काय सांगत होतो की, काल्टनबॉर्नने पॅरिसमध्ये दारोदार ही मशीन्स विकायला सुरुवात केली. त्याला फ्रेंच बोलता येत नव्हते, पण तरीही पहिल्या वर्षात त्याने पाच हजार डॉलर्स कमिशन मिळवले आणि फ्रान्समधील जास्त पैसे मिळवणारा सेल्समन म्हणून त्याची ख्याती झाली. हॉवर्ड विद्यापीठात एक वर्षभर शिकूनसुद्धा जे मिळणार नाही, ते त्याला त्या वर्षात मिळाले. आणखी काय मिळाले? तर आत्मविश्वास! त्याची आता खात्री झाली की, फ्रेंच गृहिणींना तो काहीही विकू शकत होता!

या अनुभवातूनच त्याला फ्रेंच जीवनशैली जवळून पाहायला मिळाली आणि त्याचाच पुढे त्याला रेडिओवर युरोपिअन घटनांचे स्पष्टीकरण करण्यासाठी उपयोग झाला.

काल्टनबॉर्नला फ्रेंच येत नसतानासुद्धा निष्णात विक्रेता म्हणून तो यशस्वी कसा काय झाला? सुरुवातीला त्याने त्याच्या मालकाकडून फ्रेंच भाषेत काय

बोलायचे ते लिहून घेतले आणि ते पाठ केले. तो जेव्हा दरवाजाची बेल वाजवायचा तेव्हा त्या घरातील गृहिणीचे दार उघडायची आणि मग काल्टनबॉर्न आपली पाठ केलेली वाक्ये त्याच्या गमतीशीर उच्चारांमध्ये बोलायचा. त्यानंतर तो तिला चित्रे दाखवायचा. मग ती जेव्हा त्याला काही प्रश्न विचारायची तेव्हा तो खांदे उडवायचा आणि म्हणायचा, "मी अमेरिकन आहे. अमेरिकन" मग तो स्वत:ची हॅट तिच्या पुढ्यात धरायचा आणि आपल्या वस्तूंचे गुणगान करणारा उत्तम फ्रेंच कागद जो त्याने हॅटला चिकटवला होता, तो तिला दिसायचा. त्या गृहिणीला त्याच्या या कृतीचे खूप हसू यायचे. मग तोपण हसायचा आणि तिला आणखी चित्रे दाखवायचा. जेव्हा काल्टनबॉर्नने मला हे सांगितले तेव्हा त्याने हेसुद्धा कबूल केले की, ती नोकरी सोपी नव्हती. तो म्हणाला, "माझ्या एकाच गुणामुळे मी त्या परिस्थितीत तरून गेलो. तो म्हणजे माझी दुर्दम्य जिद्द की, मी माझे काम आवडीने करून दाखवीन." रोज सकाळी घराबाहेर पडण्यापूर्वी तो आरशात बघायचा आणि स्वत:शीच एक उत्साहवर्धक स्वगत करायचा. 'काल्टनबॉर्न, जर तुला जेवायचे असेल, तर तुला हे केलेच पाहिजे आणि जर तुला हे करायचेच आहे, तर अधिक चांगल्या पद्धतीने का नाही करायचे? तू अशी कल्पना का करत नाहीस की, प्रत्येक वेळी तू जेव्हा दरवाजाची बेल वाजवतोस तेव्हा तू स्टेजवरील एक नट आहेस, हजारो प्रेक्षक समोर बसले आहेत, उत्तम प्रकाशयोजना आहे, सगळे तुझ्याकडे टक लावून पाहत आहेत! नाहीतरी तुझे हे सगळे बोलणे नाटकातल्यासारखे गमतशीर आहेच. मग त्याच्यात आणखी प्राण ओत! उत्साहाने काम कर!'

मि. काल्टनबॉर्नने मला सांगितले, "अशा प्रकारची उत्साहवर्धक स्वगते म्हटल्याचा मला अवघड काम सोपे करण्यासाठी फार उपयोग झाला. जे काम पूर्वी मला अजिबात आवडत नव्हते, ते आता मला अत्यंत आव्हानात्मक आणि फायदेशीर वाटायला लागले."

मी जेव्हा काल्टनबॉर्नला म्हटले की, सध्याच्या तरुण पिढीला, ज्यांना यशस्वी व्हायचे आहे, त्यांना तुला काही संदेश द्यावयाचा आहे का? तेव्हा तो म्हणाला, "होय, रोज सकाळी उठून ध्येय ठरवा. आपण शारीरिक व्यायामाबद्दल खूप जास्त बोलतो, त्याचे महत्त्व जाणतो. ते तर महत्त्वाचे आहेच. त्याबद्दल काही शंका नाही, पण त्याहीपेक्षा महत्त्वाचे म्हणजे आपल्याला आध्यात्मिक आणि बौद्धिक व्यायामाचीसुद्धा गरज असते. रोज उत्साहपूर्ण स्वगत आरशात बघून म्हणत जा."

रोज आरशात बघून अशी उत्साहपूर्ण स्वगते म्हणणे हे फार बालिश, मूर्खपणाचे वा उथळपणाचे वाटते का? नाही. असे मुळीच नाही. उलट ध्वनि-मानसशास्त्राचे तर हे मूलतत्त्व आहे. 'आपले विचारच आपले आयुष्य घडवतात.' हे वाक्य अठराव्या शतकापूर्वीच 'मेडिटेशन' या पुस्तकात मार्क्स

ऑरेलिअस याने लिहिले होते. ते आजही खरे आहे.

दिवसातील कोणत्याही वेळेस स्वत:शी बोलल्याने तुम्ही स्वत:लाच धाडस आणि आनंदाकडे नेणाऱ्या विचारांना प्रवृत्त करता. कोणत्या गोष्टींबद्दल तुम्ही कृतज्ञ आहात, कोणत्या गोष्टींनी तुम्हाला आनंद होतो, त्या विचारांना मनात ठेवून कडवटपणाला तुम्ही दूर करू शकता.

चांगले विचार मनात आणून तुम्ही तुमच्या नोकरीच्या ठिकाणची नाराजी कमी करू शकता. तुमच्या बॉसला तुम्ही कामात अधिक रुची दाखवलेली आवडते, कारण त्यामुळे त्याला अधिक पैसे मिळू शकतात. पण बॉसला काय वाटते ते आपण विसरून जाऊ. फक्त याचाच विचार करा की, कामाच्या ठिकाणी तुम्ही आनंदी कसे राहू शकाल. मनाला असे बजावा की, तुम्ही तुमच्या आयुष्याचा निम्मा वेळ कामाच्या ठिकाणी घालवता. जर तो वेळ आनंदात गेला, तर तुमचा आनंद द्विगुणित होईल. जर तुम्हाला तुमच्या कामातच आनंद मिळाला नाही, तर तो इतरत्र कोठेच मिळणार नाही. लक्षात ठेवा, तुम्ही तुमच्या कामात रुची दाखवलीत, तर तुमच्या आयुष्यातील चिंतांपासून तुम्ही दूर जाल आणि पुढील काळात तुम्हाला अनेक बढत्या मिळतील, तुमचा पगार वाढेल आणि अगदी असे जरी झाले नाही, तरी कमीतकमी तुमचा थकवा कमी होण्यास आणि तुमच्या विश्रांतीचा काळ सुखाचा जाण्यास तरी निश्चितच मदत होईल.

५

तुमची बलस्थाने तुम्ही लाखो रुपयांना कधी विकाल का?

अनेक वर्षांपासून मी हेरॉल्ड ॲबटला ओळखतो. तो मिसुरीमधील वेब शहरात राहत असे. तो माझ्या व्याख्यानांचा व्यवस्थापकसुद्धा होता. एकदा आम्ही दोघे कनसासमध्ये भेटलो आणि मग त्याने मला मिसुरीमधील बेल्टॉन येथील शेतावर गाडीतून सोडून दिले. त्या वेळात मी त्याला विचारले, तो स्वतःला काळजीपासून दूर कसा ठेवू शकतो? आणि त्यावर त्याने मला जी प्रेरणादायी कथा सांगितली ती मी कधीच विसरू शकणार नाही.

तो म्हणाला, "मी पूर्वी खूप चिंता करायचो, पण १९३४मधील वसंत ऋतूतील एका सकाळी वेब शहरातील एका प्रमुख रस्त्यावरून जात असताना मी जे दृश्य पाहिले त्यानंतर मी माझ्या सगळ्या काळज्या सोडून दिल्या. ते सगळे केवळ दहा सेकंदांमध्ये घडले. मी जगण्याबद्दल त्या दहा सेकंदांत जेवढे शिकलो ते गेल्या १० वर्षांत शिकलो नव्हतो. गेली दोन वर्षे मी वेब शहरात किराणा सामानाचे दुकान चालवले. त्यात मी माझी सगळी आत्तापर्यंतची कमाईच फक्त घालवली नाही, तर त्यामुळे मला इतके कर्जही झाले की, जे मला आणखी सात वर्षे फेडावे लागणार होते. मागच्या शनिवारी माझे किराणा दुकानसुद्धा बंद पडले होते आणि मी इतर व्यापाऱ्यांकडे आणि लोकांकडे कर्ज मागायला निघालो होतो. म्हणजे मी त्यानंतर कनसास शहरात जाऊन नोकरी शोधू शकेन. एखाद्या मारझोड झालेल्या, अपयशी, हरलेल्या माणसासारखा मी रस्त्याने चालत होतो. माझी संघर्ष करण्याची वृत्तीही आता संपली होती आणि विश्वासही ढळला होता. इतक्यात, मी समोरून एक माणूस येताना पाहिला,

ज्याला पाय नव्हते. तो एका लाकडी चौथऱ्यावर बसला होता. त्या चौथऱ्याला चार चाके लावलेली होती. त्याच्या हातात दोन लाकडी ठोकळे होते आणि त्यांच्या साहाय्याने तो त्या चौथऱ्याची गाडी करून स्वत:ला ढकलत-ढकलत रस्त्यावरून चालला होता. मी जेव्हा त्याला पाहिले तेव्हा त्याने नुकताच रस्ता क्रॉस केला होता व तो फुटपाथवर चढायचा प्रयत्न करत होता. त्याच्या चेहऱ्यावर प्रसन्न हसू होते. त्याचे माझ्याकडे लक्ष गेल्याबरोबर त्याने मला जोरदार 'सुप्रभात' म्हणून अभिवादन केले. पुढे तो म्हणाला, 'खरेच, किती मंगल प्रभात आहे नाही का?' मी त्याच्याकडे पाहतच राहिलो व मनाशी विचार केला : 'त्याच्यापेक्षा मी किती श्रीमंत आहे! मला दोन पाय आहेत. मी चालू शकतो.' मी स्वत:ची करत असलेली आत्मवंचना आठवून मला त्या वेळी स्वत:ची लाज वाटली. मी स्वत:ला विचारले, 'जर पाय नसताना तो आनंदी, उत्साही आणि आत्मविश्वासपूर्ण जगू शकतो, तर मलातर दोन पाय आहेत, मग मी तर छाती फुगवून चालले पाहिजे.' खरेतर व्यापाऱ्यांकडे व बँकेकडे माझा फक्त शंभर डॉलर्स मागायचा विचार होता, पण आता माझ्यामध्ये दोनशे डॉलर्स मागायचे धाडस आले. आधी मी म्हणालो होतो की, मी कनसासला जाऊन नोकरी मिळवण्याचा प्रयत्न करीन, पण मी आता जाहीर करून टाकले की, मी कनसासला नोकरी करण्यासाठी चाललो आहे. मला कर्जही मिळाले आणि नोकरीही मिळाली.''

आता त्याने त्याच्या बाथरूममधील आरशावर खालील वाक्ये चिकटवून ठेवली आहेत व रोज दाढी करताना तो ती वाचतो :

'मी उदास होतो, कारण माझ्याकडे बूट नव्हते, पण जेव्हा मी रस्त्यावर असा माणूस पाहिला की, ज्याला पायच नव्हते, तेव्हा मला माझ्या उदासीनतेची लाज वाटली.'

मी एकदा एडी रिकेनबॅकरला विचारले, ''जेव्हा पॅसिफिक महासागरात तुझ्या सहकाऱ्यांबरोबर तू तराफ्यात एकवीस दिवसापर्यंत निराशेच्या गर्तेत वाहून गेला होतास त्या प्रसंगातून तू सगळ्यात मोठा कोणता धडा शिकलास?'' त्यावर तो म्हणाला, ''त्या अनुभवावरून मी सगळ्यात महत्त्वाचे काय शिकलो असेन, तर जर तुम्हाला ताजे, शुद्ध पाणी प्यायला असेल आणि जेवणाच्या वेळेस अन्न उपलब्ध असेल, तर तुम्हाला कधीही कशाविषयी तक्रार करण्याचे कारण नाही.''

'टाइम' मासिकामध्ये एका जवानाबद्दल एक लेख आला होता. तो गौडल

कॅनॉल येथे जखमी झाला तेव्हा त्याच्या घशामध्ये काही कठीण पदार्थांचे तुकडे अडकले होते. त्याचे सात वेळा ब्लड-ट्रान्सफ्युजनसुद्धा केले गेले. त्याने डॉक्टरांना लिहून विचारले; 'मी जगेन का?' डॉक्टरांनी 'होय' असे उत्तर दिले. 'मी बोलू शकेन का?' असे त्याने पुन्हा लिहून विचारले. डॉक्टर म्हणाले, 'होय', मग त्याने पुन्हा चिठ्ठी लिहिली, 'मग मूर्खासारखा मी कशाची काळजी करतो आहे?'

आत्ता या क्षणाला तुम्हीसुद्धा थांबून स्वत:ला असे विचारत नाही का, 'मी मूर्खासारखा कशाची काळजी करतो आहे?' बहुधा तुमच्या असे लक्षात येईल की, तुलनेने तुमच्या समस्या फारशा महत्त्वाच्या नाहीत आणि त्या निरर्थकपण आहेत.

आपल्या आयुष्यातील साधारण नव्वद टक्के गोष्टी बरोबर असतात व दहा टक्के गोष्टी चुकीच्या असतात. जर आपल्याला आनंदी व्हायचे असेल, तर आपण नव्वद टक्के बरोबर गोष्टींवर आपले लक्ष केंद्रित केले पाहिजे व दहा टक्के चुकीच्या गोष्टींकडे दुर्लक्ष केले पाहिजे; पण जर तुम्हाला चिंताक्रांत व्हायचे असेल व कडवटपणा आयुष्यात आणायचा असेल, तर तुम्ही दहा टक्के चुकीच्या गोष्टींवर लक्ष केंद्रित कराल आणि नव्वद टक्के बरोबर गोष्टींकडे दुर्लक्ष कराल, ज्या वैभवशाली आहेत.

इंग्लंडमधील क्रॉम्वेलियनं चर्चच्या अनेक भिंतींवर 'थिंक ॲन्ड थँक' हे दोन शब्द कोरून ठेवलेले आहेत. हे शब्द खरेतर आपल्या हृदयातसुद्धा कोरून ठेवले पाहिजेत. ज्यांनी आपल्यावर उपकार केले त्यांच्याबद्दल कृतज्ञता व आपल्याला जे आशीर्वाद व ज्या दैवी देणग्या दिल्या त्याबद्दल देवाचे आभार मानलेच पाहिजेत.

जोनाथन स्विफ्टने 'गलिव्हर्स ट्रॅव्हल्स' नावाचे लोकप्रिय पुस्तक लिहिले. तो इंग्रजी साहित्यातील एक निराशावादी, विध्वंसक लेखक म्हणून प्रसिद्ध आहे. आपण जन्माला आलो या गोष्टीचेसुद्धा त्याला इतके वाईट वाटायचे की, त्याच्या वाढदिवसाच्या दिवशी तो काळे कपडे घालायचा आणि उपवास करायचा. तरीही या निराशावादातसुद्धा तो उत्तम आरोग्याबद्दल आणि आनंदी, प्रसन्न ठेवणाऱ्या गोष्टींबद्दल सतर्क असायचा. तो म्हणतो, "सगळ्यात उत्तम डॉक्टर म्हणजे डॉक्टर डाएट, डॉक्टर क्वाएट आणि डॉक्टर मेरीमन!"

तुम्हाला आणि मला 'डॉक्टर मेरीमन'च्या सेवा उपलब्ध आहेत, त्यासुद्धा फुकट! दिवसाच्या प्रत्येक तासाला! कशा? तर आपले लक्ष आपल्याकडे असलेल्या सगळ्या चांगल्या गोष्टींवर केंद्रित करून! तुम्ही तुमचे दोन्ही डोळे एक कोटी डॉलर्सना विकाल का? तुमच्या दोन पायांचे तुम्ही काय घ्याल? तुमच्या हातांचे? तुमच्या कानांचे? तुमच्या मुलांचे? तुमच्या कुटुंबाचे? तुमच्या वैयक्तिक खाजगी

मालमत्तेचे मोलच नाही! त्या अमोल आहेत. जगातील सगळे सोने एकत्र करून तुम्हाला दिले किंवा रॉकफेलर आणि मॉर्गनचे सगळे सोने दिले, तरी तुम्ही तुमची ही संपत्ती विकणार नाही.

पण या सगळ्याची आपल्याला कितपत जाणीव आहे? खेदाने म्हणावे लागते, 'अजिबात नाही'. आपण आपल्याकडे जे आहे त्याचा क्वचितच विचार करतो आणि जे नाही त्याबद्दल झुरत बसतो. हो! हीच तर खरी या पृथ्वीवरची शोकांतिका आहे. इतिहासातील अनेक युद्धांनी किंवा रोगराईंनी जेवढे दुःख मानवजातीला दिले असेल, त्याच्यापेक्षा अधिक दुःख या मनुष्यस्वभावाने दिले.

याच कारणामुळे जॉन पामरसारखा सर्वसामान्य माणूस एका म्हाताऱ्या असंतुष्ट, तक्रारखोर व्यक्तीत बदलला आणि घरातच दुःख करत राहिला. त्याने मला त्याची कथा सांगितली ती अशी –

मि. पामर न्यू जर्सीमध्ये पॅटरसन इथे राहत असे. तो म्हणाला, "मी युद्धावरून परत आलो तेव्हा मी स्वतःचा एक धंदा सुरू केला. मी दिवस-रात्र मेहनत करत असे, त्यामुळे धंदा खूप चांगला चालू होता, पण नंतर संकटे सुरू झाली. मला दुकानासाठी आवश्यक असलेले स्पेअर पार्ट्स व इतर सामान मिळेनासे झाले. मला भीती होती की, मला माझे दुकान बंद करून घरी बसावे लागेल. मी इतका चिंताक्रांत झालो की, माझा नेहमीचा हसरा, खेळकर स्वभाव लोप पावला. मी अत्यंत कडवट, चिडखोर बनलो. अर्थात तेव्हा ते माझ्या लक्षात आले नाही, पण मी चिडचिडा, तक्रारखोर बुड्ढा बनलो. मग एके दिवशी चिरतरुण वृत्तीचा, पण अपंग असा एक प्रौढ, जो माझ्यासाठी काम करायचा, तो म्हणाला, "जॉनी, तुला स्वतःची लाज वाटली पाहिजे. तू हे संकट असेकाही घेतो आहेस की, या संपूर्ण जगात तूच एकटा असा आहेस की, ज्याच्यावर संकटे आली आहेत. समज, तुला दुकान बंद करावे लागलेच, तरी काय होईल? परिस्थिती बदलल्यानंतर तू हे पुन्हा चालू करू शकतोस. तू स्वतःचे आभार मानले पाहिजेस; पण उलट तू सतत चिडचिड करतोस. मी तुझ्या जागी असायला हवा होतो. माझ्याकडे बघ, मला फक्त एकच हात आहे आणि माझा अर्धा चेहरा विद्रूप झाला आहे, तरीही मी कधीच तक्रार करत नाही. तू जर तुझी ही तक्रारखोर सवय आणि चिडचिड थांबवली नाहीस, तर तू फक्त तुझा धंदाच नाही, तर त्याबरोबर तुझे आरोग्य, तुझे घर आणि तुझे मित्र सगळेच गमावून बसशील."

"या वाक्यामुळे माझे चुकीच्या दिशेने विचार करणे थांबले. मला माझेच जाणवले की, माझी परिस्थिती पुष्कळच चांगली आहे. मी तेव्हाच मनाशी निश्चय केला की मी स्वतःला बदलेन आणि पुन्हा पूर्वीसारखा होईन आणि मी तसे केलेही."

माझी मैत्रीण ल्युसाईल ब्लेक. अजूनही ते वाईट दिवस आठवले की, तिचा

थरकाप होतो. आता ती आपल्याकडे जे आहे त्याच्यासह आणि जे नाही त्याच्याशिवाय आनंदाने कसे जगायचे हे शिकली.

ल्युसाईल मला काही वर्षांपूर्वी भेटली. आम्ही दोघेही कोलंबिया विद्यापीठात वृत्तपत्रविद्या विभागातर्फे शॉर्ट स्टोरी रायटिंगचा कोर्स करत होतो, पण नंतर तिच्या आयुष्यात काही आघात झाला, त्या वेळी ती ॲरिझोनातील टक्सन येथे राहत होती. तिने मला सांगितलेली कथा अशी :

"त्या काळात मी मानसिक संभ्रमात आयुष्य जगत होते. ॲरिझोना विद्यापीठात भाषणकला-अभ्यासही करत होते. वाचासुधार क्लिनिकमध्ये काम करत होते आणि जिथे मी राहत होते तेथेच संगीताचे क्लासेसपण घेत होते. मी पार्ट्यांना जायचे, डान्सला जायचे, घोड्यावरून रपेट मारायचे. सगळे अगदी छान चालले होते, पण एके दिवशी सगळेच कोलमडले. मला हृदयविकाराचा त्रास सुरू झाला. डॉक्टरांनी इशारा दिला की, एक वर्षभर तरी अंथरुणातच पडून राहावे लागेल. त्यांनी मला पुसटशीसुद्धा आशा दाखवली नाही की, मी पुन्हा पूर्वीसारखी ठीकठाक होऊ शकते.

"वर्षभर अंथरुणात! अपंग अवस्थेत, कदाचित मरणासाठीच! मी भयभीत झाले! हे सगळे माझ्याच बरोबर का घडावे? मी असे कोणते पाप केले होते? मी खूप रडले. अगदी हमसून-हमसून रडले. माझे मन कडवट झाले. मन बंड करून उठले, पण तरीही डॉक्टरांच्या सल्ल्याप्रमाणे मला अंथरुणातच पडून राहावे लागत होते. अशात माझा एक शेजारी मि. रूडॉल्फ मला भेटायला आला. तो एक कलाकार होता. तो मला म्हणाला, "तुला असे वाटते की, अंथरुणात एक वर्ष पडून राहणे म्हणजे फार मोठी शोकांतिका आहे; पण ते तसे नाही. तुला विचार करण्यासाठी आणि स्वत:ला जाणून घेण्यासाठी ही एक फार मोठी संधी आहे. तू तुझ्या आत्तापर्यंतच्या आयुष्यात कधी केली नाहीस एवढी अध्यात्मिक प्रगती तुझ्या आयुष्यात आता होईल." त्याच्या या प्रेरणादायी वाक्यांमुळे मी थोडी शांत झाले आणि जगण्याचे वेगवेगळे अर्थ मी जाणून घेऊ लागले. मी स्फूर्ती देणारी अनेक पुस्तके वाचली. एके दिवशी मी रेडिओवर कॉमेन्ट्री करणाऱ्याकडून पूर्वी अनेकदा ऐकलेलेच शब्द ऐकले, पण आता ते माझ्या हृदयाला जाऊन भिडले. ते शब्द होते, 'तुम्हाला ज्या गोष्टींची जाणीव आहे, त्याच गोष्टी तुम्ही फक्त व्यक्त करू शकता.' मग मी मनाचा निश्चय केला की, मी मनात आता फक्त असेच विचार आणीन जसे मला जगावेसे वाटते; आनंदी विचार, मौजमजेचे विचार, चांगल्या आरोग्याचे विचार! सकाळी जाग आली की, मी मनाला तसे बजावायचेच की, अशाच गोष्टींचा विचार करायचा ज्याबद्दल मी कृतज्ञ राहू शकेन. वेदनेला थाराच द्यायचा नाही. एक गोड, प्रेमळ

मुलगी म्हणून जगायचे. माझी दृष्टी, माझी श्रवणशक्ती, रेडिओवरचे सुश्राव्य संगीत, वाचायला भरपूर वेळ, स्वादिष्ट जेवण, जिवाभावाचे मित्र या सगळ्यांमुळे मी इतकी आनंदी झाले आणि मला इतके लोक भेटायला आले की, डॉक्टरांनी शेवटी माझी सही घेऊन दारावर बोर्ड लिहिला की, माझ्या खोलीत एका वेळी एकाच व्यक्तीला आणि ठरावीक वेळेतच भेटायला परवानगी मिळेल.

"त्याला आता अनेक वर्षे लोटली. आता मी मस्त आनंदी जीवन जगते. जे एक वर्ष मी अंथरुणात काढले त्या वर्षाची मी कृतज्ञ आहे. मी ॲरिझोनात काढलेले ते सगळ्यात मौल्यवान आणि आनंदाचे वर्ष होते. त्या दिवसात मला जी एक चांगली सवय लागली की, आपल्याजवळ जे चांगले आहे, त्याचाच विचार करायचा. ती मला आयुष्यभर पुरली. माझ्यामध्ये असलेला हा सर्वांत मोठा गुण आहे. मला खरोखर या गोष्टीची लाज वाटते की, जोपर्यंत मी माझे मरण दारात पाहिले नव्हते, तोपर्यंत मी जगणे खऱ्या अर्थाने शिकले नव्हते."

प्रिय ल्युसाईल ब्लेक, कदाचित तुला हे माहिती नसेल की, जो धडा तू शिकलीस तोच धडा तुझ्या दोनशे वर्षे आधी डॉ. सॅम्युअल जॉन्सन शिकला. तो म्हणतो, 'प्रत्येक घटनेकडे सकारात्मक दृष्टीने पाहण्याचा धडा हा वर्षाला एक हजार पौंड कमावण्यापेक्षा अधिक मोलाचा असतो.'

लक्षात घ्या, हे शब्द ज्याने उच्चारले तो काही एखादा व्यावसायिक प्रोफेसर किंवा तत्त्ववेत्ता नव्हता, तर एक सामान्य माणूस होता, ज्याने काळजी, भूक, दारिद्र्य हे वीस वर्षे पचवले आणि शेवटी त्याच्या पिढीतील अत्यंत महत्त्वाच्या प्रभावी लेखकांपैकी एक आणि त्रिकालबाधित संभाषणकुशल शास्त्रज्ञ ठरला.

लोगन पिअर्सॉल याने फार थोडक्या शब्दांत खूप मोठे शहाणपण मांडले आहे. तो म्हणतो : 'तुमच्या आयुष्यात दोन ध्येये असली पाहिजेत – पहिले म्हणजे तुम्हाला हवे ते मिळवणे आणि दुसरे म्हणजे त्याचा उपभोग घेणे. फक्त शहाणा माणूसच दुसरे ध्येय गाठू शकतो.'

स्वयंपाकघरात सिंकजवळ उभे राहून भांडी धुणे हा अनुभवसुद्धा किती रोमांचकारी असू शकतो, हे जाणून घ्यायला तुम्हाला आवडेल का? असे असेल, तर 'आय वॉन्टेड टू सी,' नावाचे अतुलनीय धाडसाचे बोर्घील्ड डाल यांनी लिहिलेले पुस्तक वाचा.

हे पुस्तक अशा बाईने लिहिले आहे जिने जवळपास पन्नास वर्षे आंधळेपणात घालवली. ती लिहिते, 'मला फक्त एकच डोळा होता आणि त्याच्यावरसुद्धा काळा पडदा होता आणि फक्त एक छोटीशी फट डाव्या बाजूच्या कोपऱ्यात होती. त्यातून मला थोडेसे दिसायचे. मी जर पुस्तक अगदी डोळ्यासमोर धरले व डोळ्यावर ताण आणून पाहिले, तर मला थोडेसे दिसायचे.'

पण कोणी आपल्याला दया दाखवावी असे तिला वाटत नव्हते. तिला

‘वेगळी’ वागणूक द्यावी अशीसुद्धा तिची अपेक्षा नव्हती. ती लहान असताना तिला ठिकरी म्हणजे ‘हॉपस्कॉच’ खेळावीशी वाटे, पण तिला ते आखलेले चौकोन दिसायचे नाहीत म्हणून सगळी मुले घरी गेल्यानंतर ती पुन्हा खाली यायची आणि ग्राउंडवर सरपटत जाऊन त्या खुणा मनात साठवायची. त्यांचे मनन करायची. मैदानाचा कानाकोपरा ती लक्षात ठेवायची. त्यामुळे पळापळीचे खेळही ती उत्तम खेळू शकायची. तिचा अभ्यास ती घरीच करायची. मोठ्या अक्षरातील पुस्तके घेऊन ती डोळ्यांच्या इतक्या जवळ नेऊन वाचायची की, तिचे पापण्यांचे केस पुस्तकाला लागायचे. अशा परिस्थितीतही तिने दोन विद्यापीठांच्या दोन पदव्या मिळवल्या : एक मिनासोटा विद्यापीठाची ए. बी. आणि दुसरी कोलंबिया विद्यापीठाची मास्टर ऑफ आर्ट्स!

मिनासोटा येथील छोट्या खेड्यात तिने अध्यापनाचे काम सुरू केले आणि नंतर ती वृत्तपत्रविद्या व साहित्य या विषयांची प्रोफेसर झाली. तिने तेरा वर्षे शिकवले, रेडिओवर भाषणे केली. पुस्तके व त्यांचे लेखन यांच्याबद्दल सांगितले. तिने पुढे म्हटले आहे, ‘पण मनाच्या एका कोपऱ्यात मला सतत भीती असायची की, मी ठार आंधळी होईन. या भीतीवर मात करण्यासाठी मी मुद्दामच आयुष्याकडे पाहण्याचा अधिक खेळकर दृष्टिकोन ठेवला होता.’

मग १९४३मध्ये जेव्हा ती बावन्न वर्षांची झाली तेव्हा एक चमत्कार घडला : जगप्रसिद्ध मायो क्लिनिक यांच्याकडे तिचे डोळ्यांचे ऑपरेशन झाले. आता पूर्वीपेक्षा चाळीस टक्के अधिक दृष्टी तिला प्राप्त झाली आहे.

आता तिच्यासमोर आयुष्याचे नवीन, सुंदर दालन उभे राहिले आहे. आता तिला भांडी धुण्यामध्येसुद्धा आनंद मिळू लागला आहे. तिने त्याचे वर्णन पुढील शब्दांत केले आहे, ‘स्वयंपाकघरातील सिंकच्या जवळ उभे राहून मी भांड्यांमधील साबणाचे फुगे पाहून त्यात माझे हात बुडवायचे आणि साबणाच्या बुडबुड्यांचे ते नाजूक आवरण हात लावला की फुटणारे बुडबुडे पाहून माझे भान हरपायचे! मग त्या बुडबड्यांना मी मुद्दामच प्रकाशासमोर धरत असे आणि मग तो इंद्रधनुष्याचा रंगीत देखावा पाहून माझे मन हरपत असे. लहानखुरे इंद्रधनुष्य!’

स्वयंपाकघरातील खिडकीशी उभे राहून उडणाऱ्या चिमण्यांचे ते काळ्या-करड्या रंगसंगतीचे पांढऱ्या बर्फातून जाणारे पंख तिला मोहवून टाकत.

अशा प्रकारे चिमण्या आणि साबणाचे बुडबुडे अशा छोट्या छोट्या गोष्टींमधून तिला अत्यानंद मिळत असे. मग ती पुस्तक बंद करून म्हणत असे, ‘देवा! आमच्या आकाशातल्या बापा, मी तुमची आभारी आहे.’

कल्पना करा, भांडी धुणे आणि साबणाच्या बुडबुड्यांमधून इंद्रधनुष्य पाहणे आणि बर्फावरून उडणाऱ्या चिमण्या पाहून आनंदित होणे आणि फक्त तेवढ्यासाठी

देवाचे आभार मानणे! काय म्हणावे!!

तुम्हाला आणि मला आपली लाज वाटली पाहिजे. वर्षातील ३६५ दिवस आपण परीकथेतील सुंदर जगात वावरतो, पण आपण इतके आंधळे झालो आहोत की, ते सौंदर्य आपण उपभोगू शकत नाही.

जर आपल्याला काळजी करण्याची सवय घालवायची असेल आणि आयुष्याला नव्याने सुरुवात करायची असेल, तर –

तुमच्याजवळील चांगल्या गोष्टींचा विचार करा.
वाईट गोष्टी विसरून जा!

६

लोकांच्या टीकेकडे कसे दुर्लक्ष करावे?

लक्षात ठेवा! मेलेल्या कुत्र्याला कोणी लाथ मारत नाही

ही घटना आहे, इ. स. १९२९ सालची. ज्या घटनेने बुद्धिवंतांमध्ये खूप खळबळ उडाली होती. संपूर्ण अमेरिकेतील उच्चशिक्षित लोक शिकागोकडे धाव घेत होते, ते एक आश्चर्यकारक सोहळा बघण्यासाठी! आठ वर्षांपूर्वीच रॉबर्ट हचकिन्स नावाच्या माणसाने येलमधून एक वेटर, एक मेकॅनिक, एक शिक्षक, एक कापडविक्रेता अशा अनेक भूमिका बजावून अवघ्या आठ वर्षांत तो अमेरिकेतील चौथ्या क्रमांकाच्या शिकागो विद्यापीठाच्या प्रेसिडेंट या उच्च पदासाठी सन्मानित केला जाणार होता. त्याचे वय काय होते म्हणता? अवघे तीस वर्षे! विश्वास बसत नाही ना? प्रौढ, अनुभवी, उच्च शिक्षितांनी नकारात्मक माना हलवल्या. काही लोकांनी संशयास्पद, अचंबित करणारी घटना म्हणून टीका केली. तो असाच आहे, तो तसाच आहे, तो या पदासाठी जरा जास्तच तरुण आहे, अननुभवी आहे, त्याच्या शैक्षणिक कल्पना जरा जास्तच धीट आहेत. अगदी वर्तमानपत्रांनीसुद्धा या टीकाटिप्पणीमध्ये भाग घेतला.

ज्या दिवशी हचकिन्स सर्वोच्च पदाची सूत्रे बहाल केली त्याच दिवशी त्याच्या वडिलांना त्यांचे एक मित्र म्हणाले, ''सकाळी मी वर्तमानपत्राचा अग्रलेख वाचला आणि मला धक्का बसला, कारण त्यात तुमच्या मुलाची खूप निंदानालस्ती केली होती.''

त्यावर ते म्हणाले, ''हो, फारच कडक शब्दात टीका केली गेली, पण लक्षात ठेवा, मेलेल्या कुत्र्याला कोणीच लाथ मारत नाही.''

होय खरे आहे! आणि तो कुत्रा जेवढा जास्त श्रेष्ठ तेवढे त्याला लाथा मारण्याचे समाधान अधिक! प्रिंस ऑफ वेल्स जो पुढे एडवर्ड VIII नावाने प्रसिद्ध झाला, त्याला एके दिवशी ढुंगणावर फाटलेल्या पँटवर घरी जावे लागले होते. त्याचे असे झाले : त्या वेळेस तो देवॉनशायर येथील डार्टमाउथ कॉलेजमध्ये शिकत होता. ते कॉलेज अन्नापोलीस येथील नेव्हल अॅकेडेमीशी संलग्न होते. प्रिन्स फक्त चौदा वर्षांचा होता. एके दिवशी एका नेव्हल ऑफिसरला प्रिन्स रडताना दिसला. त्याने त्याला विचारले, "काय झाले?" सुरुवातीला त्याने सांगायला नकार दिला, पण शेवटी खरे काय घडले ते त्याने सांगितले. इतर नेव्हल कॅडेट्सनी प्रिन्सला लाथाबुक्क्यांनी तुडवले होते. कॉलेजच्या कमोडरने त्या सगळ्या मुलांना बोलावून घेतले व विचारले की, प्रिन्सने जरी कोणतीही तक्रार केली नसली तरी त्यांना हे जाणून घ्यायचे आहे की, प्रिन्सला एकटे पाडून त्याच्याशी अशी क्रूर वागणूक का केली गेली?

'साम-दाम-दंड-भेद' असे सगळे उपाय करून शेवटी त्या कॅडेट्सने कबूल केले की, जेव्हा ते राजाच्या पदरी असलेल्या आरमारात कमांडर आणि कॅप्टन झाले असते, तेव्हा ते असे सांगू शकले असते की, त्यांनी तर पूर्वी या राजाला लाथा मारल्या होत्या.

म्हणून नेहमी हे लक्षात ठेवा की, ज्या वेळी तुमच्यावर टीका केली जाते, तुम्हाला हेतुपुरस्सर खाली खेचले जाते तेव्हा त्या लाथा-बुक्क्या मारणाऱ्यांना त्यामध्ये प्रचंड समाधान मिळते. त्याचा बहुतकरून अर्थ एवढाच असतो की, तुम्ही आता यशाच्या अगदी जवळ आहात आणि सगळ्या जगाचे तुमच्याकडे लक्ष आहे. अनेक लोकांना जे लोक त्यांच्यापेक्षा अधिक शिकलेले व अधिक यशस्वी आहेत अशा लोकांची निंदा करण्यात आसुरी आनंद मिळतो. उदाहरणार्थ, मी जेव्हा हे प्रकरण लिहीत होतो, तेव्हा साल्व्हेशन आर्मीचे संस्थापक जनरल विल्यम बूथ यांच्यावर टीका करणारे एका बाईचे पत्र मला मिळाले. मी रेडिओवर जनरल बूथ यांच्याबद्दल स्तुती करणारे भाषण केले होते, म्हणून त्या बाईने मला पत्र लिहून कळवले की, जनरल बूथ यांनी गरिबांसाठी जमवलेल्या पैशातून आठ लाख डॉलर्स हडप केले आहेत. हा त्यांच्यावर लावलेला आरोप बिनबुडाचा होता; पण त्या बाईला सत्य शोधून काढण्यात जरासुद्धा रस नव्हता. तिला फक्त उच्च पदस्थाला खाली खेचण्यात, त्याची बदनामी करण्यात आसुरी आनंद मिळत होता. मी तिचे ते कडवटपणा ओकणारे पत्र कचऱ्याच्या बादलीत टाकले आणि देवाचे आभार मानले की, अशा बाईशी माझे लग्न झाले नव्हते. तिच्या पत्रातून तिने जनरल बूथविषयी फारशी माहिती दिली नव्हती. त्या उलट स्वत:विषयीच अधिक लिहिले होते. स्कॉपेनहावरने फार पूर्वी असे म्हटले होते, "गावंढळ लोकांनाच मोठ्या

माणसांचे दोष सांगण्यात आणि त्यांची निंदा करण्यात प्रचंड आनंद मिळतो.''

'येल'चा प्रेसिडेंट अश्लील आहे, हे कोणालाच पटणे शक्य नव्हते. तरीही टिमोथी ड्वाइट या पूर्वीच्या प्रेसिडेंटला युनायटेड स्टेट्सचे सरकार चालवणाऱ्या नवनिर्वाचित प्रेसिडेंटची निंदानालस्ती करण्यात फार स्वारस्य वाटायचे. त्याने लोकांना असा धोक्याचा इशारा दिला होता – जर तुम्ही या माणसाला निवडून दिलेत, तर आपल्या आया-बहिणी कायदेशीररीत्या वेश्या बनतील आणि त्यांची मानखंडनासुद्धा विनम्रपणाने होईल, त्यांना अपवित्र केले जाईल, लज्जा-शरम यांचे नामोनिशाणसुद्धा राहणार नाही. देवाला आणि पुरुषालापण हे पाहून किळसवाणे वाटेल.

हिटलरवर अशीच टीका झाली होती, नाही का? अशीच टीका थॉमस जेफरसनवर पण झाली. कोणता जेफरसन? ज्याने 'डिक्लरेशन ऑफ इनडिपेन्डन्स' लिहिले. लोकशाहीचा पुरस्कर्ता देशभक्त आणि संत? होय. तोच तो जेफरसन!

अमेरिकन लोकांनी ज्या माणसाला 'दांभिक' म्हटले, 'तोतया' म्हटले आणि 'खुन्यापेक्षा किंचित बरा' असे म्हटले तो कोण होता? वर्तमानपत्रातसुद्धा त्याच्यावरच्या कार्टून चित्रात त्याला गिलेटीवर दाखवून त्याच्या डोक्यात सुरा खुपसलेला दाखवला होता. रस्त्यात लोकांनी ज्याची टवाळी केली तो कोण होता? तो होता जॉर्ज वॉशिंग्टन!

अर्थात या सगळ्या फार जुन्या गोष्टी आहेत. आता मानवी स्वभावात काही बदल झाला आहे का? आपण ॲडमिरल पिरेची केस पाहू. ६ एप्रिल, १९०९मध्ये जो शूरवीर उत्तर ध्रुवावर आपली कुत्र्याची गाडी घेऊन गेला होता, त्याने संपूर्ण जगाला चकित केले आहे. पिरे स्वत: त्या मोहिमेत थंडीने व उपासमारीने मेला. त्या वेळी त्याची आठ बोटे बर्फाने इतकी थिजली होती की, ती कापून काढावी लागली. संकटांनी तो इतका घेरला होता की, त्याला भीती वाटत होती की, तो वेडा होईल; पण वॉशिंग्टनमधील नौदलातील त्याचे वरिष्ठ अधिकारी मात्र त्याचे इतके कौतुक झाले म्हणून आग ओकत होते. त्यांनी मत्सरापोटी त्याच्यावर आरोप केले की, संशोधनाच्या नावाखाली पिरेने पैसे गोळा केले आणि आता आर्क्टिकमध्ये तो लोळत पडला आहे. हा समज हेतुपुरस्सर पसरवला गेला, कारण आपला ज्या गोष्टींवर विश्वास असतो त्याच्यावर त्यांचा विश्वास नाही, हे दाखवणे शक्य असते. पिरेची मानखंडना करणे आणि त्याला खिंडीत पकडणे हाच त्या लोकांचा इरादा होता. फक्त प्रे. मॅककिनलेच्या आदेशामुळेच पिरेची आर्क्टिकमधील सफर होऊ शकली.

वॉशिंग्टनमधील नौदलातल्या ऑफिसमध्ये जर पिरे एखादी क्लार्कची नोकरी करत असता, तर त्याच्यावर इतके निंद्य आरोप झाले असते का? इतर लोकांमध्ये

इतका मत्सर जागृत होण्याइतपत तो महत्त्वाचा ठरलाच नसता.

ॲडमिरल पिरेपेक्षाही अधिक वाईट अनुभव जनरल ग्रांटला आला. इ. स. १८६२मध्ये जनरल ग्रांटला पहिला विजय मिळाला आणि उत्तरेकडील लोकांनी तो साजरा केला. एका दुपारी तो विजय मिळाला. रातोरात ग्रांटला 'नॅशनल आयडॉल'चे महत्त्व प्राप्त झाले, लोकप्रियता मिळाली. या विजयाचे पडसाद युरोपच्या कानाकोपऱ्यात उमटले. या विजयाने चर्चच्या घंटा वाजू लागल्या. लोकांनी 'मेन'पासून 'मिसिसिपी'पर्यंतच्या नदीकिनाऱ्यावर शेकोट्या पेटवल्या. असे सगळे होऊनही त्यानंतर केवळ सहा आठवड्यांच्या आतच ग्रांटला पकडण्यात आले. ग्रांटला त्याचा हा अपमान सहन झाला नाही. तो रडला.

जनरल यू. एस. ग्रांटला ऐन विजयाच्या जल्लोषामध्ये असताना अटक का करण्यात आली? बहुधा त्याच्या लोकप्रियतेने त्याच्या वरिष्ठांमध्ये मत्सर जागृत झाला असावा.

जर आपल्यावरील अन्यायाबद्दल, टीकेबद्दल आपल्याला काळजी करावीशी वाटली तर....

लक्षात ठेवा की, अन्याय्य टीका ही बुरखा पांघरलेली कौतुकाची पोच-पावतीच असते. तसेच मेलेल्या कुत्र्याला कोणी लाथ मारत नाही.

७

हे करा! टीका तुम्हाला दुखावणार नाही

मी एकदा मेजर जनरल स्मेडले बटलरची मुलाखत घेतली होती. त्याला 'जिमलेट
आय', 'हेल डेव्हिल' वगैरे, वगैरे संबोधने लावली जात. आठवला का आता
तुम्हाला? अतिशय लोकप्रिय असा अमेरिकेतील नौदलाचा सर्वश्रेष्ठ लढाईखोर जनरल!

त्याने मला सांगितले की, जेव्हा तो लहान होता तेव्हा आपण खूप लोकप्रिय
असावे अशी त्याची तीव्र इच्छा होती. आपल्याबद्दल इतरांचे चांगले मत व्हावे
म्हणून तो धडपडत असे. त्या दिवसांमध्ये थोडीसुद्धा टीका झाली की, त्याला
त्याचे तीव्र दु:ख होत असे व मनावरील ताण वाढत असे; पण त्याने कबूल केले
की, नौदलातील तीस वर्षांनी त्याला खूप कणखर केले. ''माझी आत्तापर्यंत
अनेकदा खरडपट्टी काढली गेली. माझा अनेकदा अपमान करण्यात आला.'' तो
म्हणाला, ''मला 'यलो डॉग', 'स्नेक' आणि 'स्कंक' अशा अनेक शिव्या देण्यात
आल्या. अनेक मोठ्या लोकांनी मला शिव्याशाप दिले. इंग्रजी भाषेतील कुठल्याच
छापण्यासारख्या शब्दांत न बसतील अशा अनेक उपाधी माझ्यासाठी वापरण्यात
आल्या. त्याचा मला त्रास झाला का?

छे:! आता मला त्याची इतकी सवय झाली आहे की, माझ्याबद्दल काही
अपशब्द ऐकू आले, तर ते कोणी उच्चारले हे बघण्यासाठी मी मान वळवण्याचेसुद्धा
कष्ट घेत नाही.''

कदाचित 'जिमलेट आय' बटलर आता त्या सगळ्या टीकेच्या पलीकडे
जाऊन पोहोचला असेल; पण एक गोष्ट नक्की, आपल्यापैकी बरेच जण असे
असतात की, इतरांनी केलेली टीका त्यांच्या फार जिव्हारी लागते. मला फार

वर्षांपूर्वी घडलेला प्रसंग अगदी तारखेनिशी आणि वेळेसहित आठवतो. जेव्हा 'न्यूयॉर्क सन' या वृत्तपत्राचा बातमीदार माझे प्रौढ शिक्षण वर्गाचे काम बघण्यासाठी आला आणि त्याने त्याची पेपरमध्ये बरीच खिल्ली उडवली, तेव्हा मी खूप रागावलो का? हो, मी तो माझा व्यक्तिश: अपमान आहे, असे मी समजलो. मी 'सन' वृत्तपत्राचा मुख्य कार्यकारी अधिकारी गिल होजेस याला फोन केला. त्याला खडसावून सांगितले की, अशी टिंगल करण्यापेक्षा ज्या पद्धतीने काम चालते ते लिहा. मी तर त्यांच्या विरुद्ध केस करण्याचेही ठरवले होते.

आता मी तसा वागलो याचीच मला लाज वाटते. आता मला जाणवते की, जे लोक पेपर विकत घेतात त्यांपैकी निम्मे लोक अग्रलेख वाचत नाहीत. वाचणाऱ्या निम्म्या लोकांना त्यातील खाचाखोचा समजत नाहीत. ते निष्पाप वृत्तीने वाचतात. ज्यांना वाचलेले समजते, ते काही दिवसांतच सगळे विसरून जातात.

मला आता जाणवते की, लोकांना तुमच्याबद्दल आणि माझ्याबद्दल विचार करायला वेळ नाही किंवा आपल्याबद्दल काय बोलले जाते याची पर्वा नाही. ते सकाळी उठल्यापासून ते मध्यरात्रीपर्यंत स्वत:चाच विचार करत असतात. तुमच्या आणि माझ्या मृत्यूच्या बातमीपेक्षाही त्यांना त्यांची थोडीशी डोकेदुखी अधिक सतावत असते.

अगदी तुमची आणि माझी चोरी पकडली गेली, आपली टिंगलटवाळी झाली, आपले खोटे बोलणे उघडकीला आले, आपल्या जवळच्या मित्राने आपल्या पाठीत खंजीर खुपसला तरीसुद्धा स्वत:ची कीव करण्याची काहीच गरज नसते. या उलट आपण स्वत:ला बजावले पाहिजे की, जिझसबरोबरसुद्धा अगदी हेच झाले होते. त्याच्या बारा जवळच्या मित्रांपैकी एका मित्राने आजच्या भाषेत सांगायचे, तर फक्त एकोणीस डॉलर्सच्या लालसेने त्याची प्रतारणा केली होती.

जेव्हा जिझस संकटात सापडला तेव्हा बारापैकी एक जण त्याला तत्काळ सोडून गेला आणि त्याने तीन वेळा जाहीर केले की, तो जिझसला ओळखत नाही. जर जिझसबरोबर असे घडू शकते, तर आपण तर खूप सामान्य माणसे आहोत. मग आपण तसे घडू नये अशी अपेक्षा का धरावी?

काही वर्षांपूर्वी मी हे शिकलो की, जरी आपण आपल्यावर अन्याय्य टीका करण्यापासून थोपवू शकलो नाही, तरी आपण त्या टीकेमुळे स्वत:ची मन:शांती बिघडू न देणे हे तरी करू शकतो.

आणखी एक गोष्ट मी इथे स्पष्ट करू इच्छितो. ती म्हणजे मी सगळ्याच टीकेबद्दल बोलत नसून अन्याय्य टीकेबद्दल बोलतो आहे. मी एकदा एलिनॉर रूझवेल्टला विचारले की, तिने अन्याय्य टीकेला कसे तोंड दिले? सगळ्यांनाच माहिती आहे की, तिच्यावर भरपूर टीका झाली. बहुधा तिला तिची खूप तारीफ करणारे मित्रही होते आणि अनेक प्रबळ शत्रूही होते. व्हाइट हाउसमध्ये अन्य दुसऱ्या

कोणत्याही स्त्रीला असे मित्र वा असे शत्रू नव्हते.

तिने मला असे सांगितले की, जेव्हा ती लहान होती तेव्हा ती कमालीची लाजाळू होती. 'लोक काय म्हणतील,' याचे तिला सतत दडपण असायचे. लोकांच्या निंदेला तर ती इतकी घाबरायची की, एकदा ती तिच्या आत्याला थिओडर रूझवेल्टला म्हणाली, ''आंट, मला हे-हे करायचे होते, पण मला लोक काय म्हणतील याची भीती वाटली.''

आत्याने तिच्या डोळ्यांमध्ये पाहिले व म्हणाली, ''जोपर्यंत तुला तुझी खात्री आहे की, तू योग्य तेच करते आहेस तोपर्यंत लोक काय म्हणतील याची चिंता कधीच करू नकोस.'' एलिनॉर रूझवेल्टने सांगितले की, माझ्या आत्याचा शब्दन् शब्द मी लक्षात ठेवला आणि काही वर्षांनी व्हाइट हाउसमध्ये तिने हे सिद्ध करून दाखवले की, कोणत्याही टीकेने ती तसूभरसुद्धा डगमगली नाही. जणूकाही रॉक ऑफ जिब्राल्टर! तिने सांगितले, ''निंदेपासून दूर राहण्यासाठी टीकाकारांमध्ये व आपल्यात एक भिंतच बांधायची. तुमच्या हृदयाच्या खोल कप्प्यात तुम्हाला जे योग्य वाटेल तेच करायचे, कारण तुम्ही एखादी गोष्ट केली, तरी तुमच्यावर टीका होणार व केली नाही तरी ती होणारच!'' हाच तिचा सल्ला होता.

जेव्हा कॅ. ब्रुश अमेरिकन आंतरराष्ट्रीय कार्पोरेशनचे प्रेसिडेंट होते, तेव्हा मी त्यांना विचारले होते की, त्यांच्यावरील टीकेमुळे ते कधी अस्वस्थ झाले होते का? तेव्हा ते उत्तरले, ''होय! सुरुवातीच्या काळात मी फार भावनाशील होतो. संघटनेतील सर्व कामगारांना खूश ठेवण्याचा मी आटोकाट प्रयत्न करत असे आणि त्यांना मी आवडावा म्हणून विशेष प्रयत्न करत असे. जर ते खूश झाले नाहीत, तर मला खूप काळजी वाटे. एखादा जर माझ्या विरोधात गेला तर मी त्याला समजवायचा प्रयत्न करी, पण त्याला समजावले की, पुन्हा दुसरा कोणीतरी मला त्रास देई. त्याची समजूत घातली की, मधमाशांच्या पोळ्यातून जशा माशा बाहेर येतात तसाच मला या कामगारांचा त्रास होई. शेवटी माझ्या लक्षात आले की, जितका मी या कामगारांचा क्षोभ शांत करण्याचा प्रयत्न करतो आणि स्वत:ला त्यांच्या टीकेपासून वाचवण्याचा प्रयत्न करतो, तितके मला अधिक-अधिक शत्रू निर्माण होतात. मग मी स्वत:शी म्हणालो, 'जर तुम्हाला एखाद्या जमावाचे नेतृत्व करायचे असेल, तर तुमच्यावर टीका होणे अटळ आहे. म्हणून तुमच्या मनाचा कौल घ्या आणि तसेच वागा.' आणि त्याचाच मला फार उपयोग झाला.

त्या दिवसापासून मी नियमच केला की, मला जे योग्य वाटेल तेच मी कृतीमध्ये आणणार आणि मग माझी जुनी छत्री डोक्यावर धरणार. त्यामुळे टीकेची बरसात झाली, तरी त्यात मी भिजणार नाही.''

डीम्स टेलरने तर या पुढचे पाऊल उचलले : त्याने टीकेची बरसात हवी

तेवढी होऊ दिली व त्यात तो चिंब भिजला. अन् तेही हसत-हसत! टेलर न्यूयॉर्क रेडिओवर रविवार दुपारच्या जलशात असताना एका बाईने त्याला पत्र पाठवले. त्यात तिने लिहिले की, तो लायर आहे, ट्रेटर आहे, स्नेक आहे आणि मोरॉन आहे. टेलरने ही टीका आनंदाने झेलली. एवढेच नाही, तर त्याने लाखो श्रोत्यांना हे पत्र रेडिओवर वाचून दाखवले. थोड्या दिवसांनी त्या बाईने त्याला पुन्हा तसेच पत्र पाठवले. टेलरने श्रोत्यांना पुन्हा सांगितले, ''बाईंचे अजूनही मत बदललेले नाही. मी अजूनही स्नेक, लायर, ट्रेटर आणि मोरॉनच आहे.'' या खेळकर माणसाचे खरोखर कौतुक वाटते. त्याची मन:शांती त्याने ढळू दिली नाही. त्यातून त्याची विनोदबुद्धीही दिसते.

प्रिंसटन येथे स्क्वॅब एका विद्यार्थ्यांच्या कार्यकारणीसमोर भाषण देत होता. त्याने कबूल केले, ''माझ्या स्टील मीलमध्ये काम करणाऱ्या एका जर्मन माणसाने मला आयुष्यातला फार मोठा धडा शिकवला. इतर कामगारांवर गप्पा मारताना या जर्मन माणसाचा जागतिक युद्धाच्या संदर्भात वादविवाद झाला. इतर सर्वांनी मिळून त्याला नदीत बुडवले. जेव्हा तो चिखलाने भरलेल्या अवस्थेत ऑफिसमध्ये आला, तेव्हा मी त्याला विचारले, ''त्या लोकांनी तुला नदीत बुडवले तेव्हा तू काय केलेस?'' त्यावर तो उत्तरला, ''मी फक्त हसलो.'' ''

मि. स्क्वॅबने हे जाहीर केले, ''मीपण माझ्या आयुष्यातील हा सुविचार 'फक्त हसा' म्हणून लिहून ठेवला आहे.''

तुम्ही जेव्हा एखाद्या अन्याय्य परिस्थितीचे बळी ठरता तेव्हा हे तत्त्व तुम्हाला नक्कीच उपयोगी ठरेल. जो तुम्हाला प्रतिउत्तर करतो त्याच्यावर तुम्ही पुन्हा वार करता, पण जो माणूस फक्त हसतो त्याच्यावर तुम्ही परत वार कसा करणार?

सिव्हिल वॉर चालू असताना जर लिंकनने त्याच्या टीकाकारांना उत्तरे देण्याचा मूर्खपणा केला असता, तर तो मोडून पडला असता. लिंकनने त्याच्या टीकाकारांना किती कौशल्याने हाताळले, हे तर फारच कौतुकास्पद आहे. जनरल मॅकअर्थरने त्याबद्दलच्या साहित्याची एक प्रत आपल्या ऑफिसवरील भिंतीवर लटकवून ठेवली आहे.

विन्स्टन चर्चिलकडेसुद्धा त्याची एक फ्रेम केलेली प्रत होती. लिंकनच्या शब्दांत लिहिलेले ते काय आहे? तर पाहा –

'माझ्यावर केले गेलेले सगळे आरोप मी जर वाचत बसलो असतो व त्यावर उत्तरे देत बसलो असतो, तर मला हे ऑफिस बंद करून टाकावे लागले असते व दुसरे काहीच करता आले नसते. मी माझ्या माहितीप्रमाणे जास्तीतजास्त चांगले काम करण्याचा प्रयत्न केला व शेवटपर्यंत करत राहीन. जर शेवट गोड झाला, तर जे काही माझ्यावर आरोप आहेत त्याला काही अर्थ राहणारच नाही

आणि जर माझे खरेच चुकले हे सिद्ध झाले, तरीही आता भूतकाळ बदलता येणार नाही.'

जर तुमच्यावर अन्याय्य टीका झाली तर आठवा : तुम्हाला जे योग्य वाटते तेच करा आणि डोक्यावर तुमची छत्री धरून तुमच्या मानेवरून ओघळणाऱ्या टीकेच्या बरसातीपासून तुमचे स्वतःचे रक्षण करा.

भाग दोन

लोकांशी कसे वागावे याबद्दलची मूलभूत तंत्रे

'हाउ टू विन फ्रेन्ड्स ॲन्ड इनफ्लुएन्स पीपल' हे पुस्तक मानवी नातेसंबंधांवर आधारित आहे.

परिपूर्ण, समृद्ध आयुष्य जगण्यासाठी आपल्याला मित्र-मैत्रिणींची गरज असते, त्यामुळेच माणसे कशी जोडावी आणि नातेसंबंध कसे टिकवावेत, ह्यावर बहुमोल प्रकाश हे पुस्तक टाकते. दुसऱ्यावर सतत टीका करण्याचा मोह कसा टाळावा आणि लोकांच्या गळ्यातील ताईत कसे बनावे, ह्याचे प्रशिक्षण ह्या पुस्तकातून मिळते. असे घडले तर आपणही नक्कीच आनंदीत होतो आणि पर्यायाने आपले घर पण आनंदाने न्हाऊन निघते – हीच तर प्रत्येक स्त्री-पुरुषाची प्राथमिक गरज असते.

८

जर तुम्हाला मध गोळा करायचा असेल, तर मधमाश्यांच्या पोळ्यावर कधीच लाथ मारू नका

७ मे, १९३१! हा दिवस न्यूयॉर्क शहराच्या इतिहासातील सगळ्यात खळबळजनक दिवस ठरला.

ज्या चित्तथरारक नाट्याचा हिरो मनुष्यवध करणारा होता ते नाट्य परमोच्च बिंदूला जाऊन पोहोचले होते. 'टू गन' क्राउले हा खुनी होता. तो दारू पीत नव्हता, सिगरेट ओढत नव्हता; पण पोलीस त्याच्या मागे शिकारी कुत्र्याप्रमाणे लागले होते. तो वेस्ट एन्ड एव्हेन्यूच्या किनाऱ्यावरील त्याच्या मैत्रिणीच्या घरात लपून बसला होता.

सुमारे दीडशे पोलीस आणि डिटेक्टिव्ह गुपचूप त्या इमारतीच्या सगळ्यात वरच्या मजल्यावर जाऊन पोहोचले. त्यांनी छपराला भोके पाडून त्यामधून अश्रुधूर आत सोडून क्राउलेला तिथून बाहेर काढण्याचा प्रयत्न केला. नंतर पोलिसांनी आजूबाजूच्या इमारतींवरून मोठ्या बंदुका त्याच्यावर रोखल्या आणि जवळपास एक तासापर्यंत त्या परिसरातील लोकांनी पिस्तुलांचा व बंदुकींच्या रटऽऽ रटऽऽ आवाजांचा प्रतिध्वनी उमटलेला ऐकला. क्राउलेपण प्रतिउत्तर करत होता. सुमारे दहा हजार लोकांनी हे युद्ध प्रत्यक्ष पाहिले. न्यूयॉर्क शहरामध्ये असे दृश्य यापूर्वी कोणीच पाहिले नव्हते.

जेव्हा क्राउले पोलिसांच्या झटापटीत पकडला गेला तेव्हा पोलीस कमिशनर इ. पी. मुलरूने यांनी असे जाहीर केले की, अविचारी, दुष्कृत्य करणारा 'टू गन' हा आत्तापर्यंत पोलिसांकडून मारल्या गेलेल्या गुन्हेगारांपैकी सर्वांत जास्त खतरनाक होता. तो अतिशय उलट्या काळजाचा होता.

पण 'टू गन' क्राउलेला स्वत:बद्दल काय वाटत होते? आम्हाला ते माहिती आहे, कारण ज्या वेळी पोलीस तो असलेल्या घरावर हल्ला चढवत होते, तेव्हा तो पत्र लिहीत होता. 'संबंधित जन हो!' तो जखमी अवस्थेत लिहीत असताना त्याच्या जखमेतून वाहणाऱ्या रक्ताचे डाग त्या पत्राच्या कागदावर पडत होते. त्या पत्रात क्राउलेने लिहिले आहे, 'माझ्या या कोटाखाली एक थकले-भागलेले, पण दयाळू हृदय आहे. असे हृदय, ज्याने आत्तापर्यंत कोणालाही इजा पोहोचवलेली नाही.'

अगदी थोड्याच वेळापूर्वी क्राउले त्याच्या मैत्रिणीबरोबर गळ्यात गळा घालून मौजमजा करत होता. नेमका त्याच वेळी एक पोलीस त्याच्या गाडीजवळ आला व त्याने क्राउलेकडे लायसेन्स मागितले.

त्यावर एक शब्दही न बोलता क्राउलेने त्याची बंदूक काढली आणि त्या पोलिसावर गोळ्यांचा वर्षाव केला. तो पोलीस ऑफिसर जेव्हा खाली कोसळला तेव्हा क्राउले गाडीतून खाली उतरला, त्याने त्या पोलीस ऑफिसरचे पिस्तूल बाहेर काढले व त्या पिस्तुलानेच त्याच्या शरीराच्या खालच्या भागावर गोळ्या झाडल्या आणि असा हा पाषाणहृदयी मारेकरी म्हणत होता, 'माझ्या या कोटाखाली एक थकले भागलेले पण दयाळू हृदय आहे, ज्याने आत्तापर्यंत कोणालाच कधीच इजा पोहोचवलेली नाही.'

क्राउलेला फाशीची शिक्षा झाली. सिंगसिंगमधील मृत्युदंडाच्या खोलीत जेव्हा त्याला आणले गेले तेव्हा तो म्हणाला, 'मी लोकांना ठार मारले म्हणून ही शिक्षा मला देण्यात आली का? नाही, मी स्वत:च्या प्राणांचे रक्षण करण्याचा प्रयत्न केला म्हणून मला ही शिक्षा देण्यात आली.'

तात्पर्य काय, तर 'टू गन' क्राउले अशाही परिस्थितीत स्वत:ला दोष द्यायला तयार नव्हता.

गुन्हेगारी जगात हे काय नेहमीपेक्षा वेगळे आहे का? तुम्हाला जर असे वाटत असेल, तर पुढची गोष्ट ऐका.

'मी माझ्या आयुष्यातील सगळ्यात चांगली वर्षे लोकांना आनंद देण्यासाठी घालवली. त्यांच्या भल्यासाठी झटलो, पण तरीही मला शिव्याशापच मिळाले. मला खुनी म्हणूनच संबोधले गेले.' हे कोणी म्हटले आहे माहिती आहे का? अल् केपोन. अमेरिकेतील कुप्रसिद्ध गुंड, समाजकंटक, अतिशय दुष्ट टोळीनायक ज्याने शिकागोवर हल्ला केला होता; पण तरीही केपोनसुद्धा स्वत:ला दूषणे देत नाही. तो स्वत:ला समाजोपयोगी कार्यकर्ता समजतो. त्याने समाजाच्या हितासाठी आयुष्य वेचले, पण त्याच्याबद्दल गैरसमज करून घेतला गेला व त्याच्या कष्टाचे चीज झाले नाही, असे त्याला वाटते.

तीच गोष्ट डच स्कुल्ट्झच्या बाबतीत घडली! तोसुद्धा गुन्हेगार जगतातील अत्यंत कुप्रसिद्ध गुंड होता. न्यूयॉर्कमध्ये एका वृत्तपत्राला मुलाखत देताना त्याने असे सांगितले की, तो समाजाचा मित्र आहे अशी त्याची श्रद्धा आहे.

न्यूयॉर्क येथील कुप्रसिद्ध सिंगसिंग तुरुंगाचे एक अधिकारी लुअिस लॉवेस यांच्याशी माझी एकदा मुलाखत झाली आणि याच विषयावर आम्ही खूप छान गप्पा मारल्या. त्यामध्ये त्यांनी हे जाहीर केले, ''सिंगसिंगमध्ये असलेल्या काही गुन्हेगारांना हे जाणवते की, ते वाईट आहेत. ती तुमच्या-आमच्यासारखीच माणसे आहेत, त्यामुळे ते काही गोष्टी युक्तिवादाने पटवून देतात. ते तुम्हाला सांगू शकतात की, त्यांनी तिजोरी का फोडली किंवा बंदुकीचा चाप त्यांनी एवढ्या घाईने का ओढला. त्या गुन्हेगारांमधील बहुतेक लोक आपल्या विघातक कृत्यांबद्दल काही खोटारडी, तर काही तर्कशुद्ध कारणे सांगून त्यांचे कसे चुकले नाही, हे पटवून देतात आणि त्यांना असे कैद करून ठेवणे किती चुकीचे आहे, असे ते समजवतात.''

जर अल केपोन, क्राउले, डच स्कुल्ट्झ आणि तुरुंगात असलेले इतर असंख्य स्त्री-पुरुष स्वत:ला दोषी मानत नसतील, तर तुम्हा-आम्हाला, रोजच्यारोज भेटणाऱ्या लोकांबद्दल काय बोलावे?

जॉन वॅनामेकर त्याच्याच नावाच्या स्टोअर्सचा संस्थापक. त्याने एकदा कबूल केले, ''मी तीस वर्षांपूर्वीच हे शिकलो की, दुसऱ्याला रागावणे मूर्खपणाचे असते. माझ्या स्वत:च्या मर्यादा जाणून घेतानासुद्धा माझा संताप होत असे आणि देव बुद्धिमत्तेची देणगी देताना अन्याय करतो, याचा मला राग येत असे.''

वॅनामेकर हा धडा खूप लवकर शिकला; पण व्यक्तिश: माझा अनुभव पाहिला, तर आपली कितीही चूक असली, तरी लोक नव्याण्णव टक्के वेळा कबूल करत नाहीत, हे मी वर्षानुवर्षे पाहत आलो आहे.

टीका ही निरर्थक असते, कारण त्यामुळे तो माणूस स्वत:चा बचाव करण्याचा प्रयत्न करतो आणि मग मी कसा बरोबर आहे, हे सिद्ध करायला बसतो. टीका ही धोकादायक असते, कारण त्यामुळे माणूस जखमी होतो, त्याच्या स्वाभिमानाला धक्का बसतो आणि तो रागावतो.

बी. एफ. स्किनर हा जगप्रसिद्ध मनोशास्त्रज्ञ होता. त्याने त्याच्या प्रयोगावरून हे सिद्ध केले आहे की, प्राण्यांना जर त्यांच्या चांगल्या वागणुकीबद्दल बक्षीस दिले गेले, तर ते अधिक लवकर व परिणामकारक शिकतात आणि त्यांना जर त्यांच्या दुर्वर्तनाबद्दल शिक्षा केली गेली, तर ते काहीच शिकत नाहीत. नंतर त्यांनी मानवांवरील प्रयोगांनीसुद्धा हेच सिद्ध केले. टीका केल्याने कायमस्वरूपी परिणाम साधत नाही, उलट संतापच वाढतो.

दुसरा एक मोठा मानसशास्त्रज्ञ टॅन्स सेले म्हणतो, ''कौतुकाची तुम्ही जितकी

जास्त अपेक्षा धराल तितके निंदेचे भय तुम्हाला जास्त वाटेल.''

नोकरांवर किंवा कुटुंबातील सदस्यांवर किंवा मित्रांवर टीका केल्याने त्यांचे मानसिक खच्चीकरण होते, पण ज्या गोष्टींवर टीका केली गेली तिच्यात तिळमात्र फरक पडत नाही.

ओकलाहोमाचा जॉर्ज बी. जॉनस्टन हा एका इंजिनिअरिंग कंपनीमध्ये सुरक्षा-व्यवस्थापक होता. त्याच्या अनेक जबाबदाऱ्यांपैकी एक जबाबदारी ही होती की, कामगारांनी काम करताना डोक्यावर सुरक्षा-टोप्या घातल्याच पाहिजेत; पण जेव्हा-जेव्हा तो कामगारांना पाहत असे तेव्हा-तेव्हा त्यांनी त्या टोप्या घातलेल्या नसत. मग तो त्यांना कडक शब्दात रागावून, 'हा नियम पाळलाच पाहिजे.' वगैरे सांगत असे. कामगारांच्या हिताचे असूनसुद्धा कामगारांना ते आवडत नसे आणि जेव्हा जॉनस्टन जवळपास नसे, तेव्हा तर कामगार त्या टोप्या भिरकावूनच देत असत.

मग जॉनस्टनने युक्तीने वागायचे ठरवले. पुढच्या वेळेस जेव्हा कामगार त्याला टोपी न घातलेले आढळले तेव्हा त्याने त्यांना विचारले की, या टोप्यांनी त्यांना काही त्रास होतो का? त्या त्यांना नीट बसत नाही का? मग त्याने त्यांना अगदी विश्वासपूर्ण आवाजात सांगितले की, 'त्या टोप्या त्यांना इजा होऊ नये यासाठीच बनवल्या गेल्या आहेत. त्यामुळे स्वसंरक्षणासाठी त्यांनी त्या घालाव्यात.' परिणाम काय झाला? आता कामगारांना मुळीच राग आला नाही आणि कामगारांनी त्या नियमाचे आनंदाने पालन केले.

तुम्ही इतिहासात जर डोकावून पाहिले, तर इतिहासाच्या पानोपानी तुम्हाला टीकाटिप्पणीमधील व्यर्थता जाणवेल. उदाहरणच द्यायचे झाले, तर आपण थिओडर रूझवेल्ट व टाफ्ट यांच्यातील जगप्रसिद्ध भांडणाचे उदाहरण घेऊ. ज्यामुळे रिपब्लिकन पार्टीमध्ये फूट पडली, ज्यामुळे वुड्रो विल्सन व्हाइट हाउसमध्ये आला आणि त्याने पहिल्या महायुद्धावर प्रकाश टाकणाऱ्या धारिष्ट्याच्या ओळी लिहिल्या आणि ज्यामुळे इतिहास घडला! जेव्हा थिओडर रूझवेल्ट व्हाइट हाउसमधून १९०८मध्ये बाहेर पडला तेव्हा त्याने टाफ्टला पाठिंबा दिला. टाफ्ट त्या वेळी अध्यक्ष म्हणून निवडून आला होता. नंतर थिओडर आफ्रिकेमध्ये सिंहाची शिकार करण्यासाठी गेला. अन् जेव्हा तो परतला तेव्हा तो गरजला. त्याने टाफ्टच्या पुराणमतवादाची खूप निंदानालस्ती केली, कारण त्याने तिसऱ्यांदा अध्यक्षपद मिळवण्यासाठी अर्ज भरला होता व 'बुल मुस' नावाचा पक्ष स्थापन केला होता आणि जी. ओ. पी. बरखास्त केली होती. त्यानंतर झालेल्या निवडणुकीत टाफ्टने आणि रिपब्लिकन पार्टीने फक्त व्हरमॉट व उटाह या दोनच राज्यांत यश मिळवले. पार्टीने आत्तापर्यंत अनुभवलेले हे सर्वांत मोठे अपयश होते.

थिओडर रूझवेल्टने टाफ्टला दोष दिला, परंतु अध्यक्ष टाफ्टने स्वत:ला दोषी मानले का? नक्कीच नाही. डोळ्यांत अश्रू आणून टाफ्ट म्हणाला, ''मी जसे वागलो त्यापेक्षा वेगळे असे मी वागू शकलो असतो, असे मला वाटत नाही.''

चूक कोणाची होती? रूझवेल्टची की टाफ्टची? कोणास ठाऊक? आणि मला त्याच्याशी काही देणे-घेणे पण नाही. सांगायचा मुद्दा हा की, थिओडरने कितीही टीका केली, तरी टाफ्टने तो चुकला हे कबूल केले नाही. उलट जसजशी रूझवेल्टने टीका केली तसतशी टाफ्टने त्याची बाजू पटवून देण्याचा अधिकाधिक प्रयत्न केला व शेवटी डोळ्यांत अश्रू आणून तो म्हणाला की, 'मला नाही असे वाटत की, यापेक्षा मी वेगळे काही वागू शकलो असतो.'

किंवा दुसरे एक 'टीपॉट डोम ऑइल'चे गाजलेले प्रकरण घ्या. १९२०च्या सुरुवातीच्या काळात वर्तमानपत्रांचे रकानेच्या रकाने या प्रकरणामुळे भरून जात होते. संपूर्ण देशाला या प्रकरणाने हलवून टाकले होते. कोणत्याही जिवंत माणसाच्या आठवणीत अमेरिकेच्या इतिहासात यापूर्वी असे घडले नव्हते. त्या प्रकरणाच्या काही ठळक घडामोडी अशा – हर्डिंगच्या सत्तेमधील अल्बर्ट बी. फॉल हा आंतरिक सूत्रे सांभाळणारा एक सचिव होता. त्याच्यावर देशाच्या 'रिझर्व' तेलाच्या साठ्याची जबाबदारी सोपवण्यात आली होती. एल्क हीटमधील तेलाचा साठा व टीपॉट डोम हे दोन साठे नेव्हीसाठी राखीव ठेवण्यात आले होते. सचिव फॉलने लिलाव करण्यासाठी कोणाला बोलावले का? मुळीच नाही. त्याने हे गलेलठ्ठ कॉन्ट्रॅक्ट खुशाल आपला मित्र एडवर्ड डोहेने याला दिले आणि डोहेनेने काय केले, तर त्याने सचिव फॉल यांना खूश करण्यासाठी एक लाख डॉलर्स उसने म्हणून दिले. हातात सत्ता असल्यामुळे सचिव फॉल यांनी अमेरिकेच्या आरमार दलाला आदेश दिले की, एल्क हीटच्या आसपास ज्यांच्या-ज्यांच्या तेलाच्या विहिरी होत्या त्यांना हाकलवून लावावे. हे जे पळवून लावलेले तेलाच्या साठ्याचे मालक होते त्यांनी कोर्टाकडे धाव घेतली आणि टीपॉट डोम प्रकरणाचे बिगुल वाजू लागले. या प्रकरणाची दुर्गंधी सर्वदूर पसरली व इतकी अतोनात बदनामी झाली की, हार्डींगच्या सत्ताधारी पक्षाचे तीन तेरा वाजले आणि संपूर्ण देशभराने त्याचा धिक्कार केला. रिपब्लिकन पार्टी मोडकळीस आली आणि अल्बर्ट डी. फॉलला तुरुंगवास भोगावा लागला.

फॉलची इतकी प्रचंड निंदानालस्ती झाली की, सार्वजनिक आयुष्यात आत्तापर्यंत क्वचितच कोणाची झाली असेल. फॉलला त्याचा पश्चात्ताप झाला का? मुळीच नाही! त्यानंतर अनेक वर्षांनी हार्बर्ट हुवरने त्याच्या जाहीर भाषणात एकदा म्हटले, ''प्रे. हार्डींगचा मृत्यू हा त्याच्या मित्राने केलेल्या फसवणुकीमुळे आलेल्या मानसिक अस्वास्थ्यामुळे व चिंतेमुळे झाला.'' जेव्हा मिसेस फॉलने हे ऐकले तेव्हा ती चवताळली, रडली, मुठी आवळल्या व जोरात किंचाळली. ''काय? फॉलने

हार्डींगला फसवले? अजिबात नाही. माझ्या नवऱ्याने कोणाचा विश्वासघात केला नाही. सोन्याने मढवलेल्या माझ्या या घरात राहणाऱ्या नवऱ्याला कोणतीच चूक करण्याचा मोह झाला नाही. उलट माझ्या नवऱ्याचा विश्वासघात करून त्याला फसवून सुळावर चढवण्यात आले आहे.''

तर असा हा जगाचा नियम आहे! हा मनुष्यस्वभाव त्रिकालबाधित आहे! प्रत्येक जण स्वत:ला सोडून दुसऱ्याला दोष देतो. म्हणून उद्या जर तुम्हाला किंवा मला दुसऱ्यावर टीका करण्याचा मोह झाला, तर आपण 'अल केपोन', 'क्राउले' आणि 'अल्बर्ट फॉल'च्या या गोष्टी आठवू. हे स्मरणात असू द्या की, 'टीका ही घरी परतणाऱ्या कबुतरासारखी असते' किंवा आणखी सोप्या भाषेत 'टीका हे दुधारी शस्त्र आहे.' आपण जेव्हा समोरच्याकडे एक बोट दाखवतो तेव्हा उरलेली चार बोटे स्वत:कडे असतात हे विसरू नये. आपण ही जाणीव असू द्यावी की, आपण ज्याच्यावर टीका करणार आहोत त्याला स्वत:ची बाजू मांडण्याची संधी असणार आहे आणि त्याचा तो पुरेपूर फायदा घेणार आहे, आणि त्याच वेळी आपल्यावरसुद्धा चिखलफेक करणार आहे किंवा सभ्य, सौम्य भाषेत आपण टाफ्टसारखे म्हणणार आहोत, 'मला असे वाटत नाही की, अशा परिस्थितीत मी यापेक्षा वेगळे वागू शकलो असतो.'

१५ एप्रिल, १८६५ या दिवशी सकाळी अब्राहम लिंकन एका हलक्या दर्जाच्या लॉजमधील खोलीत मृतावस्थेत आढळले. ते लॉग फोर्ड थिएटरच्या बरोबर समोर होते. जॉन विल्किस बूथ या माणसाने लिंकनवर गोळ्या झाडून त्याचा वध केला. लिंकनचे भले मोठे कलेवर त्याच्यासाठी छोट्या पडणाऱ्या कॉटच्या समोर पडले होते. त्या कॉटच्या भिंतीवर रोझा बॉनहरच्या प्रसिद्ध 'घोड्यांची जत्रा' नावाच्या चित्राच्या सवंग नकलेचे पेंटिंग लटकत होते आणि उजेडासाठी जो लाइट होता, त्यातून पिवळ्या रंगाचा मिणमिणता प्रकाश पाझरत होता.

जेव्हा लिंकनच्या मृत्यूची बातमी ऐकली तेव्हा युद्ध सचिव स्टॅंटन म्हणाला, 'आत्तापर्यंत जगाने पाहिलेल्या राज्यकर्त्यांपैकी सर्वांत परिपूर्ण असा राज्यकर्ता मृत्युशय्येवर पडला आहे.'

लिंकन सर्वांशी इतके चांगले संबंध प्रस्थापित करण्यात यशस्वी झाला, त्यामागचे गुपित काय असेल? मी दहा वर्षे अब्राहम लिंकनच्या आयुष्याचा अभ्यास करण्यात घालवली आहेत आणि तीन वर्षे 'लिंकन दि अननोन' हे पुस्तक लिहिण्यासाठी आणि त्याचे पुनर्लेखन करण्यासाठी घालवली आहेत. मला जेवढे आणि जितके जास्तीतजास्त शक्य होते, तेवढे सगळे प्रयत्न पणाला लावून मी त्याच्या घरगुती आयुष्याचा, राजकीय व सामाजिक जीवनाचा बारीक तपशिलांसह अभ्यास केला आहे. तो टीकाटिप्पणीमध्ये गुंतून पडला

का? हो! काही अंशी! जेव्हा तो इंडियाना येथील पिजन वीक व्हॅलीमधील तरुण होता तेव्हा तो दुसऱ्यांची टिंगलटवाळी करणारी पत्रे व कविता लिहायचा आणि त्याच्या गावातील अशा ठिकाणी मुद्दामच सोडायचा जेणेकरून ती वाचली जावीत. या पत्रांपैकी एका पत्राने खूप संतापजनक खळबळ माजवली होती. त्याचे पडसाद फार काळापर्यंत उमटले.

लिंकनने वकील होऊन व्यवसाय करण्यास सुरुवात केल्यावरसुद्धा इलिऑनिसमधील स्प्रिंगफिल्ड येथे तो त्याच्या प्रतिस्पर्ध्यांवर हल्ला चढवण्यासाठी वृत्तपत्रात जाहीर पत्रे लिहीत असे; पण हे असे क्वचित घडले.

इ. स. १८४२च्या एका हिवाळ्यात त्याने एकदा जेम्स शिल्ड नावाच्या भांडखोर राजकारणी माणसाची चेष्टा केली. त्याने 'स्प्रिंगफिल्ड' वृत्तपत्रातून त्याच्याबद्दल उपरोधिक काव्यपंक्ती छापून आणल्या. ते वाचून सारे शहर पोट धरून हसले. शिल्ड फार भावनाप्रधान होता, गर्विष्ठ होता. त्याला टीका सहन झाली नाही. त्याने ही टीका कोणी केली हे शोधून काढले. तो त्याच्या घोड्यावर स्वार झाला व लिंकनचा पाठलाग करत आला. त्याने लिंकनला द्वंद्वयुद्धासाठी आव्हान केले. लिंकनला असे युद्ध वगैरे करण्याची इच्छा नव्हती. लिंकनने द्वंद्वयुद्धाला विरोध केला, पण शेवटी त्याच्याही इज्जतीचा सवाल होता म्हणून तो तयार झाला. त्याला शस्त्र निवडण्याची संधी दिली गेली. त्याचे बाहू लांब होते म्हणून त्याने रुंद पात्याची तलवार निवडली आणि ती चालवण्याचे धडेही गिरवले. ठरल्या दिवशी ठरल्या वेळी तो व शिल्ड मिसिसिपी नदीच्या वाळूच्या बांधावर भेटले. दोघांनीही मरणाची तयारी ठेवली होती, पण अगदी शेवटच्या क्षणी आजूबाजूला जमलेल्या लोकांनी मध्यस्थी करून हे द्वंद्वयुद्ध थांबवले.

लिंकनच्या आयुष्यातील त्याचा वैयक्तिक भडक रंग दाखवणारा हा प्रसंग होता. या प्रसंगाने त्याला लोकांशी कसे वागावे याचा फार मोठा धडा शिकवला. त्यानंतर त्याने पुन्हा कधीही अपमानास्पद पत्रे लिहिली नाहीत. त्यानंतर पुन्हा कधीही त्याने कोणाची टिंगल-टवाळी केली नाही आणि त्या दिवसानंतर लिंकनने कधीच कोणावर कशासाठीही टीका केली नाही.

वेळोवेळी झालेल्या नागरी युद्धांमध्ये लिंकनने प्रत्येक वेळी सैन्याचा प्रमुख असलेला जनरल बदलला. कधी मॅक्लिअन, कधी पोप, कधी बर्नसाईड हुकर, कधी मेंडे; पण यामुळे प्रचंड घोळ झाले आणि शेवटी त्याचे पर्यावसन लिंकनच्या निराशेत झाले. अर्ध्या राष्ट्राने लिंकनने निवडलेल्या या अपात्र जनरल्सची निंदा केली, पण लिंकन मात्र आपल्या निवडीवर ठाम होता. 'कोणाच्याही प्रति द्वेष नको; सर्वांशी सहृदयतेने वागा.' हे त्याचे ब्रीदवाक्य होते. आणखी एक त्याचे लाडके ब्रीदवाक्य म्हणजे, 'तुम्ही इतरांबद्दल मत व्यक्त करू नका. इतरही तुमच्याबद्दल

मत व्यक्त करणार नाहीत.'

आणि जेव्हा मिसेस लिंकन आणि इतरांनी दक्षिणेकडील लोकांवर कडक शब्दांत टीका करायला सुरुवात केली तेव्हा लिंकन म्हणाला, "त्यांच्यावर टीका करू नका. तुम्ही त्यांच्या जागी तशा परिस्थितीत असता, तर तुम्हीसुद्धा तसेच वागला असता.''

पण तरीही जेव्हा कधी संधी मिळेल तेव्हा टीका करणारा नक्की लिंकनच असायचा. आपण आणखी एक उदाहरण पाहू.

जुलै, १८६३च्या पहिल्या तीन दिवशी गेट्सबर्गचे युद्ध लढले गेले. ४ जुलै रोजी रात्री शहर काळ्या ढगांनी भरून गेले व पावसाला सुरुवात झाली म्हणून ली त्याचे सैन्य घेऊन माघारी वळायला लागला. त्याचे पराभूत सैन्य घेऊन ली जेव्हा पोटोमॅक येथे आला तेव्हा त्याने पाहिले की, त्याच्यासमोर दुथडी भरून वाहणारी नदी होती, तर पाठीमागे युनियन आर्मी होती. ली आता पुरता कात्रीत सापडला होता. त्याला आता पळूनही जाता येत नव्हते. लिंकनने पाहिले की, लीचे सैन्य जिंकून घेण्याची आणि युद्ध ताबडतोब थांबवण्याची तीच योग्य वेळ होती. म्हणून लगोलग त्याने मेडेला आज्ञा केली की, कोणतीही मीटिंग वगैरे न करता त्याने लीवर हल्ला चढवावा. लिंकनने त्याचा आदेश तारसंदेशाने पाठवला. शिवाय एक दूतही पाठवला व ताबडतोब कामाला लागावे हे सांगितले.

आणि इकडे जनरल मेडेने काय केले? त्याला जे सांगितले गेले त्याच्या विरुद्ध गोष्ट त्याने केली. लिंकनचे आदेश धुडकावून लावण्यासाठी एक मीटिंग बोलावली. अशा परिस्थितीत लीवर हल्ला करण्यास तो कचरला. त्याने वेळकाढूपणाचे धोरण स्वीकारले. अनेक प्रकारची कारणे दिली. हळूहळू नदीचे पाणी ओसरले आणि ली त्याच्या सैन्याला घेऊन पोटोमॅकहून पळून गेला.

लिंकनची तळपायाची आग मस्तकात गेली. "याचा अर्थ काय?" लिंकन तावातावाने त्याचा मुलगा रॉबर्ट याला विचारत होता. "शत्रू आपल्या तावडीत सापडला होता. आता फक्त हात लांब करून त्याला नेस्तनाबूद करायचे होते. मी इतके सांगूनही आपले सैन्य जरासुद्धा हालले नाही. या परिस्थितीत लीचा कोणत्याही सैन्याने पराभव केला असता. मीसुद्धा रणांगणावर गेलो असतो, तर तेथे पराक्रम गाजवून आलो असतो.''

अत्यंत कडवट मनाने लिंकनने मेडेला पत्र लिहिले. लक्षात घ्या, लिंकन त्या वेळी अत्यंत पुराणमतवादी विचारांचा होता आणि शब्द तो तोलूनमापून वापरत असे. म्हणूनच खाली दिलेले हे पत्र म्हणजे अत्यंत कडक शब्दांत ओढलेले आसूड होते, असे समजण्यास हरकत नाही.

प्रिय सैन्यप्रमुख,

'ली'ला पळून जाण्यासाठी तू मदत केलीस, या तुझ्या विशाल अंत:करणाचे कौतुक कसे करावे? कारण माझा तर विश्वासच बसत नाही. तो तुझ्या पकडीमध्ये आला होता आणि या विजयावर आपले पुढील यश अवलंबून होते, पण आता तुझ्या या वागण्यामुळे युद्ध प्रदीर्घ काळ चालेल. मागच्या सोमवारी तू लीवर यशस्वी हल्ला चढवू शकला नाहीस. पुढे तरी तुझ्याकडून कोणती अपेक्षा धरावी? आतातरी तुझ्याकडे दोन तृतीयांश सैन्य होते. पुढे एवढे असणार नाही. तुझ्याकडून काही अपेक्षा करणे चुकीचे आहे. तू हातातील सुवर्णसंधी घालवली आहेस आणि त्यामुळे मी खूप दु:खी झालो आहे.

तुम्हाला काय वाटते? मेडेने हे पत्र वाचले असेल का?

मेडेने हे पत्र पाहिलेच नाही, कारण लिंकनने ते पाठवलेच नाही. लिंकनच्या मृत्यूनंतर त्याच्या इतर कागदांमध्ये हे पत्र मिळाले.

माझा असा अंदाज आहे आणि फक्त अंदाज आहे की, हे पत्र लिहून झाल्यावर लिंकनने खिडकीतून खाली पाहिले असेल व तो स्वत:शी म्हणाला असेल, 'एक मिनिट! मी फार घाई करायला नको आहे. इथे व्हाइट हाउसमध्ये शांतपणे बसून मेडेला 'हल्ला कर' असा आदेश देणे सोपे आहे, पण मी स्वत: जर गेटीसबर्ग येथे असतो आणि मागच्या आठवड्यात मेडेने जसा रक्तपात पाहिला तसा मी पाहिला असता आणि मरणाऱ्या, जखमी लोकांच्या कर्कश्श किंकाळ्या माझ्या कानावर आदळल्या असत्या, तर मीसुद्धा 'हल्ला करावा की नाही,' अशा दोलायमान अवस्थेत सापडलो असतो. जर मी मेडेसारखा भित्र्या स्वभावाचा असतो, तर मेडेने केले तेच मी केले असते आणि काही झाले तरी पुलाखालून आता बरेच पाणी वाहून गेले आहे. जर मी हे पत्र पाठवले, तर माझ्या रागाच्या भावनांमधून माझी मुक्ती होईल हे खरे! पण त्यामुळे मेडे सतत स्वत:ची बाजू मांडत राहील. तोसुद्धा माझ्यावर चिखलफेक करेल. त्यामुळे पुन्हा माझा क्षोभ होईल आणि याच्यापुढे सैन्यासाठी त्याचा जो उपयोग होणार असेल, तो होणार नाही आणि कदाचित त्याला सैन्यातून राजीनामा देणे भाग पडेल.'

म्हणूनच मी आधी सांगितल्याप्रमाणे लिंकनने ते पत्र बाजूला ठेवून दिले, कारण अनुभवातून तो शिकला होता की, पराकोटीची टीका आणि दुसऱ्यावर ओढलेले आसूड हे बहुधा व्यर्थ ठरतात.

थिओडर रूझवेल्ट जेव्हा प्रेसिडेंट होता, तेव्हा त्याने असे म्हटले आहे की, ज्या वेळी एखादी गहन समस्या समोर उभी ठाकत असे तेव्हा तो मान पाठीमागे

करून व्हाइट हाउसमध्ये त्याच्या टेबलाच्या वर टांगलेल्या अब्राहम लिंकनच्या तैलचित्राकडे पाहून स्वत:ला विचारत असे, 'जर लिंकन माझ्याजागी असता, तर त्याने काय केले असते? त्याने ही समस्या कशी सोडवली असती?'

पुढच्या वेळेस जेव्हा आपल्याला समोरच्याला सक्त ताकीद देण्याची वेळ येईल त्या वेळी आपण आपल्या खिशातून पाच डॉलर्सची नोट बाहेर काढू या आणि त्यावरील लिंकनच्या फोटोकडे पाहून विचारू या, ''लिंकनला जर अशी समस्या आली असती, तर लिंकनने ती कशी सोडवली असती?''

काही वेळेस मार्क ट्वेनसुद्धा रागाने बेभान होत असे आणि मग संतापाच्या भरात पत्रे लिहीत सुटत असे. त्या संतापामुळे ती पत्रेही चॉकलेटी होत. उदाहरणार्थ, एकदा एका माणसावर मार्क ट्वेन इतका रागवला की, तो त्याला म्हणाला, ''तुला गाडून टाकायला पाहिजे.'' आणखी एका दुसऱ्या प्रसंगात त्याने एका प्रकाशकाला पत्र लिहिले, 'तुमच्या प्रुफरीडरचे शुद्धलेखन व स्पेलिंगमधील चुका यांमध्ये सुधारणा करण्याचा प्रयत्न करा.' एकदा तर त्याने आदेश दिला, 'इथून पुढे माझ्या कॉपीमधील मसुदा जसाच्या तसाच ठेवा आणि तुमच्या प्रुफरीडरच्या सडक्या मेंदूतील सूचना त्याच्या डोक्यातच राहू द्या.'

अशी संताप ओकून टाकणारी पत्रे लिहिल्यामुळे मार्क ट्वेनला बरे वाटत असे. या पत्रांमुळे त्याच्या आत धुमसत असलेली वाफ बाहेर पडत असे आणि या पत्रांमुळे तसे कोणालाच नुकसानही पोहोचत नसे, कारण मार्क ट्वेनची बायको अत्यंत सावधपणे गुपचूप ती पत्रे मेलमधून बाजूला काढून ठेवत असे. त्यामुळे ती कधीच पोस्ट केली जात नसत.

तुम्हाला अशी एखादी व्यक्ती माहिती आहे का की, ज्या व्यक्तीला तुम्हाला बदलावेसे वाटते, तिच्यात काही सुधारणा कराव्याशा वाटतात आणि तिच्यावर नियंत्रण ठेवावेसे वाटते? अशी व्यक्ती आहे? वा! फारच छान! मग तुम्ही स्वत:पासूनच सुरुवात का नाही करत? अगदी शुद्ध स्वार्थी दृष्टिकोन ठेवून दुसऱ्यांमध्ये सुधारणा घडवून आणण्यापेक्षा स्वत:मध्ये सुधारणा घडवून आणणे अधिक फायद्याचे नाही का? आणि शिवाय त्यामध्ये काही धोकासुद्धा नाही. कॉनफ्युशिअस म्हणतो, 'आपल्या दाराच्या उंबरठ्यावर घाण असताना शेजारच्या छपरावरील बर्फाबद्दल तक्रार करू नका.' थोडक्यात स्वत: काचेच्या घरात राहणाऱ्यांनी दुसऱ्याच्या घरावर दगड मारू नयेत.

जेव्हा मी तरुण होतो आणि मी दुसऱ्यावर छाप पाडण्यासाठी धडपडत असे, त्या काळात मी रिचर्ड हार्डिंग डेव्हिसला मूर्खासारखे एक पत्र लिहिले होते. हा तोच डेव्हीस ज्याने अमेरिकेतील साहित्याच्या क्षितिजावर बराच काळ राज्य केले होते. मी लेखकांबद्दलचे लेख असलेल्या एका मासिकाची जमवाजमव करीत होतो आणि

त्या वेळी मी डेव्हीसला प्रश्न विचारला होता की, त्याची काम करण्याची पद्धत काय होती? मी हे पत्र लिहिले त्याच्या काही दिवस आधीच मला एक असे पत्र आले होते की, ज्याच्याखाली तळटीप होती, 'लिहिण्यास सांगितले, पण वाचले नाही.' या तळटिपेमुळे मी प्रभावित झालो होतो. माझ्या मनात विचार आला, 'हा पत्र लिहिणारा नक्कीच खूप मोठा व्यग्र व यशस्वी माणूस असला पाहिजे.' मी काही तसा व्यग्र वगैरे नव्हतो, पण मला त्या तळटिपेचे खूप आकर्षण वाटले व आपणही पत्राच्या खाली तशीच तळटीप लिहावी, अशी तीव्र इच्छा झाली. मी डेव्हीसला नेमके त्याच सुमारास पत्र लिहिले आणि पत्राच्या शेवटी तळटीप टाकली, 'डिक्टेटेड बट नॉट रेड.'

डेव्हीसने या पत्राला उत्तर लिहिण्याचे कधीच कष्ट घेतले नाहीत, पण त्याने माझे पत्रच मला परत केले व त्यात शेवटी एक ओळ लिहिली, 'तुझ्या उद्दामपणाइतके दुसरे उद्दाम काहीच असू शकत नाही.' खरे आहे! मी खूप ओशाळलो. माझ्यावर असे आसूड ओढावे अशीच माझी लायकी होती, पण तरीही मनुष्य-स्वभाव आहे! मला राग आलाच आणि आजही मला हे सांगायला लाज वाटते की, त्यानंतर दहा वर्षांनी त्याच्या मृत्यूची बातमी ऐकतानासुद्धा त्याने मला दिलेले दुःखच मला आठवले! इतकी माझी रागाची भावना तीव्र होती.

तुम्ही आणि मी अनेक वर्षांपासून एखाद्या व्यथेमुळे अस्वस्थ आहोत, आपला असंतोष आतल्याआत धुमसतो आहे आणि कदाचित मरेपर्यंत आपल्याला हे सहन करावे लागणार आहे, तर त्यामधून बाहेर पडण्यासाठी आपणही अशा व्यक्तीला दंश करणारी टीका करण्यास काहीच हरकत नाही. मग भले ती किती न्याय्य आहे की अन्याय्य आहे, हा विचार आता करण्याचे काही कारण नाही.

जेव्हा भोवतालच्या लोकांशी आपण व्यवहार करतो तेव्हा आपण नेहमी हे लक्षात ठेवले पाहिजे की, आपण फक्त तर्कशास्त्राच्या प्राण्याबरोबर बोलत नसून ज्या प्राण्याला भावना आहेत, जो कदाचित पूर्वग्रहदूषित असल्यामुळे क्रोधित झाला असेल किंवा ज्याच्या अंगी वृथा अभिमान वा पोकळ डामडौल असेल, अशा व्यक्तीशी आपण संबंध जोडत आहोत.

जी माणसे अधिक संवेदनशील असतात अशांना टीका सहन होत नाही. थॉमस हार्डी नावाचा एक संवेदनशील व श्रेष्ठ असा कथाकार होऊन गेला, ज्याने इंग्रजी साहित्य समृद्ध केले, पण त्याने केवळ त्याच्यावर झालेल्या टीकेमुळे त्याचे लिखाण सोडून दिले. थॉमस चॅटरटन नावाच्या इंग्लिश कवीने तर टीका सहन न झाल्यामुळे आत्महत्या केली.

बेंजामिन फ्रँकलिन, जो त्याच्या तारुण्यात अत्यंत सरळमार्गी होता, तो पुढे कुशल, मुत्सद्दी बनला. तो लोकांशी इतक्या चातुर्याने व्यवहार करत असे की,

त्याला अमेरिकेने फ्रान्सचा राजदूत म्हणून नियुक्त केले. त्याच्या या यशाचे रहस्य कोणते? तर तो म्हणत असे, 'मी कोणाबद्दलही कधीच काही वाईट बोलत नाही आणि प्रत्येकाबद्दल मला जेवढे चांगले माहिती आहे त्याबद्दल बोलतो.'

टीका करणे, निंदानालस्ती करणे, तक्रार करणे कोणत्याही मूर्ख माणसाला सहज जमते आणि मूर्ख तेच करतात.

परंतु समोरच्याला समजून घेण्यासाठी आणि क्षमा करण्यासाठी आत्मसंयमाची आणि विशेष गुणांची गरज असते.

कार्लाईल म्हणतो, 'मोठ्या माणसाच्या मोठेपणाची प्रचिती तेव्हा येते जेव्हा तो हाताखालच्या लोकांना चांगले वागवतो.'

बॉब हुव्हर हा एक प्रसिद्ध पायलट होता आणि हवाई प्रात्यक्षिके होत तेव्हा तो त्यामध्ये नेहमी असे. तो एकदा लॉसएंजेलिसमधील प्रात्यक्षिक आटोपून सॅडियागोला आपल्या घराकडे परतत होता. शंभर फुटांवरून त्याने त्याची प्रात्यक्षिके करून दाखवली होती, पण घरी परतताना अचानक विमानाची दोन्ही इंजिने बंद पडली. अथक प्रयत्नांनी त्याने कसेबसे विमान खाली उतरवले. जरी आतमधील कोणाला दुखापत झाली नसली, तरीसुद्धा विमानाचे मात्र प्रचंड नुकसान झाले.

विमान खाली उतरवल्यानंतर हुव्हरने पहिल्यांदा काय केले असेल, तर विमानातील इंधन तपासून घेतले आणि त्याचा संशय खरा ठरला! दुसऱ्या महायुद्धातील हे प्रोपेलर विमान होते. त्याच्यामध्ये गॅसोलिनऐवजी जेट फ्युएल भरले होते.

विमानतळावर परत आल्यानंतर त्याने विचारले, "ज्या मेकॅनिकने या विमानाची सर्व्हिसिंग केली तो कोठे आहे?" तो तरुण मेकॅनिक त्याने केलेल्या चुकीमुळे गलितगात्र झाला होता. जेव्हा हुव्हर त्याच्याजवळ गेला तेव्हा त्याच्या डोळ्यांमधून अश्रू वाहत होते. त्याच्या घोडचुकीमुळे आज एवढ्या महागड्या विमानाचे जबरदस्त नुकसान झाले होते आणि आणखी तीन जीव जाता-जाता वाचले होते.

हुव्हरला केवढा राग आला असेल याची तुम्ही कल्पना करू शकता. कोणीही असेच भाकीत केले असते की, एवढा मोठा कर्तव्यदक्ष पायलट अशा बेजबाबदार वागणुकीबद्दल नक्कीच त्याला फाडून खाणार! पण हुव्हर त्या मेकॅनिकला रागावला नाही. त्याने त्याच्यावर टीकासुद्धा केली नाही. त्याऐवजी त्याने त्याचा शक्तिशाली बाहू त्या मेकॅनिकच्या खांद्यावर ठेवला आणि म्हणाला, "मला खात्री आहे की, यापुढे तू कधीच असे वागणार नाहीस. माझ्या एफ-५१ विमानाचे सर्व्हिसिंग उद्या तुलाच करायचे आहे."

अनेकदा असे दिसते की, पालक त्यांच्या मुलांवर आरडाओरड करण्याची एकही संधी सोडत नाहीत. तुम्हाला माझे हे म्हणणे रुचणार नाही, पण मी जे

सांगतोय ते जरा काळजीपूर्वक ऐका. 'तुमच्या मुलांवर टीका करण्यापूर्वी 'फादर फर्गेट्स' नावाचा अमेरिकन साहित्यातील एक दर्जेदार लेख वाचा. त्याची मूळ प्रत 'पीपल्स होम जर्नल'च्या अग्रलेखात आली होती. आम्ही हा लेख 'रीडर्स डायजेस्ट'च्या संपादकाच्या पूर्वपरवानगीने येथे छापत आहोत.

'फादर फर्गेट्स' हा लेख अशा काही चिरकाल टिकणाऱ्या निवडक लेखांपैकी एक आहे की, जो वाचून हजारो लोकांच्या मनात एकाच वेळी प्रामाणिक तळमळीच्या भावनांचा उगम होतो. त्याचा लेखक आहे डब्ल्यू. लिव्हिंगस्टन लार्नो. लेखक म्हणतो, 'हा लेख अनेक देशांमध्ये, अनेक परदेशी भाषांमध्ये पुन्हा-पुन्हा भाषांतरे करून प्रकाशित केला गेला आहे. अतिशय हृदयद्रावक, मन हेलावणारा असा हा लेख आहे. ही भावना जगाच्या कानाकोपऱ्यात जपली जावी यासाठी मीच मुक्त हस्ताने सगळ्यांना तो प्रकाशित करण्याची परवानगी दिली आहे. काही वेळेस अगदी छोटीशी वाटणारी गोष्टच फार मोठा भावार्थ समजावून सांगते. तीच ही गोष्ट आहे.'

फादर फर्गेट्स

बाळा! मला तुझ्याशी थोडे बोलायचे आहे. खरे सांगू का, तू गाढ झोपी गेल्यामुळेच मी हे बोलू शकतो. तुझ्या गालाखाली दबलेला तुझा तळवा आणि घामाने ओल्या झालेल्या तुझ्या केसाच्या खट्याळ बटा तुझ्या कपाळावर रुळताहेत. मी तुझ्या खोलीत अगदी गुपचूप शिरलो आहे. अगदी काही मिनिटांपूर्वीच मी जेव्हा माझ्या अभ्यासिकेत पेपर वाचत बसलो होतो, तेव्हा पश्चात्तापाची एक लहर माझ्या अंगावरून सरसरून गेली आणि म्हणूनच आत्ता मी अपराधीपणाने तुझ्या बाजूला उभा आहे.

मला दिवसभरात घडलेल्या प्रसंगांच्या आठवणींनी बेचैन वाटले. मी तुझ्यावर सतत अविश्वास दाखवला. तू शाळेसाठी कपडे करून तयार होत असताना टॉवेलने तोंड नीट पुसले नाहीस म्हणून मी तुला रागावलो. तू तुझ्या बुटांना नीट पॉलिश केले नाहीस, म्हणून मी तुझी कानउघाडणी केली. तू फरशीवर तुझ्या काही वस्तू पाडल्यास म्हणून मी खूप रागावून तुझ्यावर ओरडलो.

नाश्त्याच्या टेबलावरसुद्धा मी तुझ्यातल्या चुका शोधत होतो. तू अन्न सांडलेस, तू तुझे घास भराभरा कोंबत होतास, तू तुझे कोपर टेबलावर ठेवले होते, तू तुझ्या ब्रेडवर लोण्याचा खूप जास्त थर लावलास, तू खेळायला निघालास तेव्हाच नेमका मीसुद्धा माझी ट्रेन पकडण्यासाठी बाहेर पडलो. तू मागे वळून हात उंचावून मला म्हणालास, 'गुडबाय डॅडी!' पण

मी मात्र तोंड वाकडे करून उत्तरादाखल म्हणालो, 'पोक काढून चालू नकोस, खांदे मागे कर.'

नंतर पुन्हा संध्याकाळी मी परतताना असेच घडले. मी लांबूनच तुला ओळखले. तू गुडघे जमिनीवर टेकवून गोट्या खेळत होतास. तुझ्या पायमोजांना पडलेली भोके मला दुरूनसुद्धा दिसली. मी तुझ्या मित्रांसमोर तुझा अपमान करून, तुला पुढे घालून माझ्याबरोबर घरी घेऊन आलो. मी इतका संतापलो व म्हणालो, 'इतके महागडे मोजे वापरायची तुझी लायकी तरी आहे का?' शी: शी: माझ्यातल्या बापाला असे बोलणे नक्कीच शोभले नाही.

तुला आठवते का? त्यानंतर मी माझ्या अभ्यासिकेत वाचत बसलो होतो. तू चोरपावलाने आलास, पण तुझ्या डोळ्यात एक प्रकारची वेदना होती. मी तेव्हा पेपरमधून डोके बाहेर काढून तुझ्याकडे पाहिले व माझ्या वाचनात व्यत्यय आणल्यामुळे त्रासिक होऊन तुला विचारले, 'काय हवे आहे?'

तू काहीच बोलला नाहीस, पण एका क्षणात माझ्याजवळ झेप घेतलीस आणि तुझे चिमुकले हात माझ्या मानेभोवती घातलेस आणि माझे चुंबन घेतलेस. तुझ्या त्या मायेच्या चिमुकल्या हातांनी हृदयात उमललेले प्रेम कितीही दुर्लक्ष केले, तरी आटणार नव्हते आणि क्षणातच पुन्हा दाड-दाड पावले जिन्यावर आपटत तू निघून गेलास.

आणि बाळा! त्यानंतर काही क्षणातच माझ्या हातातून पेपर गळून पडला आणि एका भयंकर विदारक सत्याची जाणीव मला झाली. काय होते ते सत्य? मला लागलेली घाणेरडी सवय! तुझ्यातील फक्त दोषच शोधण्याची घाणेरडी सवय! तुझ्याशी सतत कठोर शब्दांत बोलण्याची सवय! माझा मुलगा असण्याचे हेच फळ मिळाले ना तुला? असे नाही की, माझे तुझ्यावर प्रेम नाही, पण असे आहे की, मी तुझ्याकडून जरा जास्तच मागण्या करतो. मी तुला माझ्याच वयाच्या फुटपट्टीने मोजतो.

आता माझ्या लक्षात येते की, तुझ्यामध्येसुद्धा अनेक चांगले गुण आहेत. तुझे आकाराने छोटे असलेले हृदय खूप विशाल आहे. इतके की, जणू दूरवर पसरलेल्या पर्वत रांगांवर त्यानेच पांघरूण घातले आहे. मी तुझ्यावर इतके रागावूनसुद्धा तू मला ज्या प्रेमाने आलिंगन दिलेस, त्यावरून त्याची प्रचिती येते. बाळा! म्हणूनच मी इतक्या अंधारात गुपचूप तुझ्याजवळ लाजेने मान खाली घालून गुडघे टेकवून बसलो आहे.

अत्यंत दुबळ्या मनाने घेतलेले हे प्रायश्चित्त आहे. मला माहिती आहे

की, जरी हे सगळे मी तुझ्याशी तू जागा असताना बोललो असतो, तरी तुला ते समजले नसते, कारण तू अजाण आहेस.

पण मी तुला वचन देतो, उद्या मी तुझा खराखुरा बाप बनणार आहे! एक प्रेमळ पिता! मी तुझ्याशी दोस्ती करणार आहे आणि तू जे-जे सोसतोस ते सगळे मीपण सोसणार आहे आणि तू जेव्हा हसशील तेव्हा मीपण हसणार आहे. माझ्या तोंडून जर काही वेडेवाकडे बाहेर पडले, तर मीपण माझी जीभ चावणार आहे आणि मी सतत एक गोष्ट माझ्या मनात तेवत ठेवणार आहे की, 'तू एक अजाण बालक आहेस. फक्त लहान मूल आहेस.'

माझे फार चुकले की, मी तुझ्याकडून एखाद्या मोठ्या माणसासारख्या अपेक्षा केल्या, पण आता मी तुला तुझ्या कॉटवर थकून-भागून झोपलेला पाहतो तेव्हा तू किती लहान आहेस ते माझ्या लक्षात येते आहे. कालपर्यंत तर तू तुझ्या आईच्या पदराशी खेळणारा, तिच्या मांडीवर झोपणारा, खांद्यावर डोके ठेवणारा लहान बालक होतास. मी तुझ्याकडून फार जास्त अपेक्षा केली. फाऽऽर फाऽऽर जास्त!

लोकांची निंदा करण्यापेक्षा त्यांना आपण समजून घेऊ. ते असे का वागले, त्यामागचा कार्यकारण भाव जाणून घेण्याचा प्रयत्न करू. त्याचा आपल्याला फायदा होईल. टीका करण्यापेक्षा विचारपूर्वक, पूर्वनियोजन करून वागल्यास सहानुभूती, सहनशक्ती आणि औदार्य यांच्यात वाढ होते. 'सर्व बाजूंनी नीट समजावून घेणे म्हणजेच क्षमा करणे.'

डॉ. जॉन्सन म्हणतात तसे, 'देव स्वत:सुद्धा त्या माणसाच्या शेवटच्या दिवसापर्यंत त्याच्याबद्दल काही निर्णय घेऊ शकत नाही.'

टीका करू नका, निंदा करू नका
आणि तक्रारही करू नका!

१

लोकांबरोबर कौशल्याने वागण्याची काही महत्त्वाची गुपिते

या विशाल आकाशाखालील जगात जर तुम्हाला कोणाकडून एखादी गोष्ट करून घ्यायची असेल, तर त्यासाठी फक्त एकच मार्ग आहे आणि तो म्हणजे समोरच्याला तसे करण्याची इच्छा आतून झाली पाहिजे. होय! तोच फक्त एक मार्ग आहे. तुम्ही शांतपणे विचार करून बघा.

आठवा! यापेक्षा दुसरा मार्ग असू शकतो का? अर्थात तुम्ही एखाद्यावर रिव्हॉल्वर रोखून त्याच्याकडून त्याचे घड्याळ काढून घेऊ शकाल, तुम्ही तुमच्या नोकरमाणसांकडून त्यांचे सहकार्य मिळवू शकाल. त्यांना धाकदपटशा दाखवून काम करून घेऊ शकाल, पण तुमची पाठ फिरल्यावर काय होईल? तुम्ही लहान मुलाला धमकावून किंवा छडी दाखवून तुमच्या मनासारखे त्याला वागायला लावाल, पण या सगळ्या क्रूर पद्धतीचे अतिशय अनिष्ट परिणाम होतील.

मला जर तुमच्याकडून एखादी गोष्ट करून हवी असेल, तर मी तुम्हाला हवे ते देणे गरजेचे आहे.

तुम्हाला काय हवे आहे?

सिगमंड फ्रॉईड म्हणतो की, आपल्या दोन आंतरिक इच्छा असतात. पहिली म्हणजे संभोग आणि दुसरी म्हणजे स्वत:चे महत्त्वपूर्ण स्थान.

अमेरिकेतील अत्यंत हुशार तत्त्ववेत्ता जॉन ड्युएने हे जरा वेगळ्या भाषेत सांगितले आहे. हे वाक्य लक्षात घ्या हं –

'आपण महत्त्वपूर्ण आहोत ही तीव्र इच्छा.'

हीच मानवी स्वभावाची सर्वांत मोठी गरज आहे, हे अगदी सत्य आहे. या

पुस्तकात याबद्दल तुम्ही बरेचकाही वाचणार आहात.

तुम्हाला काय हवे असते? तसे तुम्हाला फारकाही नको असते. अशा फारच थोड्या गोष्टी असतात ज्याची तुम्हाला आसक्ती असते, ज्याची तुम्हाला तीव्र इच्छा असते, ज्याबद्दल तुमचा आग्रह असतो आणि ज्या गोष्टींचा नकार तुम्ही पचवू शकत नाही. त्यातील काही गोष्टी खालीलप्रमाणे :

१. उत्तम आरोग्य आणि आयुष्याबद्दल आसक्ती

२. अन्न

३. झोप

४. पैसे आणि पैशामुळे घेता येणाऱ्या गोष्टी

५. जगणे

६. संतुष्ट करणारा संभोग

७. मुलांचे उत्तम भवितव्य

८. आपण कोणीतरी महत्त्वाचे आहोत ही भावना

सहसा यांपैकी आपल्या सगळ्या मागण्या पूर्ण होतात. फक्त एक सोडून, आपली एक तीव्र आंतरिक इच्छा असते; अत्यंत खोलवरची, अत्यंत निकडीची अगदी अन्न आणि झोप यांच्याइतकी आवश्यक, पण ती क्वचितच पूर्ण होते. फ्रॉईड या इच्छेला म्हणतो, 'आपण कोणीतरी महत्त्वाचे आहोत या भावनेची जाणीव.' ही ती इच्छा!

लिंकनने एकदा एक पत्र लिहिले, ज्याची सुरुवात होती, 'प्रत्येकाला स्तुती आवडते.' विल्यम जेम्स म्हणतो, 'मनुष्य-स्वभावाचे ठळक वैशिष्ट्य कोणते, तर कौतुकाची भूक.' विल्यम जेम्सने इच्छा, आकांक्षा वगैरे शब्द वापरले नाहीत, तर तो त्याला 'कौतुकाची भूक' म्हणतो. मानवी स्वभावाची ही एक मनाची कुरतडणारी आणि अव्याहत अशी भूक आहे. जी व्यक्ती प्रामाणिकपणे अशी भूक भागवते, त्या व्यक्तीला इतर लोकही तळहाताच्या फोडाप्रमाणे जपतात आणि अशा व्यक्तींचा मृत्यू झाला, तर स्मशानातील अंत्यसंस्कार करणारा माणूससुद्धा हळहळतो.

आपल्याला मोठेपणा मिळावा यासाठी तीव्र इच्छा मनी बाळगणे, हाच तर मानव आणि प्राणी यांच्यातील सर्वांत मोठा फरक आहे. जेव्हा मी मिसुरीमधील एका शेतकऱ्याचा लहान मुलगा होतो तेव्हा माझ्या वडिलांनी ड्युरोक जर्सी जातीची सुंदर डुकरे पाळली होती. त्याचबरोबर उच्च जातीची पांढऱ्या तोंडाची काही गुरे आठवड्याच्या बाजारातून मध्य-पश्चिमी देशातून आणली होती. आम्हाला जनावरांच्या प्रदर्शनात पहिले बक्षीस मिळाले होते. बक्षिसाचे मानचिन्ह म्हणून मिळालेल्या निळ्या रिबिनी एका पांढऱ्या मखमली कापडावर माझ्या वडिलांनी पिनांनी पक्क्या बसवल्या होत्या आणि जेव्हा-जेव्हा कोणी मित्रमंडळी किंवा पाहुणे घरी येत तेव्हा

ते पांढरे मलमली कापड बाहेर काढत. त्या कापडाचेच एक टोक ते हातात धरत व दुसरे टोक मला पकडायला लावत आणि त्या निळ्या रिबिनी कौतुकाने दाखवत.

आमच्या गुराढोरांना याचा काहीच पत्ता नसे की, त्यांनी या रिबिनी जिंकून आणलेल्या आहेत, पण माझ्या वडिलांना मात्र त्याचा प्रचंड अभिमान होता. या बक्षिसांमुळे आपण कोणीतरी महान आहोत असे त्यांना वाटे.

जर आपल्या पूर्वजांना अशी महत्त्वपूर्ण वाटण्याची तीव्र इच्छा नसती, तर आपला समाज आज इतका प्रगत झाला नसता. तो पूर्वीचाच रानटी, आदिमानव काळातला राहिला असता. आपण इतरांपेक्षा काहीतरी वेगळे आहोत, मोठे आहोत या जाणिवेशिवाय आपले जीवन प्राण्यांसारखे झाले असते.

महत्त्वपूर्ण असण्याच्या याच तीव्र इच्छेने तर एका किराणा दुकानातील अशिक्षित, गरिबीने गांजलेल्या कारकुनाला वकिलीच्या पुस्तकांचा अभ्यास करण्यास भाग पाडले. ही पुस्तके एका पिंपाच्या तळाशी रद्दीत पडलेली होती. ती त्या कारकुनाने पन्नास सेंट्सला विकत घेतली. कदाचित त्या कारकुनाचे नाव तुम्ही ऐकले असेल. त्याचे नाव होते अब्राहम लिंकन!

आपणही इतरांपेक्षा कोणीतरी वेगळे असावे या भावनेचा जन्म झाल्यामुळेच डिकेन्सने इतक्या अमर कादंबऱ्या लिहिल्या. याच आंतरिक इच्छेमुळे सर ख्रिस्तोफोर रेन याने दगडांमध्ये त्याचे संगीत कोरले. याच आंतरिक इच्छेने रॉक फेलरला कोट्यवधी रुपये गरिबांसाठी खर्च करण्यास उद्युक्त केले, जे पूर्वी त्याने कधीही केले नव्हते! आणि याच जाणिवेतून या तुमच्या शहरातील सर्वांत श्रीमंत माणूस सर्वांत मोठे घर बांधण्यास प्रेरित होतो.

याच आंतरिक इच्छेमुळे तुम्हाला इतरांपेक्षा वेगळे व नवीन फॅशनचे कपडे घालावेसे वाटतात. लेटेस्ट मॉडेलच्या गाड्या चालवाव्याशा वाटतात, आपल्या मुलांच्या देदीप्यमान यशाबद्दल इतरांना सांगावेसे वाटते.

काही मुलामुलींच्या इच्छा ह्या आसुरी असतात. त्याच इच्छेपायी त्यांना गुन्हेगारी टोळ्यांमध्ये सामील होण्याचा मोह होतो आणि ते गुन्हेगारी कारवाया करण्यास प्रवृत्त होतात. न्यूयॉर्कमधील निवृत्त पोलीस कमिशनर इ. पी. मुलरून यांच्या सांगण्याप्रमाणे सर्वसाधारण गुन्हेगार तरुण इतका आत्मप्रौढीने भारलेला असतो की, वर्तमानपत्रात त्याच्याबद्दल बातमी छापून आली की, त्याला आपण हिरो झाल्यासारखे वाटते. वाईट गोष्ट ही असते की, त्याच्या फोटोमुळे व बातमीमुळे वृत्तपत्राची जेवढी जागा व्यापते तेवढीच जागा एखाद्या क्रीडापटूने किंवा सिनेमा नटनट्या वा राजकारणी व्यक्तीने व्यापली आहे, हे पाहून तो तृप्त होतो.

जर तुम्ही मला सांगितले की, कोणत्या गोष्टींमुळे तुम्ही महत्त्वपूर्ण आहात असे तुम्हाला वाटते, तर तुम्ही कसे आहात हे मी तुम्हाला सांगू शकतो, कारण

तुमचे व्यक्तिमत्त्व त्यावरच अवलंबून असते. ती तुमच्यातील सगळ्यात वैशिष्ट्यपूर्ण गोष्ट असते. उदाहरणादाखलच सांगतो, जॉन डी. रॉकफेलर याला आपली संपत्ती चायनामधील पेकिंग येथील अद्ययावत हॉस्पिटल उभारण्यासाठी द्यावीशी वाटली. ज्याचा अशा लाखो गरीब लोकांना उपयोग होणार होता की, ज्यांना त्याने कधी पाहिले नव्हते किंवा भविष्यात कधी पाहण्याची सुतराम शक्यताही नव्हती. तर दुसरे उदाहरण आहे डिलिंजरचे. ज्याला आपण खुनी, बँकेवर दरोडा घालणारे गुंड आहोत याचेच कौतुक वाटत होते. जेव्हा एफ. बी. आय.ची माणसे त्याचा शोध घेत होती तेव्हा तो मिनेसोटामधील एका शेतावरील घरात शिरला होता व अभिमानाने सांगत होता की, 'मी डिलिंजर! शत्रू नं. १, पण घाबरू नका, मी तुम्हाला काहीही करणार नाही.'

होय, डिलिंजर आणि रॉकफेलर यांच्यात एक मुख्य फरक होता व तो म्हणजेच महत्त्वपूर्ण असण्याबद्दलच्या दोघांच्या कल्पनेमधील जमीन-अस्मानाचा फरक!

प्रसिद्ध लोकांत महत्त्वाचे स्थान मिळवण्यासाठी केलेल्या संघर्षाच्या मनोरंजक कथांनी आपला इतिहास झळाळून निघाला आहे. जॉर्ज वॉशिंग्टनलासुद्धा अशी इच्छा होती की, लोकांनी त्याला, 'हिज माइटीनेस, प्रेसिडेंट ऑफ युनायटेड स्टेट्स' असे संबोधावे. कोलंबसने असा आग्रह धरला होता की, त्याला 'ॲडमिरल ऑफ ओशन आणि व्हॉइसरॉय ऑफ इंडिया' असे म्हणावे. ज्या पत्रांवरच्या पत्त्यांमध्ये 'हर इंपिरिअल मॅजेस्टी' असे नसेल ती पत्रे उघडण्यास कॅथरिन दि ग्रेट नकार देत असे, तर व्हाइट हाउसमध्ये श्रीमती लिंकन एकदा श्रीमती ग्रांटवर एखाद्या वाघिणीप्रमाणे गरजल्या होत्या, ''माझ्या उपस्थितीत माझ्या परवानगीशिवाय तू बसण्याची हिंमत कशी केलीस?''

आपल्यातील अनेक लक्षाधीश लोकांनी ॲडमिरल बायर्डच्या अंटार्क्टिक मोहिमेसाठी (इ. स. १९२८) पैशांची मदत केली ती केवळ या हेतूने की, तेथील बर्फाळ डोंगरांच्या रांगांना त्यांची नावे दिली जावीत. व्हिक्टर ह्युगोचीसुद्धा ही इच्छा होती की, पॅरीस हे नाव बदलून त्याच्या सन्मानार्थ दुसरे नाव दिले जावे. शेक्सपिअर एवढा थोर नावलौकिक बाळगून असतानासुद्धा आपले नाव अधिक उंचावर पोहोचावे म्हणून आर्मी कोट आपल्या अख्ख्या कुटुंबाला द्यावेत असा आग्रह त्याने धरला.

काही वेळेस लोक इतरांची सहानुभूती मिळवण्याच्या आणि लक्ष वेधून घेण्याच्या नादात तारतम्य घालवतात आणि स्वत:चे महत्त्व वाढवण्यासाठी मूर्खासारखे वागतात. याचे उत्तम उदाहरण म्हणजे श्रीमती मॅककिनले. तिचा नवरा युनायटेड स्टेट्सचा अध्यक्ष होता. मात्र त्याला महत्त्वाच्या घटनांकडे दुर्लक्ष करायला लावून आपल्या जवळ कॉटवर बसवून घेण्याने आपले महत्त्व वाढते, अशी तिची

खुळचट, वेडगळ समजूत होती. आपला नवरा ही एक सामाजिक, राजकीय व्यक्ती आहे याचे भान न ठेवता त्याने सतत तिचीच काळजी घ्यावी ही तिची अपेक्षा! एकदा डेंटिस्टकडे तिला एकटीला सोडून हे अध्यक्ष महाशय जॉन या सेक्रेटरीबरोबरच्या मीटिंगला गेले तेव्हा या बाईने प्रचंड तमाशा केला.

मेरी रॉबर्ट रीनहार्ट नावाच्या एका लेखिकेने मला एकदा असे सांगितले, ''अशी एक अत्यंत हुशार, सामर्थ्यवान तरुण बाई होती, जी केवळ स्वत:चे महत्त्व वाढवण्याच्या नादात दुबळी झाली होती. एके दिवशी बहुधा या बाईंनी आरशात पाहिले आणि आत्तापर्यंत काढलेल्या एकाकी आयुष्याच्या चेहऱ्यावर दिसणाऱ्या खुणा आणि वार्धक्य पाहून त्या हबकल्या. त्यांनी ते फारच मनाला लावून घेतले. दहा वर्षांपर्यंत त्या बिछान्याला खिळून होत्या. त्यांची म्हातारी आई रोज तीन जिने चढून त्यांची सेवा करीत होती. एके दिवशी ट्रे वाहून आणि शुश्रूषा करून थकलेल्या त्या म्हाताऱ्या आईने प्राण सोडला. अचानक ती उभ्याउभ्याच कोसळली. काही आठवडे त्यानंतर बिछान्यात काढून मग या बाईंनी आपले सुस्तावलेपण झटकले. बिछान्यातून उठून चांगले कपडे घातले आणि पुन्हा दैनंदिन आयुष्य जगण्यास तयार झाल्या.''

काही तज्ज्ञ, अधिकारवाणीने बोलू शकणाऱ्या संस्थांचे संशोधन असे सांगते की, लोक वास्तव जीवनात महत्त्व न मिळाल्यामुळे स्वप्नांच्या दुनियेत महत्त्व मिळवतात व तेथेच रमतात. वेड लागण्याचे हे एक कारण आहे. अमेरिकेत तर शारीरिक दुखण्यांपेक्षा मनोविकाराने त्रस्त असणारे रोगीच अधिक आहेत.

या मनोविकारांचे कारण काय असू शकेल?

अशा झटकून टाकणाऱ्या प्रश्नाचे उत्तर देता येऊ शकत नाही; पण आपल्याला हे माहिती आहे का की, काही रोग जसे सिफिलिस, नैराश्य आणि मेंदूच्या पेशींचे नाश पावणे याचा परिणाम म्हणजे वेडेपण होय. वास्तविक एकूण मनोविकारांपैकी निम्मे मनोविकार अल्कोहोल, मादक पदार्थ आणि दुखापत या प्रकारात मेंदूला शारीरिक पातळीवर इजा पोहोचल्यामुळे होतात, पण उरलेले निम्मे मनोविकार म्हणजे तर दु:खद कथाच असतात! त्यांपैकी निम्मे रोग मेंदूच्या पेशीत काहीही बदल न घडतासुद्धा होऊ शकतात. कुठेच काही चुकलेले नसते. जेव्हा पोस्टमार्टम करतात तेव्हा अशा लोकांचे मेंदू अगदी सूक्ष्म मायक्रोस्कोपखाली तपासले, तर ते तुमच्या आमच्या मेंदूप्रमाणेच असतात. या पेशी अगदी तुमच्या-माझ्या पेशींइतक्याच निरोगी असतात.

मग ही माणसे वेडी का होतात?

मी हा प्रश्न जगातल्या एका फार मोठ्या मानसोपचार हॉस्पिटलच्या फार मोठ्या मानसोपचार तज्ज्ञांना विचारला. या डॉक्टरांना आत्तापर्यंत त्यांच्या ज्ञानाबद्दल

व अनुभवांबद्दल अनेक बक्षिसे मिळाली होती. त्यांनी मला अगदी खुल्या मनाने स्पष्टपणे सांगितले, "लोक वेडे का होतात याचे कारण मलाही माहिती नाही. खात्रीने कोणीच सांगू शकणार नाही." पण एक मात्र त्यांनी सांगितले की, जे लोक वेडे झाले होते त्यांच्यामध्ये ज्यांना प्रत्यक्षात कधी मोठेपणा मिळाला नाही, तो त्यांनी स्वप्नरंजनात शोधण्याचा प्रयत्न केला होता. त्यांनी मला पुढील गोष्ट सांगितली.

"आत्ता सध्या माझ्याकडे एक अशी पेशंट आहे, जिचा विवाह अत्यंत शोकमय ठरला. तिला प्रेम, प्रणयसुख, मुले आणि सामाजिक मानसन्मान हवा होता, पण आयुष्यातील या अत्यंत साध्या व सर्वसामान्य आशा-आकांक्षांनासुद्धा सुरुंग लागला. तिच्या नवऱ्याचे तिच्यावर प्रेम नव्हते. तो तिच्याबरोबर जेवायलासुद्धा बसत नसे. तिला त्याचे जेवण वरच्या खोलीत नेऊन द्यावे लागत असे. तिला मुले नव्हती. समाजात तिचे काही स्थान नव्हते. त्यातूनच ती वेडी झाली. तिच्या मनावरचे तिचे नियंत्रण सुटले. कल्पनेतच तिने तिच्या नवऱ्याला घटस्फोट दिला आणि स्वतःचे विवाहापूर्वीचे नाव लावायला सुरुवात केली. तिने आता स्वतःचा असा समज करून घेतला आहे की, तिचे इंग्लंडमधील राजघराण्यात लग्न झाले आहे आणि तिचा असा आग्रह आहे की, लोकांनी तिला 'लेडी स्मिथ' असे संबोधावे.

"आणि मुलांच्या बाबतीत तर तिला असे वाटायचे की, प्रत्येक रात्री ती नव्या मुलाला जन्म देते. जेव्हा मी तिला फोन करायचो तेव्हा ती मला सांगायची, "डॉक्टर, कालच मला मूल झाले."

"आयुष्यात तिच्या सगळ्या स्वप्नांचा चक्काचूर झालेला तिने पाहिला होता. जणूकाही एखादे जहाज खडकावर आपटले होते, परंतु या वेडेपणाच्या बेटावरील तिच्या कल्पनेतील तिचे तास तिच्या मनातील कॅनव्हासवरील सुखी संसाराच्या चित्रामध्ये गुंतून पडले होते."

"हे सगळे खूप दुःखद आहे, नाही?"

"मला नाही तसे वाटत." तिचे डॉक्टर मला म्हणाले, "जर हात लांब करून तिचे शहाणपण जपून ठेवणे मला जमले असते, तरी मी तसे केले नसते, कारण सध्या ती पूर्वी होती त्यापेक्षाही सुखी आहे."

ज्या लोकांना 'आपल्याला सगळ्यांनी मोठे म्हणावे, आपली स्तुती करावी' याची प्रचंड भूक असते त्यांच्या बाबतीत तसे झाले नाही, तर त्यांना वेडसुद्धा लागते. अशा वेळी तुम्ही आणि मी जर प्रामाणिकपणे त्यांचे कौतुक करू शकलो, तर केवढे पुण्याचे काम करू शकतो! केवढा मोठा चमत्कार घडवू शकतो!

अमेरिकेतील व्यापाराच्या क्षेत्रात वर्षाला लाख डॉलर्स मिळवणाऱ्या पहिल्या काही लोकांमध्ये चार्ल्स स्क्वॅब होता. (ज्या काळात इन्कमटॅक्स नव्हता आणि आठवड्याला पन्नास डॉलर्स मिळवणारे लोक सुखवस्तू समजले जात होते.) ॲन्ड्र्यू

कार्नेगीने युनायटेड स्टेट्स स्टील कंपनीसाठी १९२१मध्ये स्क्वॅबची अध्यक्ष म्हणून नियुक्ती केली. स्क्वॅब त्या वेळी फक्त अडतीस वर्षांचा होता. (स्क्वॅबने नंतर यू. एस. स्टील सोडली व संकटात सापडलेल्या बेथलेहेम स्टील कंपनीची पुनर्रचना करून तीपण फायद्यात आणली.)

कार्नेगीने स्क्वॅबला वर्षाकाठी लाख डॉलर्स देण्याचे कबूल केले असेल? का? स्क्वॅब खूप हुशार होता म्हणून? नाही. मग इतरांपेक्षा स्टील उत्पादन कसे करायचे हे त्याला अधिक चांगले माहिती होते म्हणून? काहीतरीच काय! स्क्वॅबने स्वत: मला हे सांगितले की, त्याच्यापेक्षासुद्धा अधिक चांगले काम करणारी अनेक माणसे तेथे उपस्थित हाती.

स्क्वॅबने स्वत:च हे रहस्य उलगडून सांगितले की, हा एवढा मोठा पगार त्याला केवळ एवढ्यासाठी मिळत होता, कारण तो कंपनीतील सगळ्या माणसांना कौशल्याने हाताळू शकत होता. त्याच्या स्वत:च्या शब्दांमधले यशाचे हे रहस्य चिरकाल टिकणाऱ्या ब्राँझ धातूमध्ये कोरून सगळीकडे म्हणजे शाळा, ऑफिसेस, दुकाने येथे टांगून ठेवले पाहिजे. ब्राझीलमध्ये पावसाची वार्षिक सरासरी काय? किंवा लॅटीन भाषेतील क्रियापदे व उभयान्वयी अव्यये पाठ करण्यापेक्षा मुलांनी हे समजून घेणे अधिक महत्त्वाचे आहे, कारण हा सुविचार आपण पाळला, तर तुमचे आणि माझे आयुष्य पूर्ण बदलून जाणार आहे.

"मला असे वाटते की, माझ्यामधली खरी ताकद होती, ती कामगारांमधील उत्साह जागृत करण्याची आणि माझी मुख्य क्षमता ही होती की, प्रत्येक माणसाचे कौतुक करून आणि त्याला प्रोत्साहन देऊन त्याच्याकडून अधिकाधिक चांगले काम करून घ्यायचे.'' स्क्वॅबने स्वत: हे सांगितले.

"एखाद्या माणसातील महत्त्वाकांक्षेला सुरुंग लावण्याचे काम कोण करत असेल, तर त्याच्यावर त्याच्या वरिष्ठांकडून होणारी टीका! मी स्वत: कधीच कोणावर टीका केली नाही. कामाच्या बाबतीत उत्तेजन देण्याकडे माझा कल होता. त्यामुळेच माझ्या हाताखालील लोकांमधील चुका शोधण्यापेक्षा त्यांचे कौतुक करण्यावर माझा भर होता. जर मला एखाद्याची एखादी गोष्ट आवडली, तर मी मुक्त मनाने भरभरून त्याची स्तुती करत असे.'' असेही स्क्वॅब म्हणाला.

स्क्वॅबने हे केले आहे, पण सर्वसामान्यपणे सामान्य लोक काय करतात? याच्या अगदी उलट वागतात. त्यांना एखाद्याची एखादी गोष्ट आवडली नाही, तर ते हाताखालच्या लोकांवर असभ्यपणे खेकसतात आणि एखादी गोष्ट त्यांना पटली आणि जरी आवडली, तरी ते ओठ मिटून गप्प बसतात. एक अशी जुनी म्हण आहे, 'फक्त एकदाच माझ्याकडून चूक झाली, पण जगाने मला ते सतत ऐकवले. मी अनेकदा चांगला वागलो, पण त्याबद्दल कोणी चकार शब्दही काढला नाही.'

लोकांशी कसे वागावे याबद्दलची मूलभूत तंत्रे । ६९

स्क्वॅबने आपल्या भाषणात जाहीररीत्या ते सांगितले, "आत्तापर्यंतच्या जगभरातील माझ्या प्रवासात माझा अनेक थोरा-मोठ्यांशी संबंध आला आहे किंबहुना अनेक प्रकारच्या लोकांशी संबंध आला, पण टीका झाल्यामुळे अद्याप कोणीही आपले काम अधिक चांगले केले नाही; त्याउलट कौतुकाची थाप पाठीवर पडल्यामुळेच, प्रोत्साहन मिळाल्यामुळेच कामाची प्रत सुधारली."

असेच स्पष्ट मत दिल्यामुळेच आणि तसे वागल्यामुळेच ॲन्ड्र्यू कार्नेगीचे प्रचंड यश जगाने पाहिले. कार्नेगी त्याच्या अधिकाऱ्यांची जाहीररीत्या व खासगीरीत्यासुद्धा प्रशंसा करीत असे.

कार्नेगीला मृत्यूनंतरसुद्धा त्याच्या सहकाऱ्यांचे कौतुक करायचे होते, म्हणूनच त्याच्या मृत्यूनंतर त्याच्या थडग्यावर पुढील ओळी कोरण्याबद्दल त्याने आदेश देऊन ठेवले होते. तो म्हणतो, 'या दगडाखाली अशा माणसाला पुरले आहे, ज्याला स्वत:भोवती त्याच्यापेक्षा हुशार माणसे कशी जमवावी याचे ज्ञान होते.'

जॉन डी रॉकफेलरसुद्धा त्याच्या हाताखालील माणसांना कौशल्याने हाताळत असे. त्या हाताळण्यामागचे रहस्य होते, त्याने प्रामाणिकपणे केलेले कौतुक! उदाहरणार्थ, एकदा एडवर्ड बेडफोर्ड नावाच्या एका भागीदाराने त्याच्या कंपनीचे लाखो डॉलर्सचे नुकसान केले. दक्षिण अमेरिकेतील एका खरेदीच्या व्यवहारात त्याने खोट आणली, तेव्हा रॉकफेलर त्याला रागावू शकला असता, पण रॉकफेलरला माहिती होते की, बेडफोर्डने खूप प्रामाणिकपणे प्रयत्न केले होते. त्यामुळे झालेल्या नुकसानाबद्दल बोलण्यापेक्षा त्याने एकूण गुंतवणुकीपैकी साठ टक्के पैसे वाचवल्याबद्दल त्याचे अभिनंदन केले. रॉकफेलर म्हणाला, "हे उत्तमच झाले, कारण सदासर्वकाळ आपण वरच्याच पायरीवर असू असे घडणे अशक्य आहे."

माझ्याकडे काही गोष्टींची क्षणचित्रे आहेत. मला माहीत आहे की त्यांपैकी काही कधीही न घडलेल्या कथा आहेत, पण त्या कथा सत्य सांगतात. त्यांपैकी एक मी तुम्हाला सांगतो. ही एका शेतकरी महिलेच्या उद्वेगाची गोष्ट आहे. एक शेतात काम करणारी महिला दिवसभर काबाडकष्ट करून थकली होती. एके दिवशी तिच्या मनात काही वेगळेच आले. तिने तिच्या घरातल्या माणसांसमोर जेवणाऐवजी गवताचा चारा ठेवला. सगळी पुरुष मंडळी संतापली व तिच्यावर खेकसून म्हणाली, "तुला काय वेडबिड लागले आहे का?" त्यावर ती शांतपणे म्हणाली, "गेली एकवीस वर्षे मी तुम्हाला चांगले-चुंगले करून घालते, पण एकदाही तुम्हाला त्याची पोचपावती का नाही द्यावीशी वाटली?"

"बायका घर सोडून का जातात?" या विषयाचा अभ्यास काही वर्षांपूर्वी केला गेला. तेव्हा कोणते सत्य बाहेर पडले? तर "गुणांचे कौतुक केले गेले नाही", 'कामाची पोचपावती नाही' आणि माझी खात्री आहे की, पुरुष बायकांना सोडून का

निघून जातात याचाही जर अभ्यास केला गेला असता, तरी हेच कारण पुढे आले असते. आपण नेहमीच आपल्या जोडीदाराला गृहीत धरतो. इतके की, आपल्या कोणत्याच वागण्यातून असा संदेश त्याच्यापर्यंत पोहोचत नाही की, आपल्याला त्याचा अभिमान वाटतो.

आमच्या क्लासमध्ये दाखल झालेल्या एका विद्यार्थ्याने त्याच्या बायकोने त्याला केलेल्या विनंतीबद्दल सांगितले. त्याची बायको आणि तिच्या काही मैत्रिणी यांनी एका 'व्यक्तिमत्त्व विकास' शिबिरात भाग घेतला होता. शिबिर संपून घरी आल्यानंतर तिने तिच्या नवऱ्याला विनंती केली की, त्याने तिच्यामधील अशा सहा गोष्टी सांगाव्यात की, ज्यामध्ये तिला उत्तम पत्नी बनण्यासाठी सुधारणा करणे गरजेचे आहे. त्याने क्लासमध्ये पुढे सांगितले, "या विनंतीमुळे मी गांगरून गेलो. स्पष्टपणे सांगायचे, तर अशा सहा गोष्टींची यादी करणे माझ्यासाठी काहीच अवघड नव्हते. तिच्यात काही बदल झाले असते, तर मलाही ते आवडले असते. कदाचित माझ्यातही बदल करण्याजोग्या हजार गोष्टींची यादी बनू शकली असती; पण मला असे काही करायचे नव्हते. म्हणून मी तिला म्हणालो, मला तुझ्या या विनंतीचा विचार करावा लागेल आणि उद्या सकाळी मी तुला उत्तर देऊ शकेन.

"दुसऱ्या दिवशी सकाळी मी भल्या पहाटे उठलो आणि फूलवाल्याला फोन करून सांगितले की, ताबडतोब सहा लाल गुलाबाची फुले छान बांधणी करून माझ्या पत्नीला पाठवा आणि त्यासोबत अशी चिठ्ठी लिहा, 'तू बदलाव्यास अशा सहा गोष्टी मला दिसत नाहीत. तू जशी आहेस तशीच मला आवडतेस.'

"त्या संध्याकाळी मी घरी पोहोचलो तेव्हा तुमचा काय अंदाज आहे की काय घडले असेल? मी आल्याबरोबर माझ्या बायकोने धावत येऊन मला मिठी मारली. त्या वेळी तिच्या डोळ्यांमध्ये आनंदाश्रू तरळत होते. तुम्हाला हे सांगायची गरज नाही की, मी तिच्यावर तिच्या विनंतीनुसार टीका केली नाही, ही मी एक शहाणपणाची गोष्ट केली होती.

"त्याच्या पुढच्या रविवारी त्या सगळ्या बायका चर्चमध्ये जमल्या तेव्हा साहजिकच त्यांच्यावरील टीकेबाबतची चर्चा झाली. माझ्या पत्नीने तिचा जो अनुभव सांगितला ते ऐकून सगळ्याच भारावून गेल्या. त्या मुद्दाम मला भेटायला आल्या व माझ्या कनवाळूपणाबद्दल त्यांनी मला अभिवादन केले. त्या वेळी दुसऱ्याचे कौतुक करण्याचे किती महत्त्व आहे, याची मला जाणीव झाली."

फ्लॉरेन्स झिगफेल्ड हा एक नेत्रदीपक यश मिळवलेला, सिनेमाक्षेत्रातील निर्माता होता. अमेरिकन मुलींना देदीप्यमान यश मिळवून देण्याबद्दलची त्याची ख्याती होती. तो एका पाठोपाठ एक अशा काही अतिसामान्य मुलींना हिरॉईन्स म्हणून चित्रपटात घेत असे की, ज्यांच्याकडे दुसऱ्यांदा पाहण्याची कोणाला इच्छाही

होत नसे; परंतु सध्याच्या भाषेत सांगायचे तर, तो त्यांचा असा काही मेकओव्हर करत असे की, त्यांचे रूपच पालटून जाई. त्यांना पडद्यावर तो इतक्या मादक आणि गूढ पद्धतीने सादर करीत असे की, लोकांचा विश्वास बसत नसे. याचे कारण असे होते की, समोरच्याला प्रोत्साहन देण्याने व त्याच्यातील आत्मविश्वास जागृत केल्यामुळे किमया घडते, हे त्याला माहिती होते. त्याच्या कनवाळूपणामुळे आणि साहसामुळे त्या बायका पडद्यावर खूप सुंदर दिसत. तो अत्यंत व्यवहारी होता. समूहगायन करणाऱ्या मुलींचे पगारसुद्धा त्याने आठवड्याला तीस डॉलर्सवरून पावणे दोनशे डॉलर्सवर आणले. याच्यामध्ये स्त्रीदाक्षिण्यही होते. तो त्याच्या प्रत्येक शोच्या शुभारंभाला त्याच्या चित्रपटात काम करणाऱ्या प्रत्येक छोट्या आर्टिस्टलासुद्धा तार पाठवून बोलवत असे व गुलाबाची फुले देऊन त्यांचे स्वागत करत असे.

एकदा मी असाच उपवास करण्याच्या खुळचट कल्पनेला बळी पडलो आणि सहा दिवस व सहा रात्री अन्नाशिवाय काढले. ते अवघड होते, पण आश्चर्याची गोष्ट म्हणजे पहिल्या दिवशी रात्री मी जेवढा भुकेलेला होतो त्यापेक्षा कमी भुकेलेला मी शेवटच्या दिवशी रात्री होतो आणि तुम्हाला जसे वाटते तसेच मला जाणवते की, ज्या लोकांना आपण आपल्या कुटुंबाला उपाशी ठेवण्याचा गुन्हा केल्याबद्दल अपराधीपण वाटते, त्यापेक्षा अधिक गुन्हेगार तर ते तेव्हा असतात जेव्हा ते त्यांच्या कुटुंबाला सहा दिवस, सहा आठवडे किंवा कदाचित साठ वर्षं कौतुकापासून वंचित ठेवतात. त्यांच्या कष्टाचे चीज करत नाहीत. कौतुकाने, प्रेमाने त्यांच्या पाठीवर थोपटत नाही.

अल्फ्रेड लुंट हा त्याच्या काळातील फार मोठा नट होता. जेव्हा 'रियुनियन इन व्हिएन्ना' या चित्रपटात तो काम करत होता तेव्हा तो म्हणाला, "मला त्या वेळी सगळ्यात जास्त कशाची गरज होती, तर माझा स्वाभिमान गोंजारण्याची."

आपण आपल्या मुलांचे, मित्रमैत्रिणींचे, कामगारांचे शारीरिक चोचले पुरवण्यावर भर देतो, पण त्यांचा स्वाभिमान जपण्यासाठी काय करतो? त्यांना ऊर्जेचा सतत पुरवठा व्हावा म्हणून आपण त्यांना बटाटे, मटण, चिकन वगैरे देतो; पण जे त्यांच्या मनामध्ये अधिक काळ एखाद्या सुमधुर संगीताप्रमाणे रेंगाळत राहतील असे चार गोड कौतुकाचे शब्द आपण त्यांच्याशी बोलत नाही .

पॉल हार्वेने त्याच्या रेडिओवरील प्रोग्रॅममध्ये 'दि रेस्ट ऑफ दि स्टोरी' नावाची एक अत्यंत भावुक गोष्ट सांगितली होती. खूप वर्षांपूर्वी डेट्रॉईटमधील एका शिक्षिकेने स्टिव्ही मॉरीसला वर्गामधील एक उंदीर पकडण्यास मदत करायला सांगितले. तुमच्या लक्षात आले का, त्या शिक्षिकेने स्टिव्हीला मिळालेल्या दैवी देणगीवर किती विश्वास टाकला? कारण तुमचा विश्वास बसणार नाही, पण स्टिव्ही मॉरीस आंधळा होता, पण त्याच्या बदल्यात निसर्गाने त्याला उत्तम प्रतीचे कान बहाल केले होते; पण केवळ त्या शिक्षिकेलाच त्या गोष्टीचे महत्त्व जाणवले होते.

त्या गोष्टीला फार वर्षे झाली, पण स्टिव्ही मॉरीस जो सत्तरीच्या दशकातला फार मोठा पॉप सिंगर होऊन गेला व गीतकार म्हणूनही त्याने नाव कमावले तो सांगतो की, त्या वेळी त्या शिक्षिकेने माझ्यावर जो विश्वास टाकला, त्यामुळेच माझे 'स्टिव्ही वंडर' नावाचे शोज यशस्वी झाले.

होय, लोकांना ओळखण्यासाठी स्तुती अर्थातच क्वचितच उपयोगी ठरते. स्तुती ही उथळ असते, ती स्वार्थी हेतूने केलेली असते व ती प्रामाणिक नसते. त्यामुळे ती अपयशच देते आणि ते तसेच असावे. हे खरे आहे की, काही लोक दोन गोड शब्दांचे इतके भुकेलेले असतात, तहानलेले असतात की, ते काहीही गिळायला तयार होतात. जसा एखादा खूप दिवसांपासून उपाशी असलेला माणूस चारा आणि किडेही खायला तयार असतो.

राणी व्हिक्टोरियासुद्धा स्तुतीची खूप भुकेली होती. पंतप्रधान डिझारेलीनी हे कबूल केले की, राणीबरोबर वागताना ही गोष्ट मनात घोळवूनच ते वागत असत. त्यांच्याच शब्दात सांगायचे तर ते म्हणत, "मी राणीला नेहमीच लोणी लावत असे." परंतु डिझारेली हा अत्यंत कौशल्यपूर्ण परिस्थिती हाताळणारा, सखोल विचारांचा आणि अदबशीर असा पंतप्रधान होऊन गेला, ज्याने ब्रिटिश साम्राज्यावर अति दूरपर्यंत राज्य केले. तो अत्यंत बुद्धिमान होता. त्याला ज्या गोष्टींचा फायदा झाला त्याचा तुम्हाला किंवा मला होईल असेही नाही. अधिक काळाचा विचार केला, तर अशी खोटी स्तुती हानिकारकच ठरेल. स्तुती ही खोटी असते. बनावट नोटांप्रमाणेच असते. खोट्या पैशांप्रमाणेच खोटी स्तुती आपल्याला संकटात ढकलते. जरी क्वचित तुम्ही एखादे वेळेस यशस्वी झालात, तरी सदा सर्वकाळ असे घडत नाही!

कौतुक आणि स्तुती यामधील फरक काय? सोप्पे आहे! पहिले प्रामाणिक आहे आणि नंतरचे अप्रामाणिक आहे. कौतुक थेट तुमच्या हृदयातून येते, तर स्तुती म्हणजे निव्वळ तोंडाच्या वाफा दवडणे असते. कौतुक नि:स्वार्थी मनाने केलेले असते, तर स्तुती नेहमी स्वार्थी हेतूनेच केली जाते. कौतुक सर्वत्र वंद्य असते, तर स्तुती सर्वत्र निंद्य असते.

नुकताच मी मेक्सिको शहरातील चॅपुल्टेपेक येथील राजवाड्यात मेक्सिकन हिरो जनरल अल्व्हॅरा ओब्रेगॉन याचा अर्धपुतळा पाहिला. या पुतळ्याच्या खाली जनरल ओब्रेगॉनचे जे तत्त्वज्ञान होते, त्यामधील काही वाक्ये कोरली होती. ती अशी, 'तुमच्यावर हल्ला करणाऱ्या शत्रूला घाबरू नका. तुमची स्तुती करणाऱ्या मित्रांपासून मात्र जपून राहा.'

किंवा जॉर्ज पंचम यांची सहा विशेष तत्त्वे होती, जी त्यांनी त्यांच्या बकिंगहॅम पॅलेसच्या भिंतीवर रंगवून ठेवली होती. त्यातील एक सुविचार होता, 'मला इतरांची

खोटी स्तुती करण्यापासून परावृत्त होऊ दे आणि इतरांकडून खोटी स्तुती ऐकण्यापासून मला आनंद होऊ देऊ नको.' त्यांच्या मते स्तुती म्हणजे हलक्या दर्जाचा गुणगौरव! एकदा मी 'स्तुती' या शब्दाची योग्य व्याख्या ऐकली होती ती अशी की, 'स्तुती म्हणजे समोरच्या माणसाला त्याच्याच शब्दांत त्याला स्वत:बद्दल काय वाटते ते सांगणे.'

जर आपण एकमेकांची स्तुतीच करू लागलो, तर आपण सगळेच मानवी नातेसंबंध जपण्यात प्रवीण होऊ.

जेव्हा आपल्यासमोर एखादी निश्चित समस्या नसते, तेव्हा सहसा आपण आपला पंचाण्णव टक्के वेळ स्वत:विषयी विचार करण्यात घालवतो. आता जर आपण स्वत:विषयी विचार करणे थांबवले आणि इतर माणसांमधील चांगल्या गुणांचा विचार केला, तर आपल्याला दुसऱ्यांची खोटी-खोटी वारेमाप स्तुती करण्याची गरज पडणार नाही. कारण आपल्या तोंडातून शब्द बाहेर पडण्यापूर्वी आपल्याला ते मनोमनी पटलेले असतील.

आपल्या रोजच्या दैनंदिन दिनक्रमात आपण सगळ्यात जास्त दुर्लक्ष कशाकडे करत असू, तर ते गुणग्राहकतेकडे! आपल्या मुलाने किंवा मुलीने प्रगतिपुस्तक घरी आणले व त्यामध्ये चांगले मार्क्स दिसले, तरी आपण त्यांचे कौतुक करत नाही. जेव्हा आपली मुले पहिल्यांदा केक भाजण्यात किंवा पक्ष्यांचे घरटे बनवण्यात यशस्वी होतात तेव्हा आपण त्यांना प्रोत्साहन देत नाही.

पुढच्या वेळेस जेवताना तुम्हाला मटणाचा एखादा खूप चांगला पीस मिळाला तर त्या बावर्चीचे एका शब्दाने तरी कौतुक करा की, 'जेवण छान बनले होते.' तसेच एखाद्या थकलेल्या विक्रेत्याने तुम्हाला अधिक चांगली वागणूक दिली, तर त्याला तसे जरूर म्हणा.

प्रत्येक मंत्री आणि व्याख्याता किंवा जाहीर भाषणे ठोकणारा वक्ता या सगळ्यांनाच हा अनुभव असतो की, श्रोत्यांनी जर प्रोत्साहनपर प्रतिसाद दिला नाही, तर ते किती खचतात! अर्थात हीच गोष्ट दुकानांमध्ये, ऑफिसेसमध्ये, फॅक्टरीजमध्ये, मित्रमैत्रिणींमध्ये आणि कुटुंबातसुद्धा लागू पडते. आपल्या वैयक्तिक नातेसंबंधात आपण हे कायम लक्षात ठेवले पाहिजे की, आपल्याशी निगडीत असलेले सगळेच जण हे मानव आहेत आणि त्या सगळ्यांना पाठीवर कौतुकाची थाप पडण्याची भूक आहे आणि सगळ्यांनी आनंद उपभोगणे हा कायदेशीर हक्क आहे.

तुम्ही रोज ज्यांना-ज्यांना भेटता त्यांचा निरोप घेताना कृतज्ञतेचा एक धागा मागे सोडून बघा आणि मग बघा की, त्या धाग्यामधूनच मैत्रीची व प्रेमाची फुले कशी उमलतात! ती तुम्हाला परत भेटीचे निमंत्रण देतील.

कनेक्टीकट, न्यू फेअरफिल्डमधील पामेला डनहॅम हिच्या कामाच्या ठिकाणी ज्या काही अनेक जबाबदाऱ्या होत्या त्यातलीच एक जबाबदारी म्हणजे द्वारपालावर

लक्ष ठेवणे; पण तो द्वारपाल त्याचे काम अगदी वाईट करत होता. इतर सगळे कामगार त्याची खूप चेष्टा मस्करी करायचे आणि हे सगळे इतके त्रासदायक होते की, त्यांच्या कामाचा चांगला वेळ त्यामुळे बरबाद होत असे.

पामेलाने या माणसाला अनेकदा अनेक प्रकारे सांगून पाहिले. तिच्या असे लक्षात आले की, काही वेळेस तो त्याचे काम चांगलेही करत असे. मग जेव्हा तो त्याचे काम चांगले करीत असे तेव्हा पामेला इतरांसमक्ष त्याचे खूप कौतुक करत असे. त्यामुळे त्याचे काम दिवसेंदिवस सुधारू लागले आणि थोड्याच दिवसांत तो त्याच्या कामात प्रवीण झाला. लोकही आता त्याचे कौतुक करू लागले. टीका आणि टिंगलटवाळी करण्यापेक्षा प्रामाणिकपणे कौतुक केल्यामुळे त्याचे निश्चितच खूप चांगले फळ मिळाले.

लोकांच्या भावना दुखावण्याने त्यांच्यात कधीच सुधारणा होत नाही. पूर्वीची एक म्हण आहे, जी मी माझ्या आरशावर कापून चिकटवून ठेवली आहे. तिच्यावर रोज नजर टाकल्याशिवाय मी बाहेरच पडू शकत नाही:

मी या मार्गाने फक्त एकदाच जाणार आहे. जे-जे काही चांगले, उदात्त, उन्नत, दयाळूपणाचे आहे, ते-ते सगळे मला माझ्या इतर सहप्रवाशांबरोबर वाटून घेऊ दे. माझे त्यांच्याकडे दुर्लक्ष व्हायला नको किंवा मी त्यांच्यात भेदभाव करायला नको, कारण मी या मार्गाने पुन्हा येणार नाही.

इमर्सन म्हणतो, ''मला भेटणारा प्रत्येक माणूस हा माझ्यापेक्षा कुठल्या ना कुठल्या प्रकारे अधिक चांगल्या दर्जाचा असतो. मी हे सुरुवातीलाच लक्षात घेतो.''

जर इमर्सनच्या बाबतीत असे घडते, तर आपल्या बाबतीत ते हजार पटीने अधिक वेळा घडते. आपण आता स्वतःच्या हुशारीचा, कौशल्याचा, गरजांचा विचार करणे सोडून देऊ. त्याच्याऐवजी आपण इतरांमधील गुण शोधून काढून खोटी स्तुती करणे विसरून जाऊ. समोरच्याचे प्रामाणिकपणे कौतुक करू. 'त्यांच्या गुणांबद्दल बोलताना हातचे काही राखून ठेवणार नाही. मुक्त मनाने त्यांचे कौतुक करू.' त्यामुळे लोकांनासुद्धा तुमचे बोलणे खूप आवडेल. एखाद्या खजिन्याप्रमाणे तुमचे बोलणे ते जपून ठेवतीलच, पण तुम्ही जरी त्यांना विसरलात, तरी ते तुम्हाला कायम लक्षात ठेवतील.

इतरांचा प्रामाणिकपणे गुणगौरव करा
आणि मुक्तपणे त्यांचे कौतुक करा.

१०

जो हे करू शकतो त्याच्याबरोबर सगळे जग असते अन् जो हे करू शकणार नाही त्याचा मार्ग एकला असेल

मी उन्हाळ्यामध्ये मेन या प्रांतात नेहमी मासेमारी करायला जातो. मला स्वत:ला स्ट्रॉबेरीज आणि क्रीम खायला खूप आवडते, पण मला माहीत आहे की, काही विशेष कारणासाठी माशांना मात्र किडेच खायला आवडतात. म्हणून मासेमारी करायला जाताना मला काय आवडते याचा विचार न करता माशांना काय आवडते याचाच मी विचार करतो. माझ्या मासेमारी करण्याच्या गळाच्या काठीच्या हुकला मी स्ट्रॉबेरीज आणि क्रीम न लटकवता किडे, नाकतोडे वगैरे अडकवतो व माशांना आकर्षित करण्यासाठी पाण्यात काठी धरतो व म्हणतो, "घ्या, तुम्हाला हेच आवडते ना!"

मी मासेमारी करताना जसे व्यावहारिक चातुर्य दाखवतो, तसेच चातुर्य माणसांच्या बाबतीत का वापरू नये?

पहिल्या महायुद्धाच्या वेळी ग्रेट ब्रिटनचा पंतप्रधान लॉईड जॉर्ज याने हेच तत्त्व वापरले. जेव्हा त्याला कोणीतरी विचारले की, विल्सन ऑरलेंडो, क्लेमेनन्स हे सगळे नेते निष्प्रभ ठरले, पण जॉर्जने लोकांवर इतका प्रभाव कसा पाडला? त्यावर जॉर्जने सांगितले, "मी सत्तेवर अनेक वर्षे राहिलो याचे श्रेय एकाच गोष्टीला जाते. ते म्हणजे कोणत्या माशासाठी कोणता गळ वापरायचा व त्याच्या हुकला काय लटकवायचे याबद्दल मी केलेला अभ्यास."

आपल्याला काय आवडते याबद्दल कशाला बोलायचे? ते फारच बालिशपणाचे आहे, निरर्थक आहे; अर्थात तुमच्या खास आवडीनिवडी असू शकतात. तुम्ही

त्यापासून सदा-सर्व काळ आनंद उपभोगू शकता! पण ते तुमच्यापर्यंतच ठेवा, कारण तुमच्या सभोवतालची माणसेसुद्धा तुमच्यासारखीच असतात. त्यांच्या आवडीनिवडीसुद्धा खास वेगळ्या असू शकतात आणि त्यांनाही त्या जोपासायच्या असतात.

म्हणून या पृथ्वीवरच्या लोकांवर प्रभाव टाकण्याचा एकच मार्ग आहे व तो म्हणजे लोकांना ज्या विषयात रुची आहे त्याबद्दलच बोला आणि त्यांना जे हवे आहे ते देण्याचा प्रयत्न करा.

उद्या तुम्हाला एखाद्याकडून एखादी गोष्ट करून घ्यायची असेल, म्हणजे उदाहरणार्थ, तुमच्या मुलाने सिगरेट ओढू नये असे तुम्हाला वाटत असेल, तर त्याला उपदेशाचे डोस पाजण्याच्या भानगडीत पडू नका किंवा तुम्हाला काय हवे आहे ते त्याला सांगायला जाऊ नका. फक्त त्याला एवढेच दाखवा की, सिगरेट ओढण्यामुळे तो बास्केटबॉलच्या टीममध्ये खेळू शकणार नाही. शंभर मीटर धावण्याच्या शर्यतीत भाग घेऊ शकणार नाही.

हीच गोष्ट सगळ्या ठिकाणी लागू पडते. मग तुम्ही मुलांशी बोला किंवा गायीच्या वासरांशी बोला किंवा चिंपांझीबरोबर बोला. उदाहरणार्थ, एक दिवस राल्फ बाल्डो इमर्सन आणि त्याचा मुलगा एका गायीच्या वासराला बळजबरीने धान्याच्या कोठारात शिरायला भाग पाडत होते. सर्वसामान्यपणे लोक जी चूक करतात तीच चूक ते करत होते. ती म्हणजे ते फक्त त्यांना काय वाटते याचा विचार करत होते. इमर्सन त्या वासराला ढकलत होता आणि त्याचा मुलगा त्या वासराला ओढत होता आणि ते वासरू? ते त्याला जे हवे तेच करत होते. त्या वासराला हिरव्या कुरणात चरायचे होते, त्यामुळे ते गवतात घट्ट पाय रोवून विरोध करत होते. एक आयरीश मोलकरीण दुरून हे अथक प्रयत्न पाहत होती. तिने ना कधी विद्वत्तापूर्ण पुस्तके लिहिली होती ना तिला मोठमोठे निबंध वाचता येत होते, पण अशा प्रसंगी लागणारे व्यवहारचातुर्य मात्र तिच्याकडे होते; जे इमर्सनकडे नव्हते! ती जवळ आली. तिने आपली करंगळी वासराच्या तोंडात घातली. त्याला तिचे बोट चोखू दिले आणि त्याच वेळी त्या वासराला हळुवारपणे गोदामात नेले.

आपल्या जन्मापासून केलेली आपली प्रत्येक कृती ही आपल्याला त्यापासून काहीतरी मिळण्याच्या हेतूने केलेली असते. तुम्ही रेड क्रॉस सोसायटीमध्ये रक्तदान करता तेसुद्धा मनात हा हेतू ठेवून की, आपल्याला गरज पडेल तेव्हा आपल्याला रक्त मिळेल.

काही वेळेस तुम्ही एखाद्या निधीला साहाय्य करता, सामाजिक कार्यासाठी वर्गणी देता, ते कोणत्या भावनेतून? तर अनेकदा तुम्ही नकार देऊ शकत नाही! काही वेळेस तुम्हाला 'नाही' म्हणायची लाज वाटते! किंवा तुमच्या एखाद्या

गिऱ्हाइकाला खूश करण्यासाठी तुम्ही तसे करता. कारणे काहीही असली, तरी काहीतरी लाभ मिळविण्याच्या हेतूने तुम्ही मदत करता. काही वेळेस एखाद्या संस्थेत पद मिळते, तर काही वेळेस तेथील एखाद्या हॉलला तुमच्यापैकी कोणाचे नाव दिले जाते.

'इन्फ्लुअन्सिंग ह्युमन बिहेविअर' या नवी दृष्टी देणाऱ्या पुस्तकात हॅरी ओव्हरस्ट्रीट म्हणतो, 'आपली मूलभूत इच्छा-आकांक्षा जी असते तिच्यामुळे प्रेरित होऊन आपण एखादी कृती करतो. एखादी गोष्ट करण्यासाठी आपले मन वळवणारी व्यक्ती आपल्याला वेळोवेळी सल्ले देते. हे सगळीकडे घडते. म्हणजे धंद्याच्या ठिकाणी, व्यवसायात, शाळेत, दुकानात, घरी, फॅक्टरीत, राजकारणात असे सगळीकडेच! जी व्यक्ती समोरच्याच्या मनात एखाद्या गोष्टीबद्दल, ती मिळवण्याबद्दल औत्सुक्यपूर्ण गरज निर्माण करेल त्या व्यक्तीबरोबर सगळे जग असते आणि ज्याला हे करणे जमत नाही, त्याचा मार्ग एकला असतो.

ॲन्ड्र्यू कार्नेगी हा गरिबीने गांजलेला एक तरुण होता, ज्याने दर तासाला दोन सेंट्सप्रमाणे काम करायला सुरुवात केली होती. मात्र पुढील आयुष्यात तो इतका यशस्वी झाला की, त्याच्याकडे ३६५ मिलिअन डॉलर्स एवढी संपत्ती होती. लोकांवर प्रभाव कसा टाकायचा हे तंत्र तो फार लहान वयात शिकला. लोकांना हवे असलेलेच तो बोलत असे. त्याने शालेय शिक्षण फक्त चार वर्षे घेतले, पण लोकांना कसे हाताळायचे याचे कौशल्य त्याच्याकडे होते.

इमर्सनने स्वत:च याबद्दल एक गंमतशीर गोष्ट सांगितली आहे. कार्नेगीची मेहुणी तिच्या दोन मुलांवर वैतागली होती. ती मुले येल शहरात राहत होती व स्वत:च्या कामात इतकी गर्क होती की, आईकडे मुळीच लक्ष देत नव्हती. आईने अजिजीने लिहिलेल्या पत्रांना उत्तरेसुद्धा पाठवत नव्हती.

कार्नेगीने हे सगळे पाहिल्यावर एक पैज लावली की, 'पत्र पाठवा' हे शब्दही न लिहिता मुलांना मी उलट टपाली पत्र पाठवायला लावतो की नाही ते पाहा. ही शंभर डॉलर्सची पैज एका नातेवाइकाने स्वीकारली. मग कार्नेगीने आपल्या दोन्ही भाच्यांना छान मजेदार पत्रे लिहिली आणि त्यात मुद्दामच असे लिहिले की, तो दोघांसाठीही पाच-पाच डॉलर्सच्या दोन नोटा पाठवत आहे. नंतर जाणूनबुजूनच त्याने पाकिटात नोटा घातल्या नाहीत व पत्र पाठवून दिले.

उलट टपाली दोन्ही भाच्यांची पत्रे आली. त्यात त्यांनी 'डिअर ॲन्ड्र्यू अंकल' अशी सुरुवात करून नोटांबद्दल आभार मानले होते. पुढचे पत्र तुम्ही तुमच्या चॉइसप्रमाणे पूर्ण करू शकता.

आमच्या कोर्ससाठी येणाऱ्या ओहिओ येथील क्वीन्सलँडमध्ये राहणाऱ्या स्टॅन नोव्हाकने मन वळविण्याच्या बाबतीतील आणखी एक मजेदार गोष्ट सांगितली.

एके दिवशी संध्याकाळी तो कामावरून घरी आला. पाहतो तर काय, त्याचा लहान मुलगा टीम जमिनीवर पाय आपटत किंचाळत होता. त्याला बालवाडीमध्ये जायचे नव्हते आणि त्यासाठी तो त्याचा निषेध नोंदवत होता. स्टॅनची सर्वसाधारण प्रतिक्रिया काय झाली असती, तर त्याने त्याला खोलीत बंद करून ठेवले असते व 'ते काही नाही! शाळेत जावेच लागेल!' असे बजावले असते; पण त्या रात्री स्टॅनला आतूनच हे जाणवले की, याचा काही उपयोग नव्हता, कारण यामुळे बालवाडीची शाळा कशी चांगली होती, हे त्याला समजणार नव्हते. स्टॅन शांतपणे बसला व त्याने विचार केला, 'जर मी टीमच्या जागी असतो, तर मला तरी शाळेत जाण्याबद्दल उत्सुकता कशी वाटली असती?' मग त्याने व त्याच्या बायकोने मिळून बालवाडीत असणाऱ्या मजेदार गोष्टींची यादी केली. त्या यादीमध्ये बोटे रंगवणे, गाणी गाणे, नवीन मित्र बनवणे अशा गोष्टी होत्या. आता त्यांनी कृतीला सुरुवात केली. तो पुढे म्हणाला, ''त्यानंतर मी, माझा मोठा मुलगा बॉब आणि माझी बायको लील आम्ही तिघे डायनिंग टेबलाभोवती बसलो व आमच्या बोटांवर चित्रे काढण्यास सुरुवात केली. आम्ही खूप मजेत हा खेळ खेळत होतो. कोपऱ्यातून टीम हे सगळे डोकावून पाहत होता. शेवटी न राहवून उडी मारून तो आमच्यात आला व आर्जवे करू लागला, ''मलापण तुमच्यात घ्या.'' आम्ही म्हटले, ''छे छे! हे फक्त शाळेतच शिकवतात, त्यामुळे तुला कसे येणार? त्यासाठी तुला शाळेतच जावे लागेल.'' हळूहळू मी यादीतील सगळ्याच गोष्टींची त्याला ओळख करून दिली. दुसऱ्या दिवशी सकाळी मी उठलो तेव्हा मला वाटले की, मीच प्रथम उठलो, पण खाली जाऊन पाहतो तर टीम माझ्याआधी उठून हॉलमधील खुर्चीवर बसला होता. मी त्याला विचारले, ''तू येथे काय करतोयस?'' त्यावर तो म्हणाला, ''मी बालवाडीत जाण्याची वाट पाहतो आहे. मला उशीर करायचा नाहीये.'' आमच्या संपूर्ण कुटुंबाने त्याच्या मनात बालवाडीविषयी इतकी उत्सुकता निर्माण केली होती की, अधिक काही चर्चा, रागावणे किंवा धमक्या या कशाचीच गरज उरली नव्हती.''

उद्या जर तुम्हाला कोणाचे मन वळवायचे असेल व कोणाकडून काही करून घ्यायचे असेल, तर बोलण्यापूर्वी जरा थांबा आणि स्वतःला प्रश्न विचारा, 'मी या माणसाच्या मनात ही गोष्ट करण्याची इच्छा कशी निर्माण करू शकतो?'

या प्रश्नामुळे घाईघाईने एखादी कृती करण्यापासून व निरर्थक वायफळ गप्पा मारण्यापासून आपण स्वतःला थांबवू शकतो.

एकदा न्यूयॉर्कमधील एका चांगल्या हॉटेलमधील बॉलरूम मी वीस रात्रींसाठी प्रत्येक वर्षी भाड्याने घ्यायचे ठरवले होते. तेथे मी माझ्या व्याख्यानांचे सत्र सुरू करणार होतो.

त्या वर्षीच्या सुरुवातीलाच मला अचानकपणे सांगण्यात आले की, मला मागच्या वर्षीच्या तिप्पट भाडे अधिक द्यावे लागणार होते. ही बातमी माझ्यापर्यंत पोहोचली तेव्हा माझी तिकिटे छापून झाली होती आणि वाटूनही झाली होती आणि सगळ्या जाहिरातीसुद्धा देऊन झाल्या होत्या.

साहजिकच हे वाढीव भाडे देण्याची माझी इच्छा नव्हती. अन् मला काय हवे होते ते हॉटेल-मालकाला सांगूनही काही उपयोग नव्हता, कारण शेवटी त्याची इच्छा त्याच्यासाठी जास्त महत्त्वाची असणार होती. म्हणून दोन दिवसांनी मी हॉटेलच्या मॅनेजरला भेटलो.

मी त्याला म्हणालो, "तुमचे असे पत्र वाचून मला मोठा धक्का बसला, पण त्याबद्दल मी तुम्हाला दोष देणार नाही. मी जर तुमच्या जागी असतो, तर मीसुद्धा हेच केले असते. मीसुद्धा असेच पत्र लिहिले असते. मॅनेजर म्हणून काम करताना हॉटेलचा जास्तीतजास्त फायदा कसा होईल हे पाहणे तुमचे कर्तव्यच आहे. जर तुम्ही असे केले नाही, तर तुमचे वरिष्ठ तुम्हाला रागावतील आणि रागवायलाच पाहिजे; पण तरीही मला असे वाटतेय की, आपण असे करू या की, कागद-पेन्सिल घेऊन भाडेवाढ करण्यामुळे होणारे फायदे व तोटे आपण लिहून काढू या."

मग मी लेटरहेड घेतले. मधोमध एक रेष काढली आणि दोन कॉलम्स करून फायदे व तोटे असा वर मथळा लिहिला.

फायदे या मथळ्याखाली मी लिहिले की, बॉलरूम फुकट! "तुम्हाला हा फायदा आहे की, बॉलरूम तुम्ही डान्ससाठी केव्हाही भाड्याने देऊ शकता. व्याख्यानांसाठी हॉल जेवढे कमावणार त्यापेक्षा अधिक पैसे हॉल डान्ससाठी भाड्याने दिला, तर मिळतील. जर मी बॉलरूमशी वीस रात्रींसाठी टायअप केले, तर मात्र तुमचा फार मोठा धंदा तोट्यात जाईल.

"आता आपण तोट्यांचा विचार करू. सगळ्यात महत्त्वाची गोष्ट म्हणजे तुम्ही माझ्याकडून अधिक फायदा मिळवू पाहत आहात, पण मी तुम्हाला तेवढे भाडे देऊच शकत नाही, त्यामुळे मला माझी क्लासची जागा बदलावी लागेल.

"तुम्हाला यामुळे दुसरा तोटा होईल तो असा की, माझ्या व्याख्यानांना समाजातील उच्चभ्रू, सुशिक्षित वर्ग येतो. साहजिकच त्यामुळे तुमच्या हॉटेलची जाहिरात होते. हो ना? खरेतर वर्तमानपत्रात पाच हजार डॉलर्स खर्च करून जाहिरात देण्यानेसुद्धा एवढ्या लोकांचे पाय तुमच्या हॉटेलकडे वळणार नाहीत, जेवढे माझ्या व्याख्यानांमुळे वळतात. यामुळे हॉटेलची योग्यता वाढते. हे खरे ना?"

बोलत असतानाच तोटे या सदरात मी हे दोन मुद्दे लिहिले आणि तो कागद

मॅनेजरच्या हातात दिला आणि त्याचा अंतिम निर्णय काय ठरतो, ते कळवण्यास सांगितले.

दुसऱ्या दिवशी मला त्यांचे पत्र मिळाले की, माझे भाडे जे पूर्वी त्यांनी तीनशे टक्क्यांनी वाढवले होते, ते रद्द करून आता ते पन्नास टक्क्यांनी वाढवले होते.

लक्षात घ्या, मला ही सवलत मिळवण्यासाठी मला काय हवे आहे याबद्दल एक अक्षरही बोलण्याची गरज पडली नाही. मी सतत हेच बोलत राहिलो की, त्याला काय हवे आहे आणि ते तो कसे मिळवू शकतो!

कल्पना करा, सामान्य मानवी स्वभावानुसार मी जर वागलो असतो, म्हणजे चिडून एखाद्या वादळाप्रमाणे त्यांच्या ऑफिसमध्ये जाऊन धडकलो असतो आणि म्हणालो असतो, 'तुम्ही माझे भाडे तीनशे टक्क्यांनी वाढवले याचा अर्थ मी काय समजायचा? तिकिटे छापली गेली आहेत आणि जाहिरात करून झाली आहे, हे तुम्हाला माहिती असतानाही तुम्ही हे कसे केले? तीनशे टक्के? वेडबिड लागले आहे की काय? मी एवढे पैसे मुळीच देणार नाही.'

मग काय घडले असते? जोरजोरात वादावादी झाली असती. मग खडाजंगी झाली असती, धुमारे फुटले असते. बराच वेळ फुरफुरणे झाले असते आणि तुम्हाला माहिती आहे की, वादावादीचा शेवट काय होतो? जरी मी त्याला कितीही पटवून दिले असते की, तो कसा चूक आहे, तरी त्याच्या स्वाभिमानामुळे त्याला शरण येणे अवघड झाले असते.

मानवी नातेसंबंधांबद्दल आत्तापर्यंत दिल्या गेलेल्या सल्ल्यांपैकी हेन्री फोर्डने दिलेला हा सर्वांत महत्त्वाचा सल्ला आहे की, 'कोणत्याही यशाचे रहस्य एका गोष्टीत दडलेले असते. ते म्हणजे समोरच्याच्या दृष्टिकोनातून आणि त्याच वेळी स्वतःच्या दृष्टिकोनातून एखाद्या घटनेकडे बघण्याची क्षमता.'

हे विधान किती मोलाचे आहे! मला त्याचा पुनरुच्चार करण्याचा मोह होतो आहे;

'कोणत्याही यशाचे रहस्य एका गोष्टीत दडलेले असते. ते म्हणजे समोरच्याच्या दृष्टिकोनातून आणि त्याच वेळी स्वतःच्या दृष्टिकोनातून एखाद्या घटनेकडे बघण्याची तुमची क्षमता.'

ज्याला हे जमते, तो यशस्वी होतो.

हे किती साधे आणि सोपे आहे की, प्रत्येकाने सत्याची कास धरावी, सत्य शोधण्याचा प्रयत्न करावा; पण या पृथ्वीवरचे नव्वद टक्के लोक नव्वद टक्के वेळा या गोष्टीकडे दुर्लक्ष करतात.

उदाहरण हवे आहे का? उद्या सकाळी तुमच्या टेबलावर जी पत्रे येऊन पडतील ती उघडा व वाचा. तुमच्या असे लक्षात येईल की, बहुतांशी पत्रांमध्ये या नियमाचे

पूर्णत: उल्लंघन केलेले असते. वानगीदाखल मी तुम्हाला खालील पत्र वाचायला देतो. हे लिहिले आहे, रेडिओमधील जाहिरात विभागाच्या प्रमुखाने! ज्यांची अनेक-अनेक कार्यालये देशभर पसरली आहेत. प्रत्येक स्थानिक रेडिओ स्टेशनच्या मॅनेजरला हे पत्र पाठवले गेले. (कंसात माझ्या प्रतिक्रिया आहेत.)

मि. जॉन ब्लॅक,
ब्लॅकव्हिले,
इंडिआना

प्रिय मि. ब्लॅक,
...या कंपनीची अशी इच्छा आहे की, त्यांच्या जाहिरातीचे वितरण रेडिओ क्षेत्रात असेच चालू राहू द्यावे.

(तुझ्या कंपनीची काय इच्छा आहे याची कोणाला पडलीय? आमच्यापुढे आमच्या समस्या आहेत. बँकेने माझे घरावरील तारण काढून घ्यायचे ठरवले आहे. माझ्या घरातील शोभेच्या झाडाला किडे कुरतडतायत. काल शेअर मार्केट पार गडगडले. सकाळी सव्वा-आठची ट्रेन चुकली. काल रात्री जोन्सकडे डान्सपार्टीला मला बोलावले नव्हते. डॉक्टरांनी मला सांगितले आहे की, माझे ब्लडप्रेशर वाढले आहे. मला न्युरायटीस झाला आहे आणि माझ्या डोक्यातील कोंडापण वाढला आहे. त्यामुळे आज सकाळी ऑफिसमध्ये येताना मी फार उदास होतो. माझी पत्राची पेटी उघडली, तर कसले हे पत्र! म्हणे त्यांच्या कंपनीला असे हवे आहे! काय वैताग आहे! असली पत्रे कधी पाठवायची असतात का? खरेतर असली माणसे जाहिरातीच्या क्षेत्रातून बाहेर फेकण्याच्याच लायकीची असतात.)

आमच्या ह्या जाहिरात कंपनीचे नेटवर्क संपूर्ण देशात पसरले आहे. आम्ही रेडिओवर जास्तीतजास्त काळासाठी जाहिराती देत असतो, म्हणूनच वर्षानुवर्षे आम्ही नं. एकवर आहोत.

(वा! वा! तुम्ही मोठे श्रीमंत, तुम्ही हुशार, तुमचे सगळेच बरोब्बर! आहात कोण तुम्ही? कोणीही असलात, तरी आम्हाला काय फरक पडतो? तुम्ही जनरल मोटर्स इतके बलाढ्य आहात की जनरल इलेक्ट्रिकल्स आणि यू. एस. आर्मीच्या जनरल स्टाफइतके मोठे आहात की त्या सगळ्याचे मिश्रण आहात तुम्ही? तुम्हाला गुणगुणणाऱ्या माशीच्या निम्मी जरी हुशारी असती ना, तरी तुमच्या हे लक्षात आले

असते की, मला मी किती मोठा आहे यामध्ये स्वारस्य आहे. तुम्ही किती मोठे आहात यामध्ये नाही. तुमच्या या प्रचंड यशामुळे सतत माझ्या मनाला मी लहान आणि कमी महत्त्वाचे असल्यासारखे वाटते.)

आमची अशी इच्छा आहे....

(तुमची इच्छा! सतत तुमची इच्छा! तू एक निर्बुद्ध गाढव आहेस. तुझी काय इच्छा आहे किंवा अमेरिकेच्या प्रेसिडेंटची काय इच्छा आहे यामध्ये मला मुळीच स्वारस्य नाही. मी तुला एकदाच आणि आता हे शेवटचे सांगतो की, माझ्या इच्छेतच मला स्वारस्य आहे आणि तुझ्या या संपूर्ण वायफळ पत्रात एक अक्षरसुद्धा याबद्दल नाही.)

...म्हणून तुम्ही आमच्या कंपनीला तुमच्या निवडक यादीत समाविष्ट कराल का? त्यासाठी तुमच्याकडे कोणती वेळ आमच्यासाठी आहे आणि त्याचे आरक्षण कधी करायचे याबद्दल तपशीलवार आम्हाला कळवा.

(निवडक यादी म्हणे! काही अक्कल आहे का? सतत तुमच्या कंपनीबद्दल बोलून तुम्ही आम्हाला हीन लेखत आहात आणि पुन्हा मला निवडक यादीत तुम्हाला समाविष्ट करायला सांगत आहात. साधे 'प्लीज' म्हणण्याचा शिष्टाचारसुद्धा तुम्ही पाळत नाही. याला विनंती तरी कसे म्हणावे?)

...तुमचा काय निर्णय ठरला, याचे पत्र उलट टपाली ताबडतोब पाठवावे. परस्परांना ते योग्य होईल.

(काय मूर्ख माणूस आहे! तू मला कसले घाणेरडे पत्र पाठवलेस! ग्रीष्म ऋतूतील पानगळ जशी सर्वदूर पसरते, तसे अस्ताव्यस्त पसरलेले हे पत्र आहे. मी आधीच माझ्या विवंचनेत व्यग्र आहे. घराचे कर्ज, माझे इन डोअर प्लान्ट, माझे ब्लडप्रेशर! स्वत:बद्दल एक ओळ लिहायला फुरसत नाही आणि तू मला म्हणतोस 'ताबडतोब'! समजतोस काय तू स्वत:ला? 'ताबडतोब' शब्दाचा अर्थ समजतो का तुला? तुझ्याइतकाच मीपण व्यग्र आहे. निदान स्वत:बद्दल तसा विचार करणे मला आवडते हं! आणि मला हुकूम सोडण्याचा अधिकार तुला कोणी दिला? शेवटी तू 'परस्परांना सोयीचे होईल' म्हणालास, तेवढे मात्र बरे केलेस. निदान माझापण

विचार केलास, पण त्यात माझा काय फायदा आहे, याबद्दल संदिग्धता आहे.)

तुझाच विश्वासू
जॉन डो
मॅनेजर – रेडिओ विभाग

ता. क. – ब्लॅकव्हिले जर्नलची एक प्रत तुमच्यासाठी पाठवत आहे. तुम्हाला हवी असल्यास तुमच्या स्टेशनवर प्रक्षेपित करू शकता.

(हुश्श! अखेरीस तू असे काहीतरी सांगितलेस ज्यामुळे माझी एकतरी समस्या सुटली. तू तुझ्या पत्राची सुरुवात अशी का नाही केलीस? पण जाऊ दे. आता त्याचा काय उपयोग? तुझ्यासारखा जाहिरातक्षेत्रातील माणूस जेव्हा अशी चूक करतो, तेव्हा त्याच्या डोक्यातच काहीतरी बिघाड असतो. तुला आमच्या पत्राची गरज नाही, तर गरज आहे ती तुझ्या थायरॉइड ग्रंथीमध्ये जास्त आयोडीन असण्याची!)

आता लक्षात घ्या, ज्यांची आयुष्ये जाहिरातक्षेत्राला वाहिलेली आहेत आणि जे लोकांना एखादी गोष्ट विकत घेण्यास भाग पाडण्यासाठी प्रसिद्ध आहेत, ते जर अशी पत्रे लिहू शकतात, तर आपण एखाद्या खाटकाकडून किंवा फिटरकडून किंवा बेकरीवाल्याकडून कशा पत्रांची अपेक्षा करू शकतो.

इथे मी आणखी एका पत्राचा नमुना देतो. हे एका सुपरिटेंडंटने एडवर्ड व्हर्मिलेन नावाच्या त्याच्या विद्यार्थ्याला लिहिले आहे. ज्याला हे पत्र लिहिले आहे त्याच्यावर या पत्राचा काय परिणाम होईल? तुम्ही स्वत: वाचा आणि मग मी तुम्हाला सांगतो.

अे झिरेंगाज सन्स
२८ फ्रंट स्टेशन,
ब्रुकलिन एन. वाय. ११२०१,
अटेन्शन : मि. एडवर्ड व्हर्मिलेन

आदरणीय महोदय,

आमच्या रेडिओ रिसीव्हिंग स्टेशनवरील कामकाज काही सामान वेळेवर पोहोचू न शकल्यामुळे बंद पडले आहे. ते सामान आज दुपारी फार उशिरा पोहोचले, त्यामुळे कोंडी झाली आहे. त्याचा परिणाम असा झाला की, आमच्या कामगारांना अधिक वेळ काम करावे लागले. ट्रक्सपण उशिरा आले आणि काही मालवाहू ट्रक्सपण उशिरा पोहोचल्या.

१० नोव्हेंबरला तुमच्या कंपनीकडून ५१० पीसेस आम्हाला मिळाले. ते दुपारी सुमारे ४:२०ला मिळाले.

मालवाहू ट्रक्सच्या उशिरा येण्यामुळे जी काही अनिष्ट परिस्थिती निर्माण झाली होती, त्याच्यावर मात करण्यास तुम्ही आम्हाला जी मदत केली त्याबद्दल आम्ही तुमचे ऋणी आहोत. मी तुम्हाला असे विचारू शकतो का की, जो माल आम्हाला १० नोव्हेंबरला मिळाला तो माल आमच्यापर्यंत पोहोचवणारे ट्रक्स यापेक्षा लवकर पोहोचण्याची व्यवस्था होऊ शकते का किंवा मालवाहू जहाजातून काही सामान सकाळी पाठवता येईल का?

अशी काही जलद गतीची व्यवस्था केल्यास तुम्हाला फायदा होईल.

आपला विश्वासू,
एक्स. वाय. झेड.
सुपरिंटेंडट

हे पत्र वाचून झाल्यावर मि. व्हर्मिलेन यांनी (जे झिरेंगाज सन्सचे मॅनेजर होते.) ते माझ्याकडे पाठवले व त्यावर खालील टिप्पणी केली –

"या पत्रामुळे उलटा वाईट परिणाम झाला, कारण उद्देश वेगळा होता. या पत्राची सुरुवातच स्टेशनला कोणत्या अडचणी येतात हे सांगून केली आहे, ज्यामध्ये आम्हाला स्वारस्य नाही. आमच्या सहकार्याची मागणी केली आहे, पण त्यामुळे आमची कोणती गैरसोय होणार आहे, याचा विचार केलेला नाही आणि सगळ्यात शेवटच्या परिच्छेदात जे आम्ही करायचे आहे ते सांगितले आहे की, जर आम्ही सहकार्य केले, तर फार जलद गतीने माल उतरवता येईल आणि आम्हाला खात्री देण्यात आली आहे की, त्यामुळे मालवाहू ट्रक्स ज्या दिवशी डिलिव्हरी देतील त्याच दिवशी पुढे जाऊ शकतील.

"साध्या शब्दांत सांगायचे झाले, तर ज्यामध्ये आम्हाला स्वारस्य आहे ते अगदी शेवटी सांगितले आहे. त्यामुळे योग्य तो परिणाम साधत नाही. कुठलेही सहकार्य करावे असे आम्हाला वाटत नाही."

आपण असे बघू या की, या पत्रात आणखी काही सुधारणा करून लिहिता येईल का? आपण आपल्या समस्येबद्दल बोलण्यात वेळ घालवायला नको. हेन्री फोर्ड जसे म्हणतो, आपण एखाद्या घटनेकडे आपल्या दृष्टिकोनातून बघतो, त्याच

वेळी दुसऱ्याच्याही दृष्टिकोनातून बघायला शिकावे.

आपण याच पत्रात दुरुस्ती करून ते पुढीलप्रमाणे लिहू शकतो. अर्थात हेही पत्र काही आदर्श नव्हे, पण निदान त्यात सुधारणा नक्की आहे.

मि. एडवर्ड व्हर्मिलेन
अे झिरेंगाज सन्स, २८ फ्रंट स्ट्रीट,
ब्रुकलिन एन. वाय. ११२०१,

प्रिय व्हर्मिलेन

गेल्या चौदा वर्षांपासून तुमची कंपनी आमच्या प्रतिष्ठित ग्राहकांपैकी एक आहे. साहजिकच तुमच्या या सातत्यासाठी आम्ही तुमचे आभारी आहोत आणि आमच्याकडूनही तुम्हाला जलद आणि उत्कृष्ट सेवा मिळावी (जी मिळणे तुमचा हक्क आहे.) अशी आमची इच्छा आहे, पण हे सांगण्यास खेद होतो की, अशी सेवा देणे अशक्य झाले आहे, कारण कामासाठी लागणारे सामान घेऊन येणारे तुमचे ट्रक्स आमच्याकडे दुपारी उशिरा पोहोचतात. त्यानंतर सामान उतरवले जाते, त्यामुळे संध्याकाळी एकच गडबड उडते. वाहतुकीची कोंडी होते. १० नोव्हेंबरला अगदी हेच झाले. त्या दिवशी इतरही अनेक ट्रक्स उशिरा आल्या. तुमचे ट्रक्स ट्रॅफिकजाममध्ये फसले व धक्क्यावर अडकले. कदाचित तुमचे मालवाहू जहाजही त्यामुळे उशिरा निघू शकते.

हे सगळे आपल्याला त्रासदायक आहे, पण आपण ते टाळू शकतो. जेव्हा तुम्हाला शक्य असेल तेव्हा सकाळच्या वेळी धक्क्यावर तुमचे सामान पोहोचेल अशी व्यवस्था तुम्ही करू शकलात, तर तुमच्या ट्रक्सपण वेळेत परत जाऊ शकतील आणि आमचे कामगारसुद्धा त्यांच्या घरचे रुचकर मॅकरॉनी आणि नूडल्स खायला घरी जाऊ शकतील.

अर्थात जेव्हा कधीही तुमचे सामान येईल तेव्हा नेहमीच आम्ही कार्यतत्पर असू व तुम्हाला वेळेवर योग्य ती सेवा देऊ.

तुम्ही कामात व्यग्र असाल, तर पत्राचे उत्तर पाठवण्याची तसदी घेतली नाही तरी चालेल.

तुमचा विश्वासू
एक्स. वाय. झेड.
सुपरिंटेंडंट

बार्बरा ॲन्डरसन नावाची, न्यूयॉर्कला बँकेत काम करणारी महिला आमच्या कोर्समध्ये येत होती. तिच्या मुलाच्या तब्येतीच्या कारणासाठी तिला फिनिक्स ॲरिझोना येथे राहायला जाण्याची वेळ आली. कोर्समध्ये पत्र लिहिण्याची कला ती शिकली होती. तिने नोकरीसाठी फिनिक्समधील बारा बँकांना पत्र पाठवले, ते असे :

महाशय,
तुमच्यासारख्या यशस्वी वाटचाल करणाऱ्या बँकेला माझा बँकिंगमधील दहा वर्षांचा अनुभव नक्कीच लाभदायी वाटेल.
न्यूयॉर्कमधील 'बँकर्स ट्रस्ट कंपनी'मध्ये अनेक पदांवर काम केल्यामुळे हळूहळू मी ब्रँच मॅनेजर झाले. ग्राहकमित्र, कर्ज, तारणे, व्यवस्थापन अशा सगळ्याच आघाड्या मी कौशल्याने सांभाळल्या आहेत. मी फिनिक्समध्ये ३ एप्रिलपासून राहायला येत आहे आणि तुमची ध्येये पूर्ण करण्याच्या कामात तुम्ही मलाही सहभागी करून घेतले, तर मला खूप आनंद होईल!

आपली विश्वासू,
बार्बरा एल. ॲन्डरसन

तुम्हाला काय वाटते? बार्बराच्या पत्राला प्रतिसाद मिळाला का? होय, बारापैकी अकरा बँकांनी तिला मुलाखतीसाठी आमंत्रित केले आणि कोणती बँक निवडायची, हा पर्याय तिला होता. का? कारण मिसेस ॲन्डरसनने तिला काय हवे होते, हे लिहिले नव्हते, तर ती त्यांना कशी मदत करू शकेल, हे लिहिले होते आणि त्यांच्या गरजांवर प्रकाशझोत टाकला होता; तिच्या नव्हे!

विक्री क्षेत्रातील हजारो लोक आज दिवसभर काम करून थकलेले, भागलेले, निराश झालेले आणि फारच कमी पैसे मिळवणारे दिसतात. असे का? कारण ते फक्त त्यांना काय हवे आहे याचा विचार करतात. तुम्हाला आणि मला काय खरेदी करायचे आहे, याचा विचार ते करत नाही. खरेतर आपल्याला काहीच खरेदी करायचे नसते. जर करायचे असते, तर आपण स्वत: बाहेर जाऊन खरेदी करू; पण तुम्ही आणि मी सतत आपल्या समस्या सोडवण्यात व्यग्र असतो. जर विक्री क्षेत्रातील लोकांनी आपल्याला पटवून दिले की, आपल्या समस्या ते सोडवू शकतात, तर त्यांना आपल्याला काही विकायची गरज पडत नाही. आपण स्वत:च ते विकत घेतो आणि ग्राहकांना स्वत: हौसेने काही विकत घेणे आवडते. उगीच कोणीतरी काहीतरी गळ्यात मारलेले आवडत नाही.

मी विक्री क्षेत्रातील अशी अनेक माणसे पाहिली की, ज्यांची आख्खी आयुष्ये

या क्षेत्रात जातात, पण तरीही ते ग्राहकांच्या नजरेतून बघू शकत नाहीत. उदाहरणच द्यायचे झाले, तर मी फॉरेस्ट टील या परिसरात गेली अनेक वर्षे राहतो आहे. ग्रेटर न्यूयॉर्कच्या मध्यभागी वसलेली ही एक छोटीशी टुमदार वसाहत आहे. एक दिवस मी घाईघाईने स्टेशनकडे निघालो होतो, तेवढ्यात मला रिअल इस्टेटच्या खरेदी-विक्री क्षेत्रात काम करणारा ओळखीचा एक माणूस भेटला, जो या भागात अनेक वर्षांपासून काम करत होता. त्याला फॉरेस्ट टील हा भाग चांगला माहिती होता म्हणून मी घाईघाईत त्याला विचारले, "माझ्या सिमेंटने प्लास्टर केलेल्या या घरात नेमके काय वापरले आहे? आतमध्ये लोखंडी फ्रेम आहे की, नुसतेच पोकळ आहे?" यावर तो म्हणाला, "मला माहिती नाही." आणि जे मला आधीच माहिती होते, ते त्याने मला सांगितले – "एखाद्या आर्किटेक्टला बोलवा." त्यानंतर पुन्हा दुसऱ्या दिवशी त्याचे पत्र मला आले. त्यात त्याने मला काही माहिती दिली का? तर नाहीच. खरेतर एखादा फोन करून साठ सेकंदांच्या आत तो ही माहिती मिळवू शकला असता, पण त्याने तसे केले नाही. पुन्हा त्याने मला तीच माहिती सांगितली, जी मी फोनवर सहज मिळवू शकलो असतो. त्यात त्याने मी त्याच्याकडून इन्शुरन्स काढावा असे सुचवले.

मला मदत करण्यात त्याला काहीच स्वारस्य नव्हते. स्वत:चे भले करण्यापलीकडे दुसरे विचार त्याच्या मनातही आले नाहीत.

अलाबामा, बिरमिंगहॅम येथील जे होवर्ड ल्युकास याने विक्री क्षेत्रातसुद्धा दोन प्रकारचे लोक समान परिस्थिती वेगवेगळ्या प्रकारे हाताळू शकतात असे सांगितले आहे. तो म्हणतो, 'काही वर्षांपूर्वी मी एका छोट्या कंपनीमध्ये व्यवस्थापनाच्या ग्रुपमध्ये होतो. आमच्या हेडक्वार्टरजवळ एका इन्शुरन्स कंपनीचे मोठे ऑफिस होते. त्यांच्या एजंट्सना ठरावीक प्रदेश वाटून दिला होता आणि आमची कंपनी दोन एजंट्सच्या कार्यक्षेत्रात येत होती. त्या दोघांना मी इथून पुढे कार्ल आणि जॉन असे म्हणणार आहे.

"एके दिवशी सकाळी कार्ल आमच्या ऑफिसवरून जात असताना सहजच तो आत डोकावला आणि त्याने आम्हाला सांगितले की, त्याच्या कंपनीने अधिकारी वर्गासाठी एक नवीन लाइफ इन्शुरन्स पॉलिसी सुरू केली होती आणि त्याच्या मते ती आमच्यासाठी फायद्याची ठरली असती. तो मुद्दाम परत येईल आणि नंतर आणखी माहिती देईल, असेही त्याने सांगितले.

त्याच दिवशी दुपारी कॉफी ब्रेकच्या वेळी जॉनने आम्हाला बाहेर पडताना पाहिले आणि तो जोरात ओरडला, "ए, ल्युक! थांब, थांब!! माझ्याकडे तुमच्या सगळ्यांसाठी एक आनंदाची बातमी आहे." तो अतिशय उत्तेजित झाला होता. घाईघाईने जवळ येऊन त्याने आम्हाला उच्च अधिकारी वर्गासाठी त्याच्या कंपनीने नवीनच ओळख करून दिलेल्या इन्शुरन्स पॉलिसीबद्दल सांगितले. (ही तीच पॉलिसी होती, ज्याबद्दल सकाळी आम्हाला कार्लने सांगितले होते.) आम्ही ती

घेणारे पहिले असावे असा त्याचा आग्रह होता. त्याने त्या पॉलिसीच्या कव्हरेजबद्दलच्या अनेक महत्त्वाच्या गोष्टी सांगितल्या. 'मी माझ्या ऑफिसमधील कोणालातरी तुमच्याकडे पाठवतो, म्हणजे तो तुम्हाला अधिक माहिती देईल.' असेही त्याने सांगितले. त्याच्यामधील सळसळत्या उत्साहामुळे आमच्यामध्येसुद्धा ती पॉलिसी घ्यायलाच हवी अशी प्रबळ इच्छा निर्माण झाली. त्याने अर्जसुद्धा बरोबर आणले होते. त्याने आम्हाला अर्ज दिले आणि सह्या करायला सांगितल्या. अजूनही आम्हाला पुरेसा तपशील कळला नव्हता, तरी आम्ही पॉलिसी घेऊन मोकळे झालो होतो. अर्थात नंतर आम्हाला समजले की, जॉनने जे काही सांगितले ते बरोबर होतेच, पण कव्हरेज त्याने सांगितल्यापेक्षाही जास्त होते.

कार्लला हेच ग्राहक मिळू शकले असते, पण आमच्यामध्ये पॉलिसी घेण्याची इच्छा निर्माण होण्यासाठी त्याने कोणतेच कष्ट घेतले नाहीत.

खरोखरच हे जग अशा अनेक लोकांनी भरलेले आहे, जे संधीचा फायदा घेत असतात व स्वत:ला अजमावत असतात. म्हणूनच या जगात नि:स्वार्थीपणाने इतरांची सेवा करणारे लोक दुर्मीळ आहेत. त्यांना स्पर्धेला फारसे तोंड द्यावे लागत नाही. ओवेन डी यंग हा प्रसिद्ध वकील आणि मोठा उद्योजक एकदा म्हणाला, ''जे लोक इतरांच्या जागी जाऊन विचार करतात, इतरांच्या मनात काय चालले आहे याचा वेध घेतात त्यांना भविष्यात आपल्यासाठी काय वाढून ठेवले आहे याची चिंता करण्याची गरज पडत नाही.''

हे पुस्तक वाचल्यामुळे तुम्हाला एवढे जरी कळले की, इतरांच्या दृष्टिकोनातूनही बघायचे असते, तरी तुमच्या भावी उज्ज्वल आयुष्याची ही सुरुवात असेल.

इतरांच्या दृष्टिकोनातून एखाद्या गोष्टीकडे पाहणे आणि त्याच्यामध्ये एखादी गोष्ट करण्याची ऊर्मी निर्माण करणे याला लबाडी म्हणता येणार नाही, कारण त्यामधून आपण फक्त आपला फायदा व त्याला नुकसान होईल असे पाहत नसतो, तर त्या व्यवहारातून दोघांनाही काहीतरी फायदा होणार असतो. आत्तापर्यंत आपण जी उदाहरणे पाहिली – म्हणजे उदाहरणादाखल मि. व्हर्मिलेनच्या पत्रांमधून काय दिसले, तर पत्र पाठवणारा आणि ज्याला लिहिले गेले तो अशा दोघांनाही त्या सूचनांचा फायदा होणार होता. मिसेस ॲन्डरसनच्या पत्रांमुळे बँकेला एक लायक कर्मचारी मिळाला आणि मिसेस ॲन्डरसनला सोयीस्कर नोकरी मिळाली. मि. जॉनने मि. ल्युकासला इन्शुरन्स पॉलिसी विकल्यामुळे त्या दोघांनाही फायदा झाला.

आणखी एक उदाहरण देतो, ज्यामध्ये समोरच्या माणसात प्रबळ इच्छा निर्माण केल्यामुळे कसा फायदा झाला हे दिसून येईल. ऱ्होडे आयलंड येथील मायकेल व्हिडन हा शेल ऑईल कंपनीचा प्रादेशिक विक्रेता होता. माइकला त्याच्या जिल्ह्यात नंबर एकचा विक्रेता व्हायचे होते, पण त्याच्या सगळ्या सर्व्हिस स्टेशन्सपैकी एक सर्व्हिस स्टेशन तेवढेसे चांगले चालत नव्हते. ते एका प्रौढ

गृहस्थाकडून चालवले जात होते. ते सर्व्हिस स्टेशन सुस्थितीत नव्हते, त्याचा आकार चांगला नव्हता, रंगरंगोटी चांगली नव्हती, इतरही कोणत्या सुविधा नव्हत्या, त्यामुळे त्या स्टेशनवर विक्री चांगली होत नव्हती.

माइकने आतापर्यंत कितातरी विनंत्या केल्या होत्या. तरी ते ज्येष्ठ मॅनेजर ऐकणाऱ्यांपैकी नव्हते. कितीतरी वेळा सुचवून, समजावून सांगून आणि अगदी मनापासून कळकळीने सांगूनही त्यांच्यामध्ये काही फरक पडत नव्हता. मग माइकने एक शक्कल लढवली. माइकने त्या मॅनेजरला शेल कंपनीच्या नवीन सर्व्हिस स्टेशनच्या उद्घाटनाला बोलावले.

तो मॅनेजर जेव्हा आला, तेव्हा ते नवीन, चकचकीत सर्व्हिस स्टेशन, तेथे असलेल्या सुविधा पाहून भारावून गेला; पण काही बोलला नाही; पण माइक जेव्हा पुढच्या वेळेला त्याच्या सर्व्हिस स्टेशनवर गेला तेव्हा त्या सर्व्हिस स्टेशनचा कायापालट झाला होता आणि त्याची विक्रीपण विक्रमी झाली होती. त्यामुळे माइकचे आता त्या प्रदेशातील कुशल विक्रेता म्हणून नंबर एकवरचे स्थान निश्चित झाले होते. मॅनेजरच्या मतपरिवर्तनासाठी त्याने केलेल्या चर्चा, सूचना व्यर्थ ठरल्या होत्या, पण माइकने जेव्हा आधुनिक सर्व्हिस स्टेशन त्या मॅनेजरला दाखवले तेव्हा त्यायोगे त्याच्यामध्ये आपलेही सर्व्हिस स्टेशन असे असावे, अशी प्रबळ इच्छा निर्माण झाली आणि त्याचे ध्येय पूर्ण झाले. फायदा तर दोघांनाही झाला. माइकला आणि मॅनेजरलासुद्धा!

अनेक लोक कॉलेजमध्ये शिक्षण घेतात. तेथे व्हर्जिल वाचतात, पण स्वत:च्या मेंदूचे कार्य कोणत्या पद्धतीने चालले आहे, याचा जराही विचार करत नाहीत. उदाहरणादाखल मी एकदा तरुण पदवीधर मुलांसाठी 'प्रभावी बोलणे' या विषयीचा एक कोर्स घेतला होता. ही मुले प्रसिद्ध एअर कंडिशनर्सचे उत्पादक 'कॅरिअर कार्पोरेशन'साठी मुलाखतीला जाणार होती. त्यांपैकी एका मुलाला मोकळ्या वेळेत बास्केट बॉल खेळण्यासाठी इतर मुलांना राजी करायचे होते. म्हणून तो असे म्हणाला, "मला असे वाटते की, तुम्ही सगळ्यांनी बास्केटबॉल खेळायला यावे. मला बास्केटबॉल खेळायला खूप आवडतो, पण मागील काही वेळेस मी जेव्हा जिमखान्यात गेलो तेव्हा तेथे फारसे कोणी नव्हते. आम्ही दोघे-तिघेच जमलो. मग आम्ही बास्केटबॉल खेळलो, पण दोघंतिघांमध्ये खेळण्यात कशी रंगत येणार? माझा तर डोळाच बॉलच्या फटक्याने काळा झाला. उद्या रात्री तुम्ही सगळे खाली आलात, तर बरे होईल, कारण मला बास्केटबॉल खेळायचा आहे."

तुम्हाला काय पाहिजे याबद्दल तो काही बोलला का? कदाचित तुमच्यापैकी कोणालाच जिम्नॅशिअममध्ये जाण्याची इच्छा नसेल. आहे का? आणि त्याला काय हवे आहे त्याची पर्वा करण्याची तुम्हाला काय गरज आहे? तुम्हाला विनाकारण तुमचा डोळा सुजवून घ्यायचा नाही.

तुम्ही जिम्नॅशिअमचा वापर करून तुम्हाला काय आवडेल ते तुम्ही मिळवू

शकाल हे त्याने इतरांना पटवून दिले का? त्याला त्याची गरजच वाटली नाही. तो नक्कीच हे सांगू शकला असता की, बास्केटबॉल हा खेळ किती आनंददायी आहे! किती स्फूर्तिदायक आहे! त्यामुळे शरीर व मन किती प्रफुल्लित होते वगैरे.

प्रो. ओव्हरस्ट्रीटचे विधान पुन्हा उद्धृत करावेसे वाटते : *'आधी समोरच्याच्या मनात त्या गोष्टींविषयी आसक्ती निर्माण करा. जो हे करू शकेल, त्याच्याबरोबर सगळे जग असेल आणि जो हे करू शकणार नाही, त्याचा मार्ग एकला असेल.'*

आमच्या प्रशिक्षण शिबिरातील एक विद्यार्थी खूप काळजीत होता, कारण त्याचा मुलगा नीट खात-पीत नव्हता व त्याचे वजनही वयाच्या मानाने खूप कमी होते. त्याच्या पालकांनी जुनीच पारंपरिक पद्धत वापरली. ते त्याला रागावले. त्यांनी त्याची मनधरणी केली, 'आईला असे वाटते म्हणून तू ते खावे.', 'बाबाला असे वाटते म्हणून तू ते खाऊन धष्टपुष्ट व्हावे.' वगैरे, वगैरे सांगून झाले.

त्या मुलाने त्या पालकांच्या विनंत्यांकडे लक्ष दिले का? त्याने त्यांच्या विनंत्या धुडकावून लावल्या.

त्या दोघांच्याही मनाला अशी कल्पनासुद्धा शिवली नाही की, त्या मुलाला काय वाटते? तीन वर्षांच्या मुलाला तीस वर्षांच्या बापाचा दृष्टिकोन कसा समजेल? पण त्याच्या वडिलांना नेमके तेच हवे होते. त्यांची अशी अपेक्षा होती की, त्यांच्या मनातली गोष्ट तीन वर्षांच्या मुलाला समजायला पाहिजे. हा शुद्ध वेडेपणा होता, पण शेवटी या बापाच्या ही गोष्ट लक्षात आली. मग तो स्वत:शी म्हणाला, 'मुलाला काय हवे आहे? मला जे हवे तेच त्याला हवे असण्यासाठी काय करावे लागेल?'

एकदा त्या दिशेने विचार करायला सुरुवात केल्यावर पुढचे सगळे सोपे झाले. त्या मुलाला 'जॉन' म्हणू या आपण! जॉनकडे एक तीन चाकी सायकल होती. त्याला ती खूप आवडायची. तिच्यावर बसून तो घरासमोरून थोडा पुढे जात असे! काही घरे सोडून थोडेसे पुढे एका घरात त्याच्यापेक्षा थोडा मोठा, जाडजूड असा एक मुलगा राहत होता. तो जॉनची वाटच पाही! जॉन त्याच्या घराजवळ आला की, तो त्याला सायकलवरून खाली ढकलून स्वत: त्याच्या सायकलवर बसत असे.

साहजिकच जॉन किंचाळत आईकडे येई. मग तिला दारातून बाहेर यावे लागे. त्या धष्टपुष्ट मुलाला बाजूला सारून जॉनला पुन्हा सायकलवर बसवून घरी आणावे लागे. असे जवळजवळ रोजच होई.

जॉनला काय हवे होते? हे समजण्यासाठी शेरलॉक होम्सला विचारण्याची गरज नाही! त्याचा अभिमान, त्याचा संताप, त्याची इच्छा आणि त्याचा आत्मसन्मान या सगळ्याच तीव्र बलाढ्य भावना जागृत होऊन त्या मुलाच्या नाकावर एक जोरदार ठोसा लावावा असेच त्याला वाटले असणार ना! पण नेमके त्याच वेळी त्याच्या वडिलांनी त्याला हे समजावून सांगितले की, जर जॉनने रोज व्यवस्थित

जेवण केले; पालेभाज्या, अंडी, चिकन, मटण, फळे, दूध असा चौरस आहार घेतला, तर तो त्या जाडजूड मुलाच्या नाकावर सहज ठोसा मारू शकतो. जेव्हा त्याच्या वडिलांनी त्याला वचन दिले की, योग्य आहार घेतल्याने थोड्याच दिवसांत तो त्या मुलाला धडा शिकवू शकेल व त्याचा पुन्हा अपमान होणार नाही. तेव्हाच जॉनने सगळे जेवण जेवण्यास सुरुवात केली.

ही समस्या सोडवण्यात यश आल्यानंतर त्यांच्यापुढे आणखी एक समस्या उभी राहिली. जॉनला एक लाजिरवाणी सवय होती. ती म्हणजे बिछाना ओला करण्याची!

जॉन त्याच्या आजीबरोबर झोपायचा. सकाळी जेव्हा त्याची आजी उठायची व तिचा बिछाना ओला लागायचा, तेव्हा ती म्हणायची, ''जॉन, अरे परत काल रात्री तू तेच केलेस.''

त्यावर जॉन म्हणायचा, ''छे! हे मी नाही केले, तूच केलेस.''

रागावणे, मारणे, जिव्हारी लागेल असे बोलणे, पुन्हा-पुन्हा तेच ते सांगणे या कशानेही पालकांना हवे असलेले मुलगा करत नव्हता. त्यामुळे पालकांनी आता स्वत:ला प्रश्न केला, 'या मुलालाच स्वत:ला बिछाना कोरडा ठेवावा असे वाटण्यासाठी काय करावे बरे?'

त्याच्या इच्छा काय होत्या? पहिली गोष्ट म्हणजे त्याला त्याच्या बाबांसारखा पायजमा घालायचा होता. त्याच्या आजीसारखा नाइट गाउन घालायचा नव्हता आणि दुसरे म्हणजे त्याला आजीचा पलंग नको होता. त्याला त्याचा स्वतंत्र पलंग हवा होता. आजी तर त्याच्या रात्रीच्या खोड्यांना कंटाळलीच होती. त्यामुळे दोन्ही गोष्टींना तिने आनंदाने परवानगी दिली.

त्याची आई त्याला ब्रुकलीनमधील मोठ्या डिपार्टमेंटल स्टोअरमध्ये घेऊन गेली आणि त्या विक्रेतीला डोळ्यांनी इशारा करून म्हणाली, ''इथे एक लहानसे सभ्य गृहस्थ आले आहेत आणि त्यांना स्वत:साठी काही खरेदी करायची आहे.''

त्या विक्रेतीनेपण या नाटकात सहभागी व्हायचे ठरवले. त्याला खूप महत्त्वाचे वाटावे म्हणून त्याच्याशी ती अदबीने बोलली. म्हणाली, ''हे तरुणा, मी तुझी काय सेवा करू शकते?''

त्याबरोबर टाचा उंच करत जॉन म्हणाला, ''मला स्वत:साठी एक पलंग खरेदी करायचा आहे.''

जेव्हा जॉनला पलंग दाखवले जात होते, तेव्हा जो पलंग त्याच्या आईला आवडला होता, त्याकडे इशारा करून तिने त्या विक्रेतीला खूण केली. मग विक्रेतीने जॉनचे मतपरिवर्तन करून तोच पलंग घेण्यास त्याला भाग पाडले.

दुसऱ्या दिवशी पलंग घरपोच पाठवला गेला आणि त्या रात्री जेव्हा वडील घरी आले तेव्हा जॉन दारापर्यंत ओरडत गेला, ''डॅडी, डॅडी! वरती या आणि मी खरेदी केलेला पलंग पाहा.''

वडिलांनी तो पलंग पाहिला तेव्हा त्यांनी चार्ल्स स्क्वॅबनी दिलेल्या शिकवणीचे तंतोतंत पालन केले. त्यांनी अत्यंत हृद्य शब्दांत त्याची प्रशंसा केली आणि मुक्तपणे, सढळपणे स्तुती केली.

"तू आता हा बिछाना ओला करणार नाहीस, हो ना?" वडील म्हणाले.

"छे! छे!! मुळीच नाही! मी हा बिछाना कधीच ओला करणार नाही." जॉनने त्याचे वचन पाळले, कारण ते त्याच्या स्वाभिमानाशी निगडित होते. तो त्याने स्वत:, स्वत:साठी विकत घेतला होता आणि आता तो छोट्या पुरुषाप्रमाणे पायजमा वापरत होता. आता त्याला पुरुषाप्रमाणे वागायचे होते आणि त्याने तसेच केले.

आमच्या क्लासमध्ये येणाऱ्या आणखी एका वडिलांची कथा ऐका. त्यांचे नाव के. टी. डशमॅन. ते टेलिफोन इंजिनिअर होते. त्यांची तीन वर्षांची मुलगी नाश्ता न करण्याचा हट्ट धरत असे. नेहमीचे रागावणे, मनधरणी करणे, आर्जवे करणे असे सगळे प्रकार करून झाले; पण व्यर्थ! मग पालकांनी स्वत:लाच प्रश्न विचारला, 'तिला तिच्या मनानेच आपण नाश्ता करायला पाहिजे असे वाटण्यासाठी काय करावे लागेल?'

त्या छोट्या मुलीला आईची हुबेहूब नक्कल करायला खूप आवडायचे. त्यामुळे तिला आपण मोठे झालो आहोत असे वाटायचे. म्हणून एके दिवशी सकाळी त्यांनी तिला जेवणाच्या टेबलावर स्वतंत्र खुर्चीत बसवले. टेबलावर सगळे अन्न मांडलेले होते. तोच मानसिक क्षण त्यांनी पकडला. जेव्हा वडील टेबलाजवळ आले तेव्हा त्या मुलीने पेज चमच्याने ढवळली व म्हणाली, "बघा डॅडी! मी आज सकाळी पेज बनवली."

तिने स्वत:च स्वत:साठी दोन वेळा पेज बनवली. आज तिची कोणालाही त्यासाठी मनधरणी करावी लागली नाही, कारण तसे करण्यात तिला आनंद वाटत होता. तिला काहीतरी महत्त्वाचे स्थान मिळाले होते. तिला तसे करण्यात स्वत:ला व्यक्त करण्याचा आनंद मिळत होता.

विल्यम विंटरने एकदा एक छान विधान उद्धृत केले. तो म्हणतो, "स्वत:ला व्यक्त करणे, ही मानवी स्वभावाची सगळ्यात मोठी गरज आहे." आपण हीच मानसिकता व्यवसायात का नाही अमलात आणत? जर आपण आपल्या काही बुद्धिमान कल्पना लोकांच्या गळी उतरवून त्या त्यांच्याच आहेत असे भासवले, तर त्या त्यांना खूप आवडतील आणि मग त्या नवीन कल्पनेला त्यांचा विरोध होणार नाही, कारण त्या त्यांना त्यांच्या वाटतील आणि मग त्यातून विधायक कार्य घडू शकेल.

लक्षात ठेवा : सगळ्यात महत्त्वाची गोष्ट म्हणजे समोरच्या माणसाच्या मनात एखाद्या गोष्टीबद्दल आसक्ती निर्माण करावी लागते. जो हे करू शकतो, त्याच्याबरोबर सगळे जग असते. जो हे करू शकत नाही, त्याचा मार्ग एकला असतो.

समोरच्या माणसाच्या मनात आसक्ती निर्माण करा.

११

हे करा! म्हणजे सर्वत्र तुमचे स्वागत होईल!

मित्रांना जिंकून घेण्यासाठी हे पुस्तक वाचायची काय गरज आहे? संपूर्ण जगाला माहिती असलेल्या एका जगन्मित्राकडूनच आपण ती कौशल्ये का नाही संपादन करत? तो कोण आहे असे विचारताय? उद्या तुम्ही रस्त्यावर खाली उतरलात की, तो तुम्हाला भेटेल. तुम्ही त्याच्यापासून फक्त दहा फूट अंतरावर असलात, तरी तो तुमच्याकडे शेपटी हलवत येईल. तुम्ही थांबलात आणि त्याला थोपटले, तर तो आनंदाने उड्या मारेल आणि तुम्हाला दाखवेल की, तुम्ही त्याला किती आवडता! आणि तुम्हाला हे माहितीच आहे की, त्याच्या या प्रेमप्रदर्शनामागे काहीही वाईट हेतू दडलेले नसतात. त्याला काही तुम्हाला एखादी जागाही विकायची नाही किंवा त्याला तुमच्याशी लग्नही करायचे नाही!

तुमच्या मनात आत्तापर्यंत कधी हा विचार आला का की, फक्त कुत्रा हा एकच पाळीव प्राणी असा आहे, ज्याला जगण्यासाठी काम करावे लागत नाही. कोंबडीला अंडी द्यावी लागतात, गायीला दूध द्यावे लागते, कॅनरी पक्ष्याला गावे लागते; पण कुत्रा फक्त प्रेम करून जगतो. प्रेमाव्यतिरिक्त त्याला दुसरे काही करावे लागत नाही.

मी जेव्हा पाच वर्षांचा होतो तेव्हा माझ्या वडिलांनी एक पिवळ्या रंगाच्या केसांचे कुत्र्याचे छोटे पिल्लू पन्नास सेन्ट्सना आणले. त्याचे नाव आम्ही टीपी ठेवले. माझ्या बालपणीचा तो एक स्वर्गीय आनंद होता. रोज दुपारी साडेचार वाजता तो आमच्या अंगणातील दारात त्याच्या सुंदर डोळ्यांनी रस्त्याकडे पाहत माझी वाट बघायचा आणि माझा आवाज ऐकला किंवा मला पाहिले की, त्याच्या अंगात जसेकाही वारे भरायचे. तो दोन पाय हवेत उचलून गिरकी घ्यायचा, माझ्याभोवती उड्या मारायचा, माझ्या अंगावर चढायचा, जणूकाही डोंगर चढतोय

आणि अत्यानंदाने चीत्कारायचा!

सुमारे पाच वर्षांनंतर टीपी माझा जिवाभावाचा सखा होता आणि नंतर एके रात्री ती दुर्घटना घडली. ती मी कधीच विसरणार नाही. तो माझ्यापासून अवघ्या दहा फुटांवर असताना त्याच्या अंगावर वीज पडून तो मेला. माझ्या बालपणावर दु:खी ठसा उमटवणारी घटना म्हणजे टीपीचा अकस्मात मृत्यू!

टीपी, तू कधीही मानसशास्त्राचे पुस्तक वाचले नसशील, पण तुला ही दैवी देणगी होती की, केवळ दोन महिन्यांत इतर लोकांमध्ये स्वारस्य दाखवून अनेक मित्र तू जोडू शकत होतास. इतरांना लोकांनी त्यांच्यात स्वारस्य दाखवण्यासाठी दोन वर्षे मेहनत घ्यावी लागते. मला हे पुन्हा सांगायचे आहे की, 'केवळ दोन महिन्यांत इतर लोकांमध्ये स्वारस्य दाखवून तू अनेक मित्र जोडलेस. इतरांना लोकांनी त्यांच्यात स्वारस्य दाखवण्यासाठी दोन वर्षे मेहनत घ्यावी लागते.'

तुम्हाला आणि मला असे अनेक लोक माहिती आहेत, जे संपूर्ण आयुष्यभर अविचाराने वागूनही इतर लोकांनी आपल्यामध्ये स्वारस्य दाखवावे, अशी इच्छा बाळगून घोडचूक करतात. अर्थात, लोक तुमच्यातही रुची घेत नाहीत, ना ते माझ्यात घेतात. ते अगदी तिन्ही त्रिकाळ फक्त स्वत:मध्ये रुची घेतात! सकाळी, दुपारी, रात्री जेवणानंतरसुद्धा!

एकदा न्यूयॉर्क टेलिफोन कंपनीने सखोल अभ्यास करून टेलिफोनवरील संभाषणाचा सर्व्हे केला तेव्हा त्यांनी असा निष्कर्ष काढला की, संभाषणात सगळ्यात जास्त वेळा कोणता शब्द वापरला जात असेल, तर तो प्रथम पुरुषी एकवचन म्हणजे, 'मी'. टेलिफोनवरील पाचशे संभाषणे रेकॉर्ड केली असता ३९०० वेळा 'मी' हा शब्द वापरण्यात आलेला त्यांना आढळून आला.

तुम्ही जेव्हा तुमचा एखादा ग्रुप फोटो पाहता तेव्हा तुम्ही त्यामध्ये आधी काय शोधता? स्वत:लाच ना?

तुम्ही जर केवळ लोकांनी तुमच्यात इंटरेस्ट घ्यावा या हेतूने त्यांच्यावर छाप टाकायचा प्रयत्न केलात, तर तुम्हाला खरे प्रामाणिक मित्र कधीच मिळणार नाहीत, कारण मैत्री अशी होत नसते.

नेपोलियनने असे केले होते. जोसेफाइनबरोबरच्या त्याच्या शेवटच्या भेटीत तो म्हणाला, "जोसेफाईन, या पृथ्वीवरचा मी सगळ्यात भाग्यवान माणूस आहे, कारण या क्षणाला तूच एक अशी व्यक्ती आहेस जिच्यावर मी विश्वास टाकू शकतो." आणि तरीही इतिहासकारांना संशय आहे की, नेपोलियन तिच्यावर तरी विश्वास टाकू शकला की नाही!

अल्फ्रेड अॅडलर हा एक व्हिएन्नामधील थोर मानसशास्त्रज्ञ होऊन गेला. त्याने 'व्हॉट लाइफ गुड मिन टू यू', नावाचे एक पुस्तक लिहिले. त्यात त्याने म्हटले

आहे, 'ज्या व्यक्तीला आपल्या साथीदारांमध्ये रस नाही, तिला या जगात अनेक संकटांना तोंड द्यावे लागते आणि एवढेच नाही, तर ती इतरांनासुद्धा दुखापत करते आणि अशा माणसांमुळेच मानवी अपयश उदयाला येते.'

तुम्ही मानसशास्त्रावरची कितीही पांडित्यपूर्ण पुस्तके वाचलीत, तरीही ॲडलरच्या खालील पंक्तींमध्ये केलेल्या विधानाचे महत्त्व समजून घेतल्याशिवाय आपले ज्ञान अपूर्णच राहील म्हणून मी पुन्हा त्या ओळी पुढे देत आहे –

'ज्या व्यक्तीला आपल्या साथीदारांमध्ये रस नाही, तिला या जगात अनेक संकटांना तोंड द्यावे लागते आणि एवढेच नाही, तर ती इतरांनासुद्धा दुखापत करते आणि अशा माणसांमुळेच मानवी अपयश उदयाला येते.'

मी एकदा न्यूयॉर्क विद्यापीठात कथा-लेखनाच्या प्रशिक्षणाला प्रवेश घेतला. त्या प्रशिक्षणात एका प्रसिद्ध मासिकाचे संपादक आमच्या वर्गात बोलत होते. ते म्हणाले, "माझ्या टेबलावर डझनभर तरी अशा कथा रोज येऊन पडतात की, मी ज्यांचे काही परिच्छेद वाचल्यावर मला असा प्रश्न पडतो की, या लेखकांना माणसे आवडतात की नाही?" ते पुढे म्हणाले, "जर लेखकाला माणसे आवडली नाहीत, तर वाचकांनासुद्धा त्या लेखकाच्या कथा आवडत नाहीत."

जर ही गोष्ट कथा-लेखनाच्या बाबतीत सत्य असेल, तर तीच गोष्ट आपल्या भोवताली वावरणाऱ्या माणसांच्या बाबतीतसुद्धा सत्य असते.

हॉवर्ट थर्सटन हा अतिशय प्रसिद्ध असा जादूगारांचा जादूगार होता. गेल्या चाळीस वर्षांपासून तो जगभर आपले प्रयोग करत फिरत होता. त्याचे प्रयोग हे आश्चर्यकारक, भ्रम निर्माण करणारे, गूढ, मती गुंग करणारे होते. इतके की, त्याचा प्रेक्षकवर्ग आश्चर्याने तोंडाचा आ वासून बसलेला असे. साठ लाखांपेक्षा अधिक लोकांनी त्याचे प्रयोग पाहिले आणि या प्रयोगांमधून त्याने दोन लाख डॉलर्सपेक्षाही अधिक फायदा कमावला होता.

मी थर्सटनला एकदा विचारले की, त्याच्या एवढ्या मोठ्या यशाचे रहस्य काय? त्याच्या शालेय दिवसांचा याच्याशी नक्कीच काही संबंध नसावा, कारण तो अगदी लहान मुलगा होता तेव्हाच घरातून पळून गेला होता. इकडून तिकडे भटकत मिळेल ते काम करत होता. कोणत्याही वाहनांमधून प्रवास करत होता. झोपडीत झोपत होता. दारोदार भीक मागत होता आणि स्टेशनवरील पाट्या वाचत-वाचत शिकत होता.

मग त्याला जादूविषयी काही विशेष ज्ञान होते का? नाही. तो मला म्हणाला

की, हातचलाखीवर शंभरएक पुस्तके तरी लिहिली गेली आहेत आणि त्याला जेवढे माहिती आहे तेवढे तर शेकडो लोकांनाही माहिती आहे, पण इतरांकडे नसलेल्या दोन विशेष गोष्टी त्याच्याकडे होत्या. मुख्य म्हणजे त्याच्याकडे अशी क्लृप्ती होती की, फूटलाइट्सच्या उजेडात तो सावलीद्वारे त्याचे व्यक्तिमत्त्व बदलू शकायचा. तो एक फार मोठा कलाकार होता. मानवी स्वभावाचे बारकावेही त्याला माहिती होते. त्याने केलेली प्रत्येक गोष्ट म्हणजे चर्येवरील हावभाव, आवाजातील बदल, भुवईचे उंचावणे या सगळ्याची रंगीत तालीम आधीच झालेली असायची आणि तंतोतंत अचूक वेळेचे गणित तो जमवायचा. त्याच्या हालचाली इतक्या वेगवान असायच्या की, डोळ्याचे पाते लवते न लवते तोच त्याने कार्यभाग साधलेला असायचा. हे सगळे तर होतेच, पण याशिवाय त्याचा आणखी एक गुण असा होता की, त्याला लोकांमध्ये प्रचंड इंटरेस्ट होता. त्याने मला सांगितले की, अनेक जादूगारांची ही सवय असते की, प्रेक्षकांकडे पाहायचे व मनात म्हणायचे की, 'या कोपऱ्यात सगळे बुद्धूच बसलेले दिसतात. बरे झाले. यांच्यामुळे माझे प्रयोग यशस्वी होतील. मी त्यांना मूर्ख बनवू शकेन.' पण थर्सटनची पद्धत पूर्णपणे वेगळी होती. त्याने सांगितले की, प्रत्येक वेळी जेव्हा तो स्टेजवर पाऊल ठेवत असे तेव्हा स्वत:शी म्हणत असे, 'हे लोक माझा प्रयोग पाहायला येथे जमले म्हणून मी त्यांचा कृतज्ञ आहे. त्यांच्यामुळेच माझे आयुष्य मी चांगल्या प्रकारे घालवू शकतो. म्हणूनच मला त्यांना जेवढे जास्त देणे शक्य होईल तेवढे मी देण्याचा प्रयत्न करेन.'

त्याने हेसुद्धा जाहीररीत्या सांगितले की, तो कधीही फूटलाइट्सच्या समोर 'माझे माझ्या प्रेक्षकांवर प्रेम आहे,' असे म्हटल्याशिवाय जात नसे. तुम्हाला काय वाटते, हे मूर्खपणाचे आहे? तुम्हाला तसे वाटत असेल तर तुमची मर्जी! एखाद्या गृहिणीची एखादी पाककृती असावी, तशीच एवढ्या मोठ्या प्रसिद्ध जादूगाराची ही पाककृती माझे कोणतेही मत न नोंदवता तुमच्याकडे मी सुपूर्द करत आहे.

पेनिसिल्व्हानिया येथील जॉर्ज डाइक याने तीस वर्षे सर्व्हिस स्टेशनवर काम केल्यानंतर बळजबरीने त्याच्याकडून काम काढून घेण्यात आले, कारण हायवेच्या रस्तारुंदीच्या पट्ट्यामध्ये ती जागा गेली. अशा या सक्तीच्या निवृत्तीमुळे त्याला खूप कंटाळवाणे वाटू लागले. मग आता या रिकाम्या वेळेचे काय करायचे? मग तो त्याच्या जुन्या फिडलवर गाणे वाजवायला लागला. मग हळूहळू तो संगीत ऐकण्यासाठी सगळीकडे प्रवास करू लागला. त्या प्रवासात त्याला अनेक यशस्वी फिडल्स वाजवणारे भेटले. त्याच्या नम्र आणि मनमिळाऊ स्वभावामुळे तो इतरांच्या संगीत शिकण्याच्या पार्श्वभूमीबद्दल जाणून घेऊ लागला. जरी तो स्वत: फार मोठा फिडल् वादक नव्हता, तरी त्या क्षेत्रातील अनेक मित्र त्याने जोडले. अनेक संगीत

जलशांना उपस्थित राहिल्यामुळे थोड्याच दिवसात तो म्युझिक फॅन क्लबचा 'अंकल जॉर्ज' म्हणून प्रसिद्ध झाला. त्या वेळी त्याचे वय बहात्तर वर्षांचे होते आणि आयुष्याचा प्रत्येक क्षण तो आनंदाने उपभोगत होता. अशा प्रकारे इतर लोकांमध्ये रुची दाखवून त्याने स्वत:चे नवीन आयुष्य उभे केले. विशेषत: ज्या वयात लोकांना आपण आता निरुपयोगी झालो आहोत असे वाटते त्या वयात!

थिओडर रूझवेल्टला इतकी आश्चर्यजनक लोकप्रियता कशी मिळाली या मागचे गुपितसुद्धा हेच आहे. त्याचे नोकरसुद्धा त्याच्यावर प्रेम करायचे. त्याचा वैयक्तिक नोकर जेम्स अमोस याने रूझवेल्टबद्दल एक पुस्तक लिहिले आहे. त्या पुस्तकाचे नाव – 'थिओडर रूझवेल्ट – हिरो टू हिज व्हॅलेट'. या पुस्तकात अमोसने एक अत्यंत हृदयस्पर्शी घटना लिहिली आहे.

> एके दिवशी माझ्या पत्नीने प्रेसिडेंट यांना 'बॉब व्हाइट' या प्राण्याबद्दल विचारले होते. तिने आत्तापर्यंत तो प्राणी कधीच पाहिला नव्हता, म्हणून प्रेसिडेंटने तिला वर्णन करून तो कसा असतो ते सांगितले. त्यानंतर काही दिवसांनी आमच्या घरातील टेलिफोन वाजला. (अमोस आणि त्याची बायको ऑयस्टर बे येथील रूझवेल्ट इस्टेटमधील एका झोपडीत राहत असत.) माझ्या बायकोने फोन उचलला. आश्चर्य म्हणजे फोनवर रूझवेल्ट स्वत: होते. त्यांनी तिला मुद्दाम फोन केला होता. याचे कारण असे होते की, तिच्या खिडकीबाहेर बॉब व्हाइट आला होता, हे त्यांना तिला सांगायचे होते. म्हणजे ती त्याला बघू शकली असती. लहान माणसांच्यासुद्धा लहानसहान गोष्टी लक्षात ठेवण्याचे रूझवेल्ट यांचे वैशिष्ट्य होते. जेव्हा कधी ते आमच्या झोपडीवरून जात असत तेव्हा आम्हाला त्यांनी मारलेली हाक ऐकू येई, 'अे ॲनी...' किंवा 'अेऽऽ जेम्स'. इतके जिव्हाळ्याचे संबंध रूझवेल्ट जपत असत.

असा मालक नोकरांना आवडणार नाही असे होणे शक्य आहे का? अशा माणसावर प्रेम करण्यापासून कोणी कोणाला थांबवू शकेल का?

रूझवेल्टला एकदा व्हाइट हाउसमध्ये बोलावले होते. त्या वेळी प्रेसिडेंट व मि. टॅफ्ट बाहेर गेले होते. रूझवेल्टला नम्र माणसे खूप आवडत आणि जेव्हा तो व्हाइट हाउसमधल्या जुन्या नोकर माणसांना भेटत असे, तेव्हा तो त्यांना नावाने हाक मारत असे.

एकदा त्याने ॲलिसला म्हणजे स्वयंपाकिणीला पाहिले तेव्हा तो तिला म्हणाला, "तू अजून कॉर्न ब्रेड बनवतेस का?" त्यावर ॲलिस म्हणाली की, ती

नोकर माणसांसाठी काही वेळा बनवते, पण वरिष्ठ मंडळी मात्र काही खात नाहीत.

त्यावर रूझवेल्ट मिस्कीलपणे म्हणाला, "त्यांना चवीने कसे खावे तेच समजत नाही. थांब, आता प्रेसिडेंट मला भेटले की, त्यांना मी कॉर्न ब्रेडबद्दल सांगतो."

ॲलिसने रूझवेल्टसाठी एका प्लेटमध्ये एक तुकडा घालून दिला. तो खात खात रूझवेल्ट ऑफिसपर्यंत पोहोचला. वाटेत भेटणाऱ्या माळ्यांना, कामगारांना शुभेच्छा देत देत तो पुढे जात होता.

प्रत्येक माणसाला तो नावानिशी हाक मारत होता आणि पूर्वीसारखाच त्यांच्याशी बोलत होता. हुव्हर नावाचा एक नोकर व्हाइट हाउसमध्ये प्रत्येकाला आपली जागा दाखवण्यासाठी नेमला होता व तो ते काम गेली चाळीस वर्षे करत होता. तो डोळ्यात पाणी आणून म्हणाला, "दोन वर्षांनी आज रूझवेल्ट साहेब आलेत. आजचा दिवस सोनियाचा दिवस आहे. या दिवसाच्या बदल्यात आम्हाला कोणी दोनशे डॉलर्स जरी दिले, तरी आम्ही ते घेणार नाही."

आणखी असाच एक अनुभव तुम्हाला सांगतो. अगदी नगण्य लोकांनाही जमेत धरणे विक्री कौशल्यासाठी किती उपयोगी ठरू शकते! न्यू जर्सीमधील एडवर्ड स्काईंग हा 'जॉन्सन अँड जॉन्सन' कंपनीचा विक्रेता म्हणून काम करत होता. त्याच्याकडे मॅसच्युसेट्स व आसपासचा भाग सोपवला होता. तो सांगतो, "अनेक वर्षांपूर्वी मी हिंगाम येथील औषधाच्या दुकानात गेलो. ते आमचे नेहमीचे ग्राहक होते. जेव्हा-जेव्हा मी त्या दुकानात जात असे तेव्हा-तेव्हा मी त्या दुकानातील सोडा क्लार्क व सेल्स क्लार्क यांची आपुलकीने चौकशी करत असे आणि नंतरच त्या दुकानाच्या मालकाकडे जात असे. एके दिवशी मी त्या मालकाकडे गेलो असताना त्याने मला स्पष्ट शब्दांत सांगितले, "आम्हाला इथून पुढे जॉन्सन अँड जॉन्सन कंपनीची उत्पादने नको आहेत, कारण तुमचे सगळे लक्ष आता खाद्यपदार्थांवर व सवलतीच्या केंद्रांवर केंद्रित झाले आहे आणि त्यामुळे आमच्यासारख्या छोट्या औषध-दुकानदारांना त्याची हानी पोहोचते. त्यामुळे तुम्ही जाऊ शकता." मी अचानक झालेल्या या माऱ्यापुढे अवाक् झालो आणि शेपूट घालून तेथून बाहेर पडलो. नंतर कित्येक तास मी त्या शहरात भटकत राहिलो. शेवटी मी परत त्या दुकानाच्या मालकाकडे जायचे ठरवले व आमची बाजू त्याला समजावून सांगण्याचे ठरवले.

"मी त्या दुकानात परत गेलो व सोडा क्लार्क आणि सेल्स क्लार्कला नेहमीप्रमाणे 'हॅलो' म्हणालो. मग मी मालकाकडे गेलो. तो माझ्याकडे बघून हसला व त्याने माझे चांगले स्वागत केले. नंतर त्याने मला नेहमीच्यापेक्षा दुप्पट उत्पादनांची ऑर्डर दिली. मला आश्चर्याचा धक्का बसला व मी त्याला विचारले,

"केवळ काही तासांमध्ये असे काय घडले?" सोडा फाउंटनजवळ उभ्या असलेल्या तरुणाकडे बोट दाखवून तो म्हणाला, "तुम्ही गेल्यानंतर हा मुलगा आत आला व म्हणाला की, कोणतेच औषध-विक्रेते आमची दखल घेत नाहीत व आम्हाला 'हॅलो'सुद्धा म्हणत नाहीत. जे काही थोडे विक्रेते आम्हालाही प्रेम लावतात, त्यांपैकी तुम्ही एक आहात आणि जर धंदा वाढवण्याची पात्रता कोणात असेल, तर ती तुमच्यामध्येच आहे. मला ते सगळे पटले." आणि त्यानंतर तो आमचा कायमस्वरूपी असा निष्ठावान ग्राहक बनून राहिला. ती गोष्ट मी कधीच विसरणार नाही. जर विक्रेत्यामध्ये कोणता गुण असणे गरजेचे असेल, तर ते म्हणजे कोणत्याही परिस्थितीत लहानातल्या लहान माणसाच्या उपस्थितीची त्याने नोंद घ्यायला हवी."

मी माझ्या वैयक्तिक अनुभवांवरून या विचारापर्यंत आलो आहे की, जो कोणी सभोवतालच्या माणसांबद्दल आस्था दाखवेल, त्याची आपुलकीने चौकशी करेल तो त्याचे लक्ष, वेळ व सहकार्य मिळवू शकतो.

काही वर्षांपूर्वी मी ब्रुकलिन इन्स्टिट्यूट आर्ट्स अँड कॉमर्स येथे कथा-लेखनाबद्दलच्या प्रशिक्षणाचा कोर्स घेतला होता आणि या कोर्समध्ये आम्हाला कॅथलिक नॉरीस, फॅनी हर्स्ट, इडा तारबेल, अलबर्ट पेसन, रूचर्ट ह्युजेस यांच्यासारखी ख्यातनाम मातब्बर मंडळी हवी होती म्हणून आम्ही त्यांना पत्र लिहिले की, त्यांनी त्यांचे वैयक्तिक अनुभव आमच्या विद्यार्थ्यांबरोबर शेअर करावेत. आम्हाला त्यांचे लेखन खूप आवडते आणि त्यामुळे त्यांच्या अनुभवांचा व विचारांचा आम्हाला आमच्या भावी आयुष्यात यशस्वी होण्यासाठी उपयोग होईल.

ही सगळी पत्रे आमच्या दीडशे विद्यार्थ्यांच्या सह्यांनी तयार केली गेली, पण मग आमच्या लक्षात आले की, लेखक मंडळी त्यांच्या कामात खूप व्यग्र असतात, त्यामुळे त्यांचा व्याख्यान तयार करण्यात खूप वेळ जाईल. म्हणून आम्ही एक प्रश्नावली तयार केली व त्यात त्यांच्या कामाच्या पद्धतीवरील प्रश्न टाकले व ती प्रत्येक पत्रासोबत पाठवली. त्या सगळ्या लेखकांना ही पद्धत आवडली. कोणाला नाही आवडणार? ते ताबडतोब राजी झाले व आम्हाला मदत करण्यासाठी येण्यास सज्ज झाले.

अगदी हीच पद्धत वापरून मी थिओडर रूझवेल्टच्या मंत्रिमंडळात खजिनदार म्हणून कार्यरत असलेला सचिव लेस्की शॉ याचे मन वळवले. तसेच अॅटर्नी जनरल ब्रायन, फ्रँकलिन रूझवेल्ट वगैरेंसारख्या मान्यवर लोकांनाही भाषणाला बोलावले आणि अर्थात ही पद्धत वापरून मी माझ्या जाहीर भाषणकलेच्या कोर्ससाठीही अशा अनेक मोठमोठ्या लोकांना विद्यार्थ्यांशी बोलायला बोलवले.

आपल्यापैकी सगळ्यांनाच, मग ते कारखान्यात काम करणारे कामगार असोत,

ऑफिसमध्ये काम करणारे कारकून असोत किंवा अगदी सिंहासनावर बसलेला राजा असू दे सगळ्यांनाच जी माणसे आपले कौतुक करतात ती आवडतात. जर्मन कैसरचेच उदाहरण घ्यायचे झाले, तर पहिले महायुद्ध संपण्याच्या सुमारास कैसर हा संपूर्ण जगाच्या दृष्टीने अत्यंत निर्दयी आणि तिरस्करणीय माणूस होता. त्याचा देशसुद्धा त्याच्या विरोधात होता. स्वत:चा जीव वाचवण्यासाठी तो हॉलंडला पळून गेला. त्याच्याबद्दल लोकांच्या मनात इतका संताप खदखदत होता की, शक्य असते, तर लोकांनी त्याला उभा चिरला असता आणि जाळून टाकला असता. या सगळ्या रणधुमाळीमध्ये एका छोट्या मुलाने कैसरला एक पत्र लिहिले. पत्र अतिशय साधे, पण मनापासून आणि कुठलाही हेतू मनात न बाळगता लिहिले होते. त्या पत्रात कैसरबद्दल आदर व कौतुक ओतप्रोत भरलेले होते. तो मुलगा पत्रात म्हणाला, ''लोकांना काहीही वाटले, तरी माझ्या राजावर मी नेहमीच प्रेम करीत राहीन.'' या पत्रामुळे कैसर अंतर्बाह्य हेलावला व त्याने त्या छोट्या मुलाला भेटीसाठी निमंत्रण पाठवले. तो मुलगा आईबरोबर आला आणि कैसरने त्या मुलाच्या आईबरोबर लग्न केले. तुम्हाला काय वाटते, त्या छोट्या मुलाने कधी 'हाउ टू विन फ्रेन्ड्स' पुस्तक वाचले होते का? त्याला हे त्याच्या अंतर्मनातून समजले!

जर आपल्याला मित्र जोडायचे असतील, तर आपल्याला लोकांसाठी काहीतरी करावे लागते. त्यांच्यासाठी झीज सोसावी लागते. त्यासाठी गरज असते, ती वेळेची, ऊर्जेची, नि:स्वार्थी भावाची आणि वैचारिक प्रगल्भतेची. जेव्हा ड्युक ऑफ विन्डसर हा 'प्रिन्स ऑफ वेल्स' होता तेव्हा त्याने दक्षिण अमेरिकेला जाण्याचा बेत केला. तेव्हा जाण्यापूर्वी काही महिने आधी त्याने स्पॅनिश भाषा शिकण्यावर खूप मेहनत घेतली, कारण त्याला तेथे स्पॅनिश भाषेमध्ये जाहीर भाषण करायचे होते आणि त्याने तसे केले, म्हणूनच दक्षिण अमेरिकेतील लोकांचा तो खूप लाडका झाला.

गेली काही वर्षे मी माझ्या मित्रमंडळींच्या वाढदिवसाच्या तारखा नोंदण्याचे काम करत आहे. कसे? माझा ज्योतिषशास्त्रावर खरेतर अजिबात विश्वास नाही, परंतु तरीही मी समोरच्या माणसाला विचारतो की, 'जन्मतारखेशी माणसाच्या स्वभावाचा काही संबंध आहे, यावर तुझा विश्वास आहे का?' मग पुढे मी त्याला किंवा तिला विचारतो, 'सांग बरे, तुझा जन्मदिवस आणि महिना?' मग ती किंवा तो जर म्हणाला की, 'नोव्हेंबर, २४', तर मग मी मनाशी दोन-तीन वेळा घोकतो २४ नोव्हेंबर, २४ नोव्हेंबर आणि त्या व्यक्तीची पाठ वळली की, लिहून ठेवतो आणि मग नाव आणि तारीख माझ्या स्पेशल वाढदिवसाच्या डायरीत लिहून ठेवतो. प्रत्येक वर्षाच्या प्रारंभी मी माझ्या कॅलेंडरवर त्या तारखांपुढे नावे लिहून ठेवतो.

त्यामुळे आपोआपच त्या-त्या व्यक्तीचा वाढदिवस माझ्या लक्षात राहतो. मला विसर पडत नाही आणि मग नाताळचा दिवस येतो तेव्हा माझ्यावरपण शुभेच्छांचा भडिमार होतो. मला कोणीच विसरू शकत नाही.

जर आपल्याला मित्र जोडायचे असतील, तर आपण लोकांशी खूप उत्साहाने व चैतन्याने बोलले पाहिजे. जेव्हा तुम्हाला कोणी फोन करते, तेव्हा हेच मानसशास्त्र वापरले पाहिजे. तुमचा 'हॅलो' असा उच्चारला गेला पाहिजे की, समोरच्याला हे जाणवले पाहिजे की, तुम्हाला त्याच्या फोनमुळे किती आनंद झाला आहे. अनेक कंपन्यांच्या टेलिफोन ऑपरेटरला चैतन्यपूर्ण आणि मार्दवतेने बोलण्यासाठी विशेष प्रशिक्षण दिले जाते. त्या टेलिफोन ऑपरेटरशी बोलल्यावर ग्राहकाला असे वाटले पाहिजे; नव्हे त्याची खात्री पटली पाहिजे की, या कंपनीला आपल्याबद्दल आत्मीयता वाटते. उद्या फोनवर बोलताना आपण हे नक्कीच लक्षात ठेवू.

समोरच्यामध्ये प्रामाणिकपणे रुची दाखवली, तर तुम्हाला फक्त मित्रच मिळतात, असे नव्हे, तर तुमच्या कंपनीला निष्ठावान ग्राहकसुद्धा मिळतात. न्यूयॉर्कमधील नॅशनल बँकेने जो अंक प्रसिद्ध केला, त्यामध्ये मॅडोलिन रोझडेल नावाच्या एका ठेवीदाराने खालील पत्र प्रकाशित केले –

'मला तुम्हाला हे मनापासून सांगावेसे वाटते की, मी तुमच्या स्टाफचे खूप कौतुक करते. प्रत्येक जण अगदी अदबीने वागतो आणि मदतीला सदैव तत्पर असतो. हे खरोखरच किती आनंददायी आहे की, रांगेत खूप वेळ उभे राहिल्यानंतर कर्मचाऱ्यांकडून इतकी प्रेमळ वागणूक मिळते!

'गेल्या वर्षी माझी आई हॉस्पिटलमध्ये पाच महिने ॲडमिट होती, तेव्हा वारंवार मला बँकेत यावे लागत असे. मी सहसा मेरी पेट्रसेलोकडे जात असे. तिला माझ्या आईबद्दलही इतकी आत्मीयता वाटत असे की, ती नेहमी माझ्या आईच्या तब्येतीची चौकशी करत असे.'

मिसेस रोझडेल कधीतरी तिचे खाते दुसऱ्या बँकेत उघडेल, असे वाटते का तुम्हाला?

न्यूयॉर्क शहरातील एका मोठ्या बँकेतील कर्मचारी चार्ल्स आर. वॉल्टर्स. त्याच्यावर एका कार्पोरेशनचा गुप्त अहवाल तयार करण्याची कामगिरी सोपवली होती. याबद्दलची अचूक माहिती देऊ शकेल असा फक्त एकच माणूस त्याला माहिती होता आणि वॉल्टर्सकडे तर जास्त वेळ नव्हता. त्याने मि. वॉल्टर्सला प्रेसिडेंटच्या ऑफिसमध्ये नेऊन बसवले. नेमकी त्याच वेळी एक तरुण स्त्री आत डोकावली व तिने प्रेसिडेंटला सांगितले की, त्या दिवशी त्याला द्यायला तिच्याकडे तिकिटे नव्हती.

"मी माझ्या बारा वर्षांच्या मुलासाठी तिकिटे गोळा करत आहे." प्रेसिडेंटने मि.

वॉल्टर्सला खुलासा केला.

मग मि. वॉल्टर्सने त्याच्यावर सोपवलेल्या कामाबद्दल सांगितले आणि तो प्रेसिडेंटला प्रश्न विचारू लागला. मात्र प्रेसिडेंट अगदीच थातूरमातूर उत्तरे देत होता. त्याची उत्तरे अगदीच सर्वसामान्य व अस्पष्ट होती. त्याला काही बोलायची इच्छा नव्हती आणि स्पष्टच दिसत होते की, तो कशानेच बधणार नव्हता. मुलाखत अत्यंत अपुरी व निष्फळ ठरली.

मि. वॉल्टर्स म्हणाले, ''खरे सांगायचे, तर आता पुढे काय करावे तेच मला समजत नव्हते.'' क्लासमध्ये ही गोष्ट सांगताना ते पुढे म्हणाले, ''मग मला आठवले की, त्याची सेक्रेटरी स्टॅम्प्सबद्दल त्याच्याशी काय बोलत होती. त्याचा बारा वर्षांचा मुलगा त्यासाठी हवे असलेले स्टॅम्प्स... आणि मग मला आठवले की, आमच्या परदेश विभागाकडे होणाऱ्या पत्रव्यवहारामुळे आमच्याकडे अनेक वेगवेगळे स्टॅम्प्स होते; अगदी सातासमुद्रापलीकडचे!

''दुसऱ्या दिवशी दुपारी मी पुन्हा प्रेसिडेंटला फोन केला व त्याला सांगितले की, माझ्याकडे त्याच्या मुलाला हवी असणारी अनेक तिकिटे आहेत. मग मला खूप प्रेमाने आत बोलावले गेले. अगदी प्रेमाने! त्याने माझा हात खूप उत्साहाने हातात घेऊन 'शेकहँड' केले. त्याच्या चेहऱ्यावर हसू बरसत होते आणि हृदयात ओलावा! ''माझ्या जॉर्जला हे खूप आवडेल.'' असे म्हणत त्याने माझ्या हातातून तिकिटे लगबगीने घेतली व म्हणाला, ''केवढा मोठा खजिनाच जणू माझ्या हाती लागला आहे!

''आम्ही सुमारे अर्धा तास फक्त तिकिटांबद्दलच बोललो. मी मुलाचे फोटोही पाहिले आणि मग मात्र एक तास त्याने मला हवी असलेली माहिती देण्यात खर्च केला आणि आश्चर्याची गोष्ट म्हणजे त्या वेळी मी त्याला तसे करण्याबद्दल एकदाही सुचवले नाही. त्याला जेवढे काही माहिती होते, तेवढे सगळे त्याने मला स्वत:हून सांगितले. त्याने मला काही प्रश्नही विचारले. त्याने त्याच्या काही साहाय्यकांनाही फोन्स लावले. त्याने त्याच्या म्हणण्याला दुजोरा देणारे अहवाल, आकडेमोडीचे पेपर्स, पत्रव्यवहार सगळे काही माझ्या हाती सोपवले. अशा प्रकारे खूप मोठे घबाड माझ्या हाती लागले.''

आणखी एक उदाहरण बघा.

सी. एम. नाफळे हे फिलाडेल्फियामधील एक गृहस्थ आमच्या क्लासमध्ये दाखल झाले होते. अनेक वर्षांपासून ते एका फार मोठ्या संस्थेला इंधन पुरवण्याचे कंत्राट मिळवण्याच्या प्रयत्नात होते, पण ती संस्था नेहमीच त्यांना हुलकावण्या देऊन दुसऱ्या शहरातून इंधन खरेदी करत होती. एके दिवशी रात्री क्लासमध्ये नाफळे यांच्या मनातील संताप बाहेर पडला व त्यांनी दुकानांच्या साखळी-पद्धतीला

खूप शिव्या घातल्या व या संस्था म्हणजे देशाला कलंक आहे वगैरे, वगैरे सांगितले; पण तरीही एका गोष्टीचे त्यांना आश्चर्य वाटत होते की, तो त्यांना इंधन का विकू शकत नव्हता?

मग मी त्यांना सुचवले की, आता आपण काही वेगळ्या युक्त्या वापरून पाहू. थोडक्यात, आम्ही असा प्लॅन केला की, आम्ही स्टेजवर एक वादविवाद स्पर्धा आयोजित केली. अर्थात ती फक्त कोर्समधील विद्यार्थ्यांसाठी होती. विषय होता, 'जगभर पसरलेली दुकानांची साखळी पद्धत देशासाठी विधायक आहे की विघातक?'

माझ्या सूचनेप्रमाणे नाफळे यांनी नकारात्मक बाजू मांडायचे ठरवले आणि मग सरळ दुकानांच्या साखळी-पद्धतीच्या संस्थेच्या उच्च अधिकाऱ्याकडे ते गेले. ते त्यांना म्हणाले, ''आज मी तुमच्याकडे इंधन विकायला आलेलो नाही, पण मला तुमची जरा मदत हवी आहे.'' मग त्यांनी त्यांच्या वादविवाद स्पर्धेबद्दल सांगितले आणि ''तुमच्याशिवाय अधिक चांगले माहीतगार कोण असू शकेल? मला ही वादविवाद स्पर्धा जिंकायची आहे आणि जर तुम्ही मला मदत केलीत, तर मी तुमचा शतशः ऋणी राहीन'' असे सांगितले.

मि. नाफळेच्या तोंडून पुढची गोष्ट ऐका –

मी त्या माणसाला ''मला फक्त एक मिनिट वेळ दे,'' असे विनवले. मग तो मला भेटणार एवढेच फक्त निश्चित झाले. जेव्हा मी त्याला माझे म्हणणे सांगितले तेव्हा त्याने मला खुर्चीवर बसवले आणि तो माझ्याशी एक तास सत्तेचाळीस मिनिटे बोलला. नंतर त्याने आणखी एका उच्चपदस्थाला बोलावले, ज्याने दुकानांच्या साखळी-पद्धतीवर पुस्तक लिहिले होते. नंतर त्या अधिकाऱ्याने लगेचच 'नॅशनल चेन स्टोअर असोसिएशन'ला पत्र लिहिले व त्या पुस्तकाची एक कॉपी माझ्या स्पर्धेच्या तयारीला मदत होण्याच्या दृष्टीने पाठवायला सांगितली. त्याच्या मते दुकानांची साखळी-पद्धत म्हणजे मानवतेच्या दृष्टिकोनातून निष्काम सेवाभावी पद्धत होती आणि त्याला त्याच्या या कार्याबद्दल ज्वलंत अभिमान होता. बोलताना ते तेज त्याच्या डोळ्यांमधून ओसंडून वाहत होते आणि खरेतर कबुली द्यायला पाहिजे की, ते माझ्याही डोळ्यात अंजन होते, कारण मी चेन स्टोअरकडे या दृष्टिकोनातून कधीच पाहिले नव्हते. त्या अधिकाऱ्याने माझा संपूर्ण दृष्टिकोनच बदलून टाकला.

माझे बोलणे संपल्यावर मी जायला निघालो, तर तो माझ्याबरोबर दारापर्यंत आला. त्याने त्याचा हात माझ्या खांद्यावर ठेवला. मला स्पर्धेसाठी शुभेच्छा दिल्या आणि 'मला पुन्हा भेटायला ये व स्पर्धेचा निकाल काय लागतो ते सांगायला ये,' असे म्हणाला. नंतर जाता-जाता म्हणाला, ''आता तू मार्च महिन्यात मला भेट.

कारण त्या वेळी मी तुला इंधनाची ऑर्डर देऊ शकेन.''

माझ्यासाठी तो एक चमत्कार होता. ज्या दिवशी एका शब्दानेही मला ऑर्डर देण्याविषयी मी त्याला सुचवले नव्हते, त्या दिवशी त्याने मला ऑर्डर देण्याबद्दल सांगितले. मी त्याच्यामध्ये, त्याच्या कामामध्ये जेव्हा प्रामाणिक स्वारस्य दाखवले, त्याच्यासमोरील समस्यांची आपुलकीने दखल घेतली, तेव्हाच त्याने माझ्यामध्ये व माझ्या उत्पादनांमध्ये स्वारस्य दाखवले.

मि. नाफळे, तुम्ही सांगितलेली ही गोष्ट नवी नाही. ख्रिस्ताच्या जन्माच्या शंभर वर्षे आधी प्रसिद्ध रोमन कवी सायरस याने पुढील विधान लिहून ठेवले आहे, 'आपण इतरांमध्ये रुची दाखवतो तेव्हा इतर लोक आपल्यात रुची दाखवतात.'

इतर मानवी नात्यांप्रमाणेच परस्परांमध्ये रस घेणे, हे अत्यंत प्रामाणिकपणाचे असले पाहिजे. जी व्यक्ती समोरच्यामध्ये, त्याच्या सुख-दु:खामध्ये स्वारस्य दाखवते तिलासुद्धा समोरच्या व्यक्तीकडून असाच प्रतिसाद मिळतो; म्हणजे मिळायला हवा. हा दुहेरी मार्ग असतो. दोन्हीही पक्ष लाभार्थींचे असतात.

न्यूयॉर्कमधील लाँग आयलंड येथे आमच्या कोर्समध्ये दाखल झालेल्या मार्टीन गिन्सबर्गच्या आयुष्यावर एका नर्सचा खोलवर प्रभाव कसा पडला व त्यामुळे तिने त्याच्यामध्ये विशेष रस कसा दाखवला त्याची गोष्ट ऐका –

'मी दहा वर्षांचा होतो आणि तो 'थँक्स गिव्हिंग डे' होता. मी शहरातील एका हॉस्पिटलमध्ये बिछान्यावर पडून होतो. माझ्यावर दुसऱ्या दिवशी मोठी शस्त्रक्रिया होणार होती. मला माहिती होते की, आता पुढचे दोन महिने वेदनेने विव्हळत मला बिछान्यावरच पडून राहावे लागणार होते! माझे वडील पूर्वीच वारले होते. माझी आई आणि मी एका छोट्या घरात राहत होतो आणि लोकांच्या दयेस पात्र होतो. माझी आई त्या दिवशी मला भेटायला येऊ शकणार नव्हती.

जसजसा दिवस पुढे सरकू लागला तसतसा मी माझ्या एकाकीपणाच्या, निराशेच्या आणि भयाच्या भावनेने ग्रासून गेलो. मला माहिती होते की, माझी आई एकटीच घरी काळजी करत बसली असणार. तिच्याबरोबर जेवायला कोणी नसणार आणि तिच्याकडे तेवढे पैसेपण नव्हते की, तिला 'थँक्स गिव्हिंग डे'चे जेवण बाहेर घेणे परवडले असते.

माझ्या डोळ्यांमध्ये अश्रूंचा महापूर साठू लागला. तो दिसू नये म्हणून मी उशीत डोके खुपसले आणि माझ्या अश्रूंना मोकळी वाट करून दिली. मी मूकपणे रडत होतो, पण त्यामुळेच माझ्या गात्रांमध्ये कडवटपणा साठून माझे सगळे शरीर वेदनेने ठसठसत होते.

एक तरुण शिकाऊ नर्स हे सगळे दुरून पाहत होती. ती माझ्याजवळ आली.

तिने माझ्या तोंडावरची उशी ओढून दूर केली आणि तिने मला सांगितले की, तीपण माझ्यासारखीच एकाकी होती, कारण तिला दिवसभर काम करायचे होते. त्यामुळे तीपण घरी जाऊ शकत नव्हती. मग तिने मला विचारले, ''आपण दोघांनी जेवण बरोबर घ्यायचे का?'' मग तिने जेवणाचे दोन ट्रे आणले. त्यामध्ये टर्कीच्या स्लाइसेस होत्या. कुस्करलेला बटाटा होता. कॅनबेरी सॉस होता, आइस्क्रीम होते. आणखीनही गोड पदार्थ होते. ती माझ्याशी बोलत राहिली आणि माझ्या भीतीच्या, एकाकीपणाच्या भावना पळवत राहिली. खरेतर तिची ड्युटी दुपारी चार वाजता संपत होती, पण ती माझ्यासाठी रात्री अकरा वाजेपर्यंत थांबून राहिली. आम्ही काही खेळ खेळलो. शेवटी मला झोप लागल्यावरच ती गेली.

त्यानंतर आयुष्यात अनेक 'थँक्स गिव्हिंग डे' आले आणि गेले, पण एकदाही मला तिची आठवण आल्यावाचून राहिली नाही. त्या दिवशीच्या माझ्या एकाकीपणाच्या, नैराश्याच्या, भयाच्या भावनांना एका परक्या व्यक्तीच्या उबदार प्रेमाच्या भावनेने पळवून लावून माझे जगणे सुसह्य केले होते.

जर इतरांनी तुमच्यावर प्रेम करावे असे तुम्हाला वाटत असेल आणि तुमची त्यांच्याशी मैत्री व्हावी असे तुम्हाला वाटत असेल, तर तुम्ही स्वत:ला जशी मदत करता तशीच इतरांनाही मदत करा. खालील तत्त्व कायम लक्षात ठेवा.

इतरांच्या सुखदु:खांशी समरस व्हा.

१२

लोकांना तुम्ही आवडावे म्हणून...

मला एक पत्र रजिस्टर पोस्टाने पाठवायचे होते म्हणून मी पोस्ट ऑफिसमध्ये रांगेत उभा होतो. ते न्यूयॉर्कमधील तेहेतिसाव्या रस्त्यावरील पोस्ट ऑफिस होते. माझ्या असे लक्षात आले की, त्या खिडकीतील कारकून तेच-तेच काम करून म्हणजे पाकिटाचे वजन करणे, त्याप्रमाणे तिकिटे काढणे, ती त्यावर चिकटवणे, सुट्टे पैसे देणे, पावती देणे या त्याच त्या कामांनी खूप कंटाळला होता. वर्षानुवर्षे तो हेच काम करत होता. म्हणून मी मनातल्या मनात म्हणालो, 'त्या क्लार्कला मी आवडावे म्हणून काहीतरी खास प्रयत्न करायला हवे. अर्थातच मी काहीतरी छान बोलले पाहिजे. स्वतःबद्दल नाही, त्याच्याबद्दल!' मग मी स्वतःला विचारले, 'या क्लार्कचे प्रामाणिकपणे कौतुक करावे असे त्याच्यात काय आहे?' परक्या, अनोळखी लोकांच्या बाबतीत हा खरोखर गंभीर प्रश्न उद्भवतो, पण या माणसाच्या बाबतीत इतके सोपे होते की, मला त्याचे कौतुक करणे सहज शक्य झाले.

तो माझ्या पाकिटाचे वजन करत असतानाच मी उत्साहाने त्याला म्हणालो, ''मलासुद्धा तुमच्या केसांसारखे केस मिळाले असते, तर किती बरे झाले असते!''

त्याने वर पाहिले. तो काहीसा चकित झाला, पण त्याचा चेहरा हास्याने उजळून निघाला. ''खरे सांगू का? पूर्वी माझे केस यापेक्षाही चांगले होते.'' तो नम्रपणे म्हणाला. मी त्याला पुन्हा आश्वासक स्वरात म्हणालो की, जरी त्याचा केशसंभार आता पूर्वीइतका घनदाट नसला, तरी अजूनसुद्धा त्याचे केस इतरांपेक्षा निश्चितच चांगले होते. तो अतिशय खूश झाला. नंतर आम्ही बराच वेळ आनंदाने गप्पा मारल्या आणि शेवटी जाताना तो मला पुन्हा म्हणाला, ''खूप लोक माझ्या केसांचे कौतुक करतात.''

मी तुम्हाला पैजेवर सांगतो की, त्या दिवशी दुपारी जेवायला जाताना तो हवेत तरंगत असणार. मी खात्रीने सांगतो की, रात्री घरी गेल्यावर त्याने बायकोला हा प्रसंग सांगितला असणार. मी तुम्हाला पैजेवर सांगतो की, घरी गेल्यावर आरशासमोर उभे राहून तो म्हणाला असणार, 'खरेच! अजूनही माझे केस चांगले आहेत.'

मी एकदा ही गोष्ट सार्वजनिक ठिकाणी सांगितली, तेव्हा एका माणसाने मला विचारले, "यातून तुम्हाला काय मिळाले?"

मी त्यातून काय मिळवायचा प्रयत्न केला? काय बरे मी त्यातून मिळवले असेल?

आपण इतकेही स्वार्थाने आंधळे नसावे की, एखाद्याचे प्रामाणिकपणे कौतुक करून त्याला मिळणाऱ्या आनंदाचे पडसाद आपल्या चेहऱ्यावर उमटू नयेत! जर आपले मन एखाद्या कडू ॲपल-क्रॅबच्या फळाइतके छोटे असेल, तर आपल्याला आयुष्यात अपयशच मिळेल! आणि आपली तीच लायकी असेल.

मग मी त्या माणसाला सांगितले, "हो, मला त्या माणसाकडून काहीतरी पाहिजे होते, पण जे मला पाहिजे होते त्याचे मूल्य पैशात नाही ठरवता येणार! मला हवे होते ते मला मिळाले. मी त्याच्यासाठी काहीतरी निरपेक्ष बुद्धीने केले. त्यातून मिळणारे समाधान मला हवे होते. समाधानाची ही भावना तो प्रसंग घडून गेल्यानंतरही चिरकाल आनंद देणारी असते."

मानवी वर्तणुकीबद्दल सर्वसाधारणपणे एक अत्यंत महत्त्वाचा नियम आहे. जर आपण तो नियम पाळला, तर आपण कधीच संकटात सापडणार नाही आणि खरेतर आपल्याला असंख्य मित्र मिळतील आणि अद्वितीय असा आनंद मिळेल; पण ज्या क्षणी आपण तो नियम तोडू त्या क्षणी आपल्यावर अनेक संकटे येतील. तर हा नियम असा आहे : *'नेहमी दुसऱ्याला मोठेपण द्या.'* आपण पाहिले की, जॉन ड्युवे म्हणतो, 'मनुष्य-स्वभावाची सगळ्यात मोठी निकड कोणती असते, तर – आपण कोणीतरी महत्त्वपूर्ण आहोत ही भावना.' विल्यम जेम्सही म्हणतो की, 'मनुष्य-स्वभावाचे वैशिष्ट्यपूर्ण तत्त्व म्हणजे आपले सगळ्यांनी कौतुक करावे, ही त्याची अपेक्षा.' आणि मी हे आधीच सांगितले आहे की, मनुष्यप्राण्याची ही गरजच त्याला इतर प्राण्यांपेक्षा वेगळे व सर्वश्रेष्ठ बनवते. अर्थात ही गरजच त्याच्या सुसंस्कृतपणालाही कारणीभूत ठरते.

हजारो वर्षांपूर्वी तत्त्ववेत्त्यांनी मानवी नातेसंबंधांचा बारकाईने अभ्यास केला होता आणि त्यांच्या तर्कानुसार एकच महत्त्वाचा निष्कर्ष निघाला. तो नवीन नाही. तो अगदी इतिहासाइतकाच जुना आहे. सोरोस्टरने पार्शियामध्ये त्याच्या शिष्यांना ही गोष्ट पंचवीसशे वर्षांपूर्वी शिकवली. कन्फ्युशिअसने ही गोष्ट चीनमध्ये चोवीसशे वर्षांपूर्वी शिकवली. टाओइझमचा संस्थात्मक लाओत्से याने हॅनच्या खोऱ्यात ही

गोष्ट त्याच्या शिष्यांना सांगितली. बुद्धाने तर गंगा नदीच्या तीरावर ही गोष्ट येशू ख्रिस्ताच्या जन्मापूर्वी पाचशे वर्षे आधी सांगितली. हिंदू धर्माच्या अध्यात्माविषयीच्या पुस्तकांमध्ये हजारो वर्षांपूर्वी ही गोष्ट लिहिली गेली. १९ शतकांपूर्वी जिझसनेसुद्धा एकच महत्त्वाचा मंत्र दिला, 'इतरांनी तुमच्याशी जसे वागावे असे तुम्हाला वाटते तसेच तुम्ही इतरांशी वागा.'

भेटणाऱ्या प्रत्येक माणसाकडून तुम्हाला मान्यता हवी असते. तुमची खरी योग्यता लोकांना समजावी अशी तुमची प्रामाणिक इच्छा असते. तुमच्या छोट्याशा जगात तुम्हीच केंद्रबिंदू असावे ही तुमची इच्छा असते. अर्थात, म्हणून तुम्हाला खोटी, आपमतलबी स्तुती नको असते, पण प्रामाणिकपणे केलेले कौतुक मात्र तुम्हाला हवे असते. तुम्हाला तुमच्या मित्र व सहकाऱ्यांकडून चार्ल्स स्क्वॅब जशी म्हणतो तशी, 'अंत:करणापासून केलेली प्रशंसा आणि मुक्त कंठाने केलेली स्तुती हवी असते.' सगळ्यांची हीच इच्छा असते.

म्हणून आजपासून आपण सुविचार पाळू. इतरांनी आपल्याला जे द्यावे असे वाटते, ते आपण इतरांना देऊ.

कसे? केव्हा? कोठे? उत्तर आहे – कधीही आणि कुठेही!

आमच्या क्लासमधील डेव्हिड स्मिथने एकदा अत्यंत नाजूक स्थिती कशी हाताळली हे क्लासमध्ये सांगितले. कशी ते बघा :

त्याला एका धर्मादाय कार्यक्रमातील अल्पोपाहार वाटण्याच्या काउंटरचे मुख्य बनवण्यात आले होते. तेव्हा काय घडले ते तो सांगतो, "त्या कार्यक्रमाच्या रात्री मी उद्यानात आलो तेव्हा दोन प्रौढ बायका माझ्या जागेवर उभ्या होत्या. ते मला अप्रशस्त वाटले. कोणालाही पाहताना असे वाटले असते की, या कार्यक्रमाच्या त्याच मुख्य आहेत. मला आता काय करावे हे कळेना. तेवढ्यात त्या कमिटीची एक सदस्या आली व तिने माझ्या हातात कॅश बॉक्स दिले आणि या काउंटरची सूत्रे हातात घेतल्याबद्दल माझे आभार मानले. नंतर तिने त्या दोन बायकांची नावे रोझ आणि जेन आहेत व त्या माझ्या मदतनीस आहेत अशी त्यांची ओळख करून दिली.

"क्षणभर त्या सुन्न झाल्या. कॅश बॉक्स माझ्या हातात दिला याचा अर्थ सर्व सूत्रे माझ्यावर सोपवली होती, हे त्यांच्या लक्षात आले. मग मी ती कॅशबॉक्स रोझच्या हाती देऊन तिला सांगितले की, कदाचित मला ते पैसे काही नीट सांभाळता येणार नाहीत म्हणून तिनेच ते ताब्यात घेतले, तर मला बरे वाटेल. मग मी जेनला असे सुचवले की, स्वयंसेवक म्हणून आलेल्या दोन शोडश मुलांना तिने सोडा मशीन कसे चालवायचे त्याचे प्रात्यक्षिक करून दाखवावे आणि या प्रोजेक्टची तेवढी जबाबदारी मी तिच्यावर सोपवली.

"आणि माझी ती संध्याकाळ संस्मरणीय ठरली, कारण रोझ माझ्यावतीने पैशांचा हिशोब ठेवत होती, तर जेन सगळ्या कामांवर लक्ष ठेवत होती आणि मी त्या जलशाची मजा लुटत होतो."

तुम्हाला कोणी फ्रान्सचा राजदूत नेमेल आणि मग तुम्ही या क्लृप्त्या वापराल किंवा तुम्हाला कोणी क्लॅमबेक कमिटीचा चेअरमन करेल, मग तुम्ही अक्कलहुशारीने वागाल अशी वाट बघण्याची काही गरज नाही. समोरच्याला कौतुकाची पावती देण्यासाठी कोठले पंचांग पाहण्याचीसुद्धा गरज नाही. तुम्ही हे जादूचे प्रयोग अगदी रोजसुद्धा करू शकता.

जर आपण एखाद्या हॉटेलमध्ये जाऊन फ्रेंच फ्राइडची ऑर्डर दिली आणि वेट्रेसने जर उकडलेले बटाटे आणले, तर असे म्हणा, "माफ करा! मी तुम्हाला त्रास देतोय, पण यापेक्षा मला फ्रेंच फ्राइडच आवडेल." ती नक्कीच असे म्हणेल, "नाही, नाही! त्रास कसला त्यात?" आणि आत जाऊन आनंदाने ती डिश बदलून आणेल, कारण आपण तिला सन्मानाने वागवले होते.

छोटी-छोटी वाक्ये जशी, 'माफ करा, मी तुम्हाला त्रास देतोय.' किंवा 'तुम्ही हे करून माझ्यावर कृपा कराल का?', 'तुम्हाला असे करण्याने त्रास होणार नाही ना?' किंवा 'आभारी आहे,' यामुळे कुरकुरणाऱ्या नातेसंबंधांना चांगले वंगण मिळते आणि मग ती नाती पुढे खूप काळपर्यंत सुरक्षित चालू राहतात आणि आयुष्यातील एकसूत्रीपणा, मरगळलेपणा जाऊन नवचैतन्य निर्माण होते.

आपण आणखी एक उदाहरण पाहू. हॉल केनच्या कादंबऱ्या 'दि ख्रिश्चन', 'दि डिमसर', 'दि मॅन्क्सर्मॅन' या सगळ्या त्या काळात बेस्ट सेलर ठरल्या. या शतकाच्या (म्हणजे एकोणिसाव्या शतकाच्या) सुरुवातीच्या काळात लाखो लोकांनी त्या वाचल्या. हॉल केन हा एका लोहाराचा मुलगा होता. त्याचे शिक्षण आठव्या इयत्तेच्या पुढे झाले नव्हते, तरीही जेव्हा त्याचा मृत्यू झाला तेव्हा त्याच्या काळातील तो सर्वांत श्रीमंत साहित्यिक होता.

त्याचे असे झाले की, हॉल केनला काव्यातील 'सुनीत' आणि 'पोवाडे' हे प्रकार फार आवडत. रोझेटीच्या काव्याचे रसग्रहण करणारे निबंधसुद्धा त्याने लिहिले होते. जेव्हा रोझेटीने ते वाचले तेव्हा त्याला खूप आनंद झाला. बहुधा रोझेटीने असा विचार केला की, 'जो तरुण माझ्या काव्याचा इतका गाढा अभ्यासक आहे, जो माझी क्षमता जाणतो तो नक्कीच खूप हुशार असला पाहिजे.' म्हणून रोझेटीने या लोहाराच्या मुलाला लंडनला आपल्या घरी बोलावले आणि सेक्रेटरी म्हणून कामावर घेतले आणि हाच हॉल केनच्या आयुष्याचा 'टर्निंग पॉइंट' ठरला, कारण या नवीन ठिकाणी साहित्यिक वर्तुळातील अनेक दिग्गज त्याला भेटले. त्यांच्या उपदेशामुळे, मार्गदर्शनामुळे आणि त्यांच्या प्रोत्साहनामुळे त्याच्या लेखनकलेला एक उत्तम

वळण मिळाले आणि जगभर त्याची कीर्ती पसरली.

जगाच्या कानाकोपऱ्यांतून येणाऱ्या पर्यटकांसाठी त्याचे मॅन बेटावरील 'ग्रीबा कॅसल' नावाचे हे घर मक्का-मदिना यांसारखे पवित्र ठरले आणि आपल्या मृत्यूनंतर तो लाखो डॉलर्सची संपत्ती मागे सोडून गेला. कोणी सांगावे, जर त्याने रोझेटीचे कौतुक करणारा तो निबंध लिहिला नसता, तर तो कदाचित गरिबीतच मृत्यू पावला असता! त्याचे नावही मागे उरले नसते.

अगदी अंत:करणापासून केलेल्या प्रशंसेमध्ये इतकी जबरदस्त ताकद असते! रोझेटी स्वत:ला खूप महत्त्वपूर्ण मानत असे. त्यात चुकीचे असे काही नव्हते. जवळपास प्रत्येक जणच स्वत:ला महत्त्वपूर्ण समजत असतो. खूप-खूप महत्त्वपूर्ण!

अनेकदा असे घडते की, जर एखाद्या व्यक्तीच्या पाठीवर योग्य वेळी कौतुकाची थाप पडली, तर त्याचे किंवा तिचे संपूर्ण आयुष्य बदलून जाते. आमच्या कॅलिफोर्नियाच्या क्लासमध्ये रोनॉल्ड रोलँड नावाचा एक हस्तकौशल्य-विषयक शिक्षक होता. त्याने त्याच्या ख्रिस नावाच्या एका विद्यार्थ्याबद्दल पुढीलप्रमाणे लिहिले आहे :

माझ्या वर्गात एक ख्रिस नावाचा अत्यंत शांत आणि लाजाळू मुलगा होता. त्याच्यात आत्मविश्वास नव्हता आणि बरेचदा त्याला जी योग्यता मिळण्याची पात्रता होती, ती त्याला दिली जात नव्हती. मी तेथेच एक असा कोर्स (ॲडव्हान्स) घेत होतो की, काही ठरावीक मुलांमधील चांगले गुण शोधून काढून त्यांची जोपासना करून त्यांना अधिक प्रोत्साहन देता यावे. एका बुधवारी ख्रिस आळसल्याप्रमाणे काहीतरी करत त्याच्या डेस्कवर बसला होता. मला त्याला पाहिल्यावर असे जाणवले की, त्याच्या आतमध्ये काहीतरी करून दाखवण्याची प्रचंड जिद्द आहे. म्हणून मी ख्रिसला विचारले की, त्याला ॲडव्हान्स कोर्सला येणे आवडेल का? असे विचारल्याबरोबर त्या चौदा वर्षांच्या लाजाळू मुलाच्या डोळ्यात असेकाही भाव उमटले की, ते अवर्णनीय होते. त्याच्या डोळ्यांत अश्रू उभे राहिले. त्याने विचारले, "कोण मी? मि. रोलंड, मी खरेच तेवढा चांगला आहे का?"

"होय ख्रिस! तू चांगलाच आहेस." मी म्हणालो.

आणि ते बोलणे तेवढ्यावर सोडून मी परत निघालो, कारण आता माझेच डोळे अश्रूंनी डबडबले होते. त्या दिवशी वर्गातून बाहेर पडताना ख्रिसची उंची मला दोन इंचांनी वाढल्यासारखी दिसली. त्याच्या निळ्या डोळ्यांमध्ये मला विश्वास दिसत होता. माझ्याकडे पाहत तो म्हणाला, "मि. रोलंड, मी तुमचा आभारी आहे."

ख्रिसने मला जो धडा शिकवला, तो मी कधीच विसरलो नाही. आपल्या प्रत्येकाची ही तीव्र इच्छा असते की, आपण इतरांसाठी खूप महत्त्वाचे आहोत. मग

मी एका कागदावर अशी अक्षरे लिहिली, 'तुम्ही महत्त्वाचे आहात,' मी हा फलक मुद्दामच प्रवेशद्वारात लावला. अशासाठी की, लोकांना तर तो दिसावाच, पण मीसुद्धा ते कधी विसरू नये.

निर्लेप सत्य हे आहे की, तुम्हाला भेटणाऱ्या जवळपास सगळ्याच लोकांना असे वाटत असते की, काही असले तरी ते तुमच्यापेक्षा श्रेष्ठ आहेत आणि तेवढ्यानेही भागत नसते, तर त्यांचे श्रेष्ठत्व तुम्हाला जाणवून तुम्ही त्यांना महत्त्व दिले पाहिजे, असेही त्यांना वाटत असते.

इमर्सन काय म्हणाला ते आठवा, 'मला भेटणारा प्रत्येक माणूस कोणत्या ना कोणत्या प्रकारे माझ्यापेक्षा श्रेष्ठच होता आणि मी ते त्याला तसे जाणवून दिले.'

पण याच गोष्टीची दुःखद बाजू अशी की, यातली बहुसंख्य माणसे थोड्याशा स्तुतीमुळे हरभऱ्याच्या झाडावर चढून बसतात व इतरांना 'ते हलके आहेत,' असे पावलोपावली जाणवून देतात, तेव्हा त्यांचा उबग येतो. शेक्सपिअरने हे पुढील शब्दात मांडले आहे – '...गर्विष्ठ माणूस आपल्या तोकड्या कपड्यात विशाल आकाशाखाली असली काही कामे करतो की, ते पाहून देवदूतसुद्धा रडतात.'

माझ्या क्लासमधील व्यावसायिकांनी हेच तत्त्व वापरून स्वतःचा कसा उत्कर्ष करून घेतला आहे, हे मी तुम्हाला सांगतो. कनेक्टीकटमधील एका वकिलाची केस आपण पाहू. नाव सांगत नाही, कारण त्याची तशी इच्छा आहे.

कोर्समध्ये प्रवेश केल्यानंतर काही दिवसांतच मि. एक्स हे लाँग आयलंड येथे आपल्या पत्नीबरोबर तिच्या काही नातलगांना भेट द्यायला गेले होते. तेथे त्यांची पत्नी त्यांना तिच्या एका म्हाताऱ्या मावशीबरोबर सोडून स्वतः तरुण नातेवाइकांबरोबर गप्पा मारायला निघून गेली. तेवढ्यात त्यांच्या लक्षात आले की, त्यांना एके ठिकाणी एक भाषण द्यायचे होते. त्या भाषणाचा विषय होता 'कौतुक करणे.' त्यामुळे त्यांना वाटले, आपण या संधीचा फायदा घ्यावा, कारण त्यामुळे त्या म्हाताऱ्या बाईबरोबर बोलताना त्यांना काही नवीन अनुभव येईल. त्यांनी इकडे-तिकडे पाहून घराचे निरीक्षण केले. ज्यामुळे ते प्रामाणिकपणे कौतुक करू शकतील. त्यांनी तिला विचारले, "हे घर सुमारे १८९०च्या सुमारास बांधले गेले असावे. हो ना?" ती उत्तरली, "हो, अगदी बरोबर! त्याच वेळेस."

तो म्हणाला, "या घरात आल्यावर मला माझ्या त्या घराची आठवण झाली जेथे माझा जन्म झाला. हे घर फार छान आहे. अतिशय हवेशीर आहे. हल्ली अशी घरे कोणी बांधत नाही. नाही का?"

ती म्हातारी स्त्री म्हणाली, "अगदी बरोबर बोललास तू. हल्लीच्या तरुण पिढीला छान घरांचे आकर्षणच उरलेले नाही. त्यांना छोटे-छोटे फ्लॅट्स आवडतात

आणि त्यांना आकर्षण असते, ते फक्त नवीन नवीन गाड्यांचे.''

आता ती तिच्या रम्य आठवणींच्या मोहजालात पुरती फसली होती. ती म्हणाली, ''हे घर म्हणजे माझे स्वप्न होते. हे घर आम्ही फार प्रेमाने बांधले होते. मी आणि माझ्या पतींनी हे घर बांधण्यापूर्वी दहा वर्षे हे स्वप्न बघितले होते. आम्ही या घरासाठी कोणा रचनाकाराची नियुक्ती केली नव्हती. या सगळ्या योजना आमच्या स्वत:च्याच आहेत.''

मग तिने मि. एक्सला संपूर्ण घर फिरून दाखवले. तिचा उत्साह ओसंडून वाहत होता. तिने आयुष्यात जेवढ्या सहली केल्या होत्या तिथून प्रत्येक ठिकाणाहून काही ना काही सुंदर गोष्टी आणून तिने घर सजवले होते. त्या सगळ्या गोष्टी बारकाईने पाहून मि. एक्सने त्याचे कौतुक केले होते. म्हणजे पेस्ली शाली, जुना इंग्लिश टी सेट, चायनातले वेजवुड फ्रेंच पलंग आणि खुर्च्या, इटलीतील तैलचित्रे, सिल्कचे कपडे आणि भिंतीवर टांगलेले एका फ्रेंच राजवाड्याचे चित्र!

संपूर्ण घर फिरून दाखवल्यावर मि. एक्सला ती गॅरेजमध्ये घेऊन गेली. तेथे जॅकवर ठोकळे लावून चढवलेली एक जुनी खास बनवलेली पॅकार्ड गाडी होती.

ती म्हणाली, ''माझ्या नवऱ्याने त्याच्या मृत्यूपूर्वी फारच थोडे दिवस आधी ही गाडी माझ्यासाठी खरेदी केली होती.'' तिचे स्वर आता भावनेने ओथंबलेले होते. ''माझे पती गेल्यापासून मी या गाडीत बसलेसुद्धा नाही. तुला सुंदर गोष्टींची पारख आहे. तू रसिक दिसतोस म्हणून ही कार मी तुला भेट देते.''

मि. एक्स म्हणाला, ''कशाला आंटी? नको! तुम्ही माझे उगाच कौतुक करत आहात. अर्थात तुमच्या औदार्याचे मला खूप कौतुक वाटते, पण मी ही गाडी स्वीकारू शकत नाही. मी तुमचा नातेवाईकसुद्धा नाही. माझ्याकडे माझी स्वत:ची नवी गाडी आहे आणि तुम्हाला खूप नातेवाईक आहेत. त्यांच्यापैकी कोणालाही पॅकार्ड गाडी नक्की आवडेल.''

''नातेवाईक?'' आता तिचा स्वर चिरका झाला, ''खरेय बाबा! मला खूप नातेवाईक आहेत, पण ते सगळे माझ्या मृत्यूची वाट पाहत आहेत. म्हणजे त्यांना माझी गाडी मिळेल. ते तर टपूनच बसले आहेत.''

''तुम्हाला जर त्यांना ही गाडी द्यायची नसेल, तर तुम्ही ती सहज विकू शकता. एखाद्या जुन्या गाड्यांच्या डीलरकडे चौकशी केली पाहिजे.'' त्याने तिला सांगितले.

''विकून टाकू!'' ती तार स्वरात ओरडली. ''तुला काय वाटते, मी ती गाडी विकावी? तुला काय वाटते, कोणीतरी ऐऱ्या-गैऱ्याने माझ्या गाडीत बसून रस्त्यावरून फिरलेले मी पाहू शकेन? कदापि नाही! ही गाडी माझ्या पतीने मला बक्षीस दिली आहे. मी स्वप्नातसुद्धा ती गाडी विकणार नाही. मी ही गाडी तुलाच देणार कारण

तू अशा गोष्टींचा भोक्ता आहेस.''

त्याने त्या प्रसंगातून बाहेर पडण्याचा पुष्कळ प्रयत्न केला, पण तिच्या भावना दुखावणे त्याला जमत नव्हते.

ही स्त्री तिच्या त्या भव्य घरामध्ये एकटीच तिच्या पेस्ली शालींना, फ्रेंच वस्तूंना आणि जुन्या आठवणींना उराशी कवटाळून बसली होती आणि या तिच्या वस्तूंना आणि आठवणींना कोणीतरी गोंजारायची गरज होती. एके काळी तीपण तरुण आणि सुंदर होती. तिने अत्यंत प्रेमाने एक सुंदर घर बांधले होते आणि युरोपातील उत्तमोत्तम वस्तूंनी ते सजवले होते. आता वृद्धापकाळाच्या संध्याछाया तिला भिववत होत्या आणि या एकाकीपणात तिला उबदार मानवी प्रेमाची आस लागली होती. तिला थोडे, पण प्रामाणिक कौतुक हवे होते; पण एवढी छोटीशी गोष्टही तिला लोकांकडून मिळत नव्हती आणि जेव्हा तिला मि. एक्स भेटले तेव्हा ओसाड वाळवंटात झऱ्याचा शोध लागावा तसे तिला झाले. तिची लाडकी पेकार्ड कार मि. एक्सला देऊ करणे म्हणजे कृतज्ञता व्यक्त करणेच होते.

आपण आता दुसरी केस घेऊ : ही केस आहे डोनाल्ड मॅकमॅहोनची. तो 'लॅवीस अॅन्ड व्हॅलेन्टाइन' या न्यूयॉर्क येथील एका नर्सरीच्या कंपनीत आर्किटेक्ट म्हणून काम करत होता.

तो सांगतो, ''नुकतेच मी 'हाउ टू विन फ्रेन्ड्स अॅन्ड इन्फ्लुअन्स पीपल,' या विषयावरील भाषण ऐकले होते. तेव्हा मी एका मोठ्या जज्जसाहेबांच्या घराचा नकाशा बनवण्यात गुंतलो होतो. त्यांच्या बागेत कुठे काय करायचे व बाग कशामुळे अधिक प्रसन्न दिसेल, यावर माझा खल चालू होता. इतक्यात घराचा मालक बाहेर आला आणि कोणती रोपे कोठे लावायची याबद्दल सूचना करू लागला.

मी म्हणालो, ''जज्जसाहेब, खरोखर तुम्हाला ही जी आवड आहे, ती फार छान आहे. मी तुमच्या देखण्या कुत्र्यांबद्दल बोलतो आहे. श्वान प्रदर्शनात तुम्हाला या कुत्र्यांमुळे नक्कीच मॅडीसन स्केअर गार्डनमध्ये बक्षिसे मिळत असतील.''

या छोट्याशा कौतुकाच्या पोचपावतीचा योग्य तो परिणाम झाला.

''होय.'' जज्जसाहेब म्हणाले, ''मी माझ्या कुत्र्यांबरोबर वेळ खूप मजेत घालवतो. तुला माझे केनेल (कुत्र्यांचे घर) पाहायचे आहे का?''

मग त्यांनी मला जवळपास एक तासभर त्यांचे सगळे कुत्रे आणि त्यांनी मिळवलेली बक्षिसे दाखवली. नंतर त्यांनी त्यांच्या कुत्र्यांच्या उच्च जातकुळीचे वर्णन केले व असे सौंदर्य आणि अशी बुद्धिमत्ता प्राप्त होण्यास त्यांचे उच्च खानदान कसे कारणीभूत ठरते ते सांगितले.

शेवटी माझ्याकडे वळून ते म्हणाले, ''तुला लहान मुले आहेत का?''

मी म्हणालो, ''हो, मला एक लहान मुलगा आहे.''

मग जज्जसाहेबांनी विचारले, ''त्याला कुत्र्याचे पिल्लू आवडेल का?''

''हो, त्याला अत्यानंद होईल.'' मी म्हणालो.

मग त्यांनी कुत्र्याच्या पिल्लाला काय भरवायचे ते सांगितले. मग ते क्षणभर थांबले व म्हणाले, ''मी आता तुला हे सांगितले, तर तू विसरून जाशील.'' मग ते पुन्हा घरात गेले. त्यांनी टाइपरायटर काढला. कागदावर त्या कुत्र्याची जात आणि त्याच्या आहाराबद्दल लिहिले आणि काही शेकडो डॉलर्सचा कुत्रा व एक तास पस्तीस मिनिटे त्यांनी मला बहाल केले. खरेतर जज्जसाहेबांचा वेळ अमूल्य होता, पण मी त्यांच्या छंदाचे व त्यांच्या यशाचे प्रामाणिकपणे कौतुक केले होते म्हणून त्यांनी मला अमूल्य गोष्टी बहाल केल्या.''

कोडॅक फेमचा जॉर्ज इस्टमन याने अशी पारदर्शक फिल्म तयार केली ज्यामुळे हलणारी चित्रे शक्य झाली. ती लाखो डॉलर्सला विकली गेली आणि या पृथ्वीवरचा सर्वांत प्रसिद्ध व्यावसायिक म्हणून त्याने नावलौकिक मिळवला. एवढे मोठे व्यावसायिक यश मिळवूनसुद्धा त्याला तुमच्या आणि माझ्याइतकेच कोणीतरी त्याचे कौतुक करावे याची आस होती.

त्याचे असे झाले, इस्टमन त्या वेळी 'इस्टमन स्कूल ऑफ म्युझिक' आणि 'किलबोर्न हॉल' बांधत होता. त्या वेळचे सुपिरिअर सिटिंग कंपनीच्या न्यूयॉर्कमधील अध्यक्षांना त्या हॉलमधील खुर्च्यांची ऑर्डर पाहिजे होती म्हणून मि. ॲडमसन यांनी मि. इस्टमनची भेट नियोजित केली.

जेव्हा ॲडमसन तेथे पोहोचला तेव्हा तेथील एक आर्किटेक्ट त्याला म्हणाला, ''मला माहिती आहे की, तुला ऑर्डर पाहिजे आहे; पण तू जर इस्टमनचा पाच मिनिटांपेक्षा अधिक वेळ घेतलास, तर तुझे होणारे काम बिघडेल. तो अत्यंत कडक शिस्तीचा आहे. तो त्याच्या कामात व्यग्र असतो. तुझे काय म्हणणे आहे, ते थोडक्यात सांग आणि चालू लाग.''

ॲडमसनसुद्धा त्याच तयारीत होता. जेव्हा ॲडमसन इस्टमनच्या केबिनमध्ये आला तेव्हा इस्टमन फाइलींच्या चळतीमध्ये तोंड खुपसून बसला होता. तेवढ्यात इस्टमनने वर पाहिले, त्याने त्याच्या डोळ्यावरचा चष्मा काढला आणि ॲडमसन व त्या आर्किटेक्टकडे तो चालत गेला आणि म्हणाला, ''सुप्रभात! सज्जनहो, मी तुमच्यासाठी काय करू शकतो?''

त्या आर्किटेक्टने ॲडमसनची ओळख करून दिली तेव्हा ॲडमसन म्हणाला, ''मि. इस्टमन, बाहेर वेटिंगरूममध्ये मी तुमची वाट पाहत बसलो होतो तेव्हा तुमच्या ऑफिसचे बारकाईने निरीक्षण करीत होतो. मला हे ऑफिस फार आवडले. इथे बसून कित्येक तास काम करणे मला आवडेल. माझा अंतर्गत सजावटीचा

व्यवसाय आहे. माझा लाकूडकामाच्या बाबतीत हातखंडा आहे आणि इतके सुंदर ऑफिस मी माझ्या आत्तापर्यंतच्या आयुष्यात कधीच पाहिले नव्हते.''

जॉर्ज इस्टमन म्हणाला, ''मी ज्या गोष्टी विसरलो होतो, त्याची तू मला आठवण करून दिलीस. खरेच, माझे ऑफिस सुंदर आहे, नाही का? जेव्हा मी हे नुकतेच बनवून घेतले होते तेव्हा मला या ऑफिसचा खूप अभिमान वाटायचा, पण आता माझे काम इतके वाढले आहे की, आता माझे त्याकडे लक्षच नसते.''

ॲडमसन त्या खोलीभर फिरला. एका लाकडी फळीवर बोट घासून म्हणाला, ''हे इंग्लिश ओक आहे, हो ना? इटालियन ओकपेक्षा याचा पोत वेगळा असतो.''

''होय.'' इस्टमन म्हणाला, ''हे इम्पोर्टेड इंग्लिश ओक आहे. माझा एक मित्र या विषयातला जाणकार आहे. त्यानेच माझ्या ऑफिससाठी या लाकडाची निवड केली होती.''

मग इस्टमनने फिरून या खोलीची अनेक वैशिष्ट्ये सांगितली. रंगांबद्दल बोलला, हातांनी केलेल्या कोरीव कामाबद्दल बोलला, प्लॅनविषयी बोलला.

असे ऑफिसबद्दल भरभरून बोलत असतानाच तो एका खिडकीसमोर थांबला आणि त्याचा आवाज अगदी हळुवार झाला. मग त्याने तेथून दिसणाऱ्या काही संस्थांकडे बोट दाखवले, ज्या संस्थांना तो मानवतेच्या भूमिकेतून मदत करत होता. त्यामध्ये रोलेस्टर विद्यापीठ होते, जनरल हॉस्पिटल होते. होमिओपॅथिक मेडिकल हॉस्पिटल होते. लहान मुलांचे हॉस्पिटल होते. ॲडमसन हे सगळे ऐकून थक्क झाला व अत्यंत प्रामाणिक शब्दांत त्याने इस्टमनचे अभिनंदन केले व तो ज्या पद्धतीने त्याच्या संपत्तीचा विनियोग करत होता ते किती आदर्श होते, हे त्याने त्याला खुल्या दिलाने सांगितले. त्यावर इस्टमनने एक काचेची पेटी उघडली आणि त्यातून कॅमेरा बाहेर काढला. तो त्याच्या जवळचा पहिला कॅमेरा होता, जो त्याने एका इंग्लिश माणसाकडून विकत घेतला होता.

ॲडमसनने त्याला आपुलकीने विचारले की, व्यवसायाच्या सुरुवातीच्या काळात त्याने कोणत्या अडचणींना तोंड दिले? त्या वेळी इस्टमनने त्याला अगदी मोकळ्या मनाने सांगितले की, त्याने लहानपणी अत्यंत दारिद्र्याला तोंड दिले होते. त्याची आई विधवा होती. कसाबसा संसार चालवत होती. तो एका इन्शुरन्स कंपनीत कारकुनी करत होता. दिवस-रात्र पैशाची चिंता सतावत होती आणि त्याच्या आईला काम करावे लागू नये म्हणून पुरेसा पैसा मिळवण्यासाठी तो धडपडत होता. मग ॲडमसनने त्याला पुढचे प्रश्न विचारले आणि त्याचे बोलणे तो काळजीपूर्वक ऐकू लागला. त्याच्यात तो अगदी रंगून गेला, विशेषतः जेव्हा त्याने ड्राय फोटोग्राफिक प्लेट्सची गोष्ट सांगितली तेव्हा! त्याने त्याला हेसुद्धा सांगितले की, तो त्या काळात दिवसभर कसा ऑफिसमध्ये काम करत असे आणि

काही वेळेस तर रात्रीसुद्धा प्रयोग करत असे. काही रासायनिक प्रक्रिया घडण्यास जो वेळ लागत असे तेवढ्या काळात तो छोटीशी डुलकी घेई. काही वेळेस तर तो सलग बहात्तर तास काम करत असे आणि तेही त्याच कपड्यांमध्ये!

वास्तविक जेम्स ॲडमसन इस्टमनच्या ऑफिसमध्ये घाईघाईने सव्वा दहा वाजता शिरला होता आणि त्याला कडक शब्दांत इशारा देण्यात आला होता की, पाच मिनिटांपेक्षा त्याने तेथे थांबता कामा नये; पण आता एक तास उलटून गेला, मग दोन तास उलटून गेले; पण अजूनही त्यांचे बोलणे संपत नव्हते.

शेवटी जॉर्ज इस्टमन उठला आणि ॲडमसनकडे वळून म्हणाला, "गेल्या वेळेस मी जपानला गेलो होतो तेव्हा मी काही खुर्च्या आणल्या होत्या व मुद्दामच अंगणात उन्हात ठेवल्या होत्या, पण उन्हामुळे त्यांचा रंग उडाला. मग मी स्वत: शहरात गेलो आणि रंग विकत आणला व तो त्या खुर्च्यांना दिला. मी कसा रंग दिला ते बघायला येतोस का? चल माझ्या घरी आणि जेवायलाच चल माझ्याबरोबर. मी तुला खुर्च्याही दाखवतो."

जेवणानंतर मि. इस्टमनने ॲडमसनला त्या जपानहून आणलेल्या खुर्च्या दाखवल्या. त्या फारच सामान्य खुर्च्या होत्या, पण आता कोट्यधीश असणाऱ्या जॉर्ज इस्टमनला स्वत: रंगवलेल्या त्या खुर्च्यांचा किती अभिमान होता!

खुर्च्यांची नव्वद हजार डॉलर्सची ऑर्डर कुणाला मिळाली असेल? तुम्हाला काय वाटते? जेम्स ॲडमसनला की त्याच्या प्रतिस्पर्ध्याला?

या घटनेनंतर थेट इस्टमनच्या मृत्यूपर्यंत ॲडमसन व इस्टमन अगदी जीवश्चकंठश्च मित्र होते.

फ्रान्समधील क्लाऊडे मरायस या एका हॉटेल-मालकानेसुद्धा हेच तत्त्व वापरून आपल्या हॉटेलच्या एका उपयुक्त महिला कामगाराला गमावण्यापासून वाचवले. खरेतर ही महिला कामगार म्हणजे त्याच्या एकवीस कामगारांमधील आणि त्याच्यातील महत्त्वाचा दुवा होती. जेव्हा या कामगार बाईकडून त्याला 'राजीनामा देत आहे' असे सांगणारे पत्र आले तेव्हा त्याला धक्का बसला.

एम. मरायस म्हणतो, 'मला खूप आश्चर्य वाटले आणि त्याहीपेक्षा जास्त निराशा वाटली, कारण माझी अशी समजूत होती की, मी तिच्याशी खूप चांगले वागतो आणि तिच्या अडचणी लक्षात घेतो. जरी तिच्याशी माझी चांगली मैत्री असली, तरी शेवटी ती माझी नोकर होती आणि मी तिला जरुरीपेक्षा जास्त गृहीत धरले होते आणि इतर कामगारांपेक्षा मी तिच्या बाबतीत जरा अधिकच मागणीखोर होतो.

'अर्थातच काहीतरी स्पष्टीकरण तिच्याकडून दिले गेल्याशिवाय मी हा राजीनामा स्वीकारणे शक्य नव्हते. मी तिला बाजूला घेऊन म्हटले, "पॉलेट, तुला समजायला

हवे की, मी तुझा राजीनामा स्वीकारणार नाही. तू माझ्यासाठी व माझ्या कंपनीसाठी खूप महत्त्वाची आहेस आणि या रेस्टॉरंटचे यश व भवितव्य माझ्याइतकेच तुझ्यावरही अवलंबून आहे !'' मी मुद्दामच हे इतर कामगारांसमोर म्हणालो आणि तिला आत्मविश्वास परत मिळावा म्हणून मी माझ्या कुटुंबाच्या उपस्थितीत तिला घरी बोलावले.

'पॉलेटने तिचा राजीनामा मागे घेतला आणि आज मी पूर्णपणे तिच्यावर विसंबून राहू शकतो. ती जे काही माझ्यासाठी करते त्याबद्दल मी कृतज्ञता व्यक्त करतो आणि ती माझ्यासाठी किती महत्त्वपूर्ण आहे हे दर्शवतो.'

डिझारेली हा अत्यंत धूर्त माणूस. त्याने ब्रिटिश साम्राज्यावर राज्य केले. तोसुद्धा म्हणतो, ''लोकांशी त्यांच्याबद्दल बोला, तरच ते तासन्तास तुमचे ऐकून घेतील.''

इतर लोकांना ते तुमच्यासाठी किती महत्त्वाचे आहेत, हे जाणवून द्या आणि तेही सच्चेपणाने!

भाग तीन

लोकांना तुमच्याशी सहमत करून घेण्याचे मार्ग

डेल कार्नेगी म्हणतात, ''बऱ्याचशा लोकांना समोरच्याच्या मनात सूक्ष्मपणे प्रवेश करून त्याला जाणून घेण्याची कला अवगत नसते. ह्या प्रकरणामध्ये समोरच्याच्या मनाचा ठाव घेण्याचे कौशल्य सांगितले आहे.

हा अभेद्य किल्ला गुप्तपणे कसा भेदायचा आणि समोरच्या व्यक्तीकडून आनंदाने सहकार्य कसे मिळवायचे ह्याचे मर्म जाणून घ्या.

१३

या मार्गाने तुम्ही नक्कीच शत्रू निर्माण कराल, हे कसे टाळाल?

जेव्हा थिओडर रूझवेल्ट व्हाइट हाउसमध्ये होता तेव्हा त्याने असे कबूल केले की, जर तो पंचाहत्तर टक्के वेळा बरोबर असेल, तर त्याच्या आयुष्यातील जास्तीतजास्त मोठे ईप्सित त्याच्या दृष्टीने पूर्ण झालेले असेल.

विसाव्या शतकातील अत्यंत नावाजलेल्या व्यक्तीचे जर हे अपेक्षित ध्येय असेल, तर तुमचे आणि माझे काय?

जर तुमची खात्री असेल की, तुम्ही पंचावन्न टक्के वेळा बरोबर असाल, तर तुम्ही वॉल स्ट्रीटला जाऊन दिवसभरात लाखो डॉलर्स खर्च करायला हरकत नाही आणि जर तुम्हाला तुम्ही पंचावन्न टक्के वेळासुद्धा बरोबर नाही, याची खात्री असेल, तर इतर लोकांना ते चूक आहेत हे सांगण्याचा तुम्हाला काय अधिकार पोहोचतो?

तुम्ही लोकांना ते कसे चुकीचे आहेत ते त्यांच्याकडे एक तशी नजर फेकून किंवा हावभावावरून किंवा 'छे!' असे काहीसे उद्‌गार काढून किंवा शब्दांमधून दर्शवता आणि मग तुम्ही असे दर्शविल्यानंतर अशी अपेक्षा असते की, त्यांनी तुमच्याशी सहमत व्हावे? पण तसे होणे कदापि शक्य नाही, कारण तुम्ही अशा वेळी सरळ-सरळ त्यांच्या आत्मसन्मानावर, त्यांच्या आकलनावर हल्ला चढवलेला असतो. त्या हल्ल्यावर प्रतिहल्ला ते करणारच ना! पण त्यांचे मतपरिवर्तन होणे शक्य नसते. मग तुम्ही त्यांच्यावर प्लेटोचे किंवा इमॅन्युएल कांटचे तर्कट दगड मारल्यासारखे फेकता! पण तरीही तुम्ही त्यांचे मत बदलू शकत नाही, कारण तुम्ही त्यांच्या भावना दुखावलेल्या असतात.

कधीही बोलण्याची सुरुवात अशी करू नका की, 'मी आता तुम्हाला हे सिद्ध

करून दाखवतो...' हे अजिबात भल्याचे नाही, कारण त्याचा उघड-उघड असा अर्थ होतो की, 'मी तुझ्यापेक्षा अधिक हुशार आहे आणि मी तुला आता अशा एक-दोन गोष्टी सांगणार आहे की, ज्यामुळे तुझे मत बदलेल.'

हे म्हणजे रणांगणावर शंख फुंकण्यासारखे आहे. हे आव्हान देणे आहे. याच्यामुळे संघर्ष निर्माण होतो आणि अजून जरी तुम्ही युद्धाला सुरुवात केलेली नसली, तरी तुमच्या अशा बोलण्यामुळे समोरचा त्याचे शस्त्र उपसून तयार होतो.

अगदी सौम्य परिस्थितीतसुद्धा लोकांचे मतपरिवर्तन करणे अवघड असते. मग ते आणखी कठीण का करायचे? स्वत:ला अपंग का बनवायचे?

जरी तुम्ही काहीतरी सिद्ध करायला निघालात, तरी इतरांना ते कळू देऊ नका. हे इतके हळुवारपणे करा, इतके चातुर्याने करा की, तुम्ही हे करत आहात हे कोणालाच कळणार नाही. हेच अलेक्झांडर पोपने कसे सांगितले ते बघा :

पुरुषांना अशा पद्धतीने शिकवले पाहिजे की, त्यांना कोणी काही शिकवते आहे, हे त्यांना समजायला नको.

जवळपास तीनशे वर्षांपूर्वी गॅलिलिओ म्हणाला होता :

'तुम्ही कोणत्याच माणसाला शिकवू शकत नाही. तुम्ही फक्त त्याला त्याच्या अंतरंगात ते शोधायला मदत करू शकता.'

लॉर्ड चेसरफील्ड त्याच्या मुलाला म्हणाला :

'शक्य असेल तर इतर लोकांपेक्षा अधिक शहाणा हो! पण त्यांना तसे सांगू मात्र नकोस.'

अथेन्समध्ये सॉक्रेटीसनेही त्याच्या अनुयायांना पुन्हा-पुन्हा हेच सांगितले :

'मला फक्त एकच गोष्ट माहिती आहे आणि ती म्हणजे मला काहीच माहिती नाही.'

असो! मीसुद्धा अशी आशा ठेवत नाही की, मी सॉक्रेटीसपेक्षा अधिक हुशार आहे. म्हणून मी लोकांना, 'ते चुकीचे आहेत.' हे सांगणे सोडून दिले आहे आणि मला असे वाटते की, तेच योग्य आहे.

जेव्हा एखादा माणूस असे विधान करतो की, 'तुला जे वाटते ते चुकीचे आहे.' तेव्हा असेलही कदाचित ते चुकीचे! पण तरीही अशी सुरुवात करायला काय हरकत आहे? 'असे बघा, मला यापेक्षा वेगळे वाटते. कदाचित माझे चुकत असेलही. म्हणजे अनेकदा माझे चुकतेच आणि जर माझे चुकत असेल, तर मला तसे सांगा. मला माझी चूक सुधारायला आवडेल. आपण सत्य काय आहे, हे पुन्हा तपासून पाहू.'

असे काही शब्द आहेत की, ज्यांच्यात जादू आहे, सकारात्मक परिणाम घडवण्याची क्षमता आहे. जसे, 'कदाचित माझे चुकत असेल', 'बरेचदा असे घडते.', 'आपण घटना पुन्हा एकदा तपासून पाहू.'

अगदी आकाशातील किंवा या पृथ्वीतलावरील किंवा समुद्रातील कोणीही असू दे. कोणीही तुम्हाला, 'कदाचित माझे चुकले असेल, आपण पुन्हा तपासून पाहू.' हे म्हणण्यापासून रोखणार नाही.

आमच्या क्लासमधील एक सभासद ज्याचे नाव हेरॉल्ड रेंक होते, तो डॉज गाड्यांचा व्यवहार बिलिंग्ज, मोंटाना येथे करत असे. त्याने त्याच्या व्यवसायात ही युक्ती वापरली. त्याने सांगितले की, ऑटोमोबाईल व्यवसायातील ताणतणावांमुळे अनेकदा तो खूप चीडिला येत असे. काही वेळेस त्याला ग्राहकांच्या तक्रारी सोडवताना लबाडीनेसुद्धा वागावे लागे. त्यामुळे त्याचा संताप होत असे. या अशा अप्रिय वातावरणामुळे त्याचा धंदासुद्धा बराचसा कमी झाला होता.

त्याने वर्गात असे सांगितले, "माझ्या असे लक्षात आले की, माझ्या अशा वागण्यामुळे माझी प्रगती खुंटली आहे. मग मी नवीन मार्गाने जायचे ठरवले. मी असे बोलायला सुरुवात केली, "आत्तापर्यंत आमच्या डिलरशीपने अनंत चुका केल्या आहेत आणि मला याची नेहमीच लाज वाटत आली आहे. कदाचित तुमच्याही बाबतीत काही चूक घडली असेल. मला त्याबद्दल सांगा."

"मी हा काही जो नवीन पवित्रा घेतला त्यामुळे शत्रू-पक्षाच्या हातातली शस्त्रे खाली गळून पडायची आणि मग तो ग्राहक जेव्हा त्याच्या भावना बोलून दाखवायचा तेव्हा तोसुद्धा सयुक्तिक विधाने करायचा व प्रकरण मिटवायला उत्सुक असायचा. खरे सांगायचे, तर अनेक ग्राहकांनी माझे आभार मानले; ते अशासाठी की, माझा दृष्टिकोन किती सामंजस्याचा होता! तक्रार करायला आलेल्या ग्राहकांपैकी दोघांनी नंतर त्यांच्या दोन नवीन मित्रांना नवीन गाड्या घेण्यासाठी आणले. अशा स्पर्धात्मक बाजारपेठेत आम्हाला अशाच प्रकारच्या ग्राहकांची नितांत गरज असते आणि आता माझा असा विश्वास आहे की, सगळ्याच ग्राहकांना सन्मानाने वागवले, त्यांच्या मतांना किंमत दिली आणि त्यांच्याशी गोड बोलले, सभ्यतेने वागले, तर स्पर्धेमध्ये आपण नक्कीच पुढे निघून जाऊ शकतो.

स्वत:ची चूक कबूल केली, तर तुम्ही कधीच अडचणीत येऊ शकत नाही. त्यामुळे सगळे वादविवाद मिटतात आणि तुमच्या विरोधकालासुद्धा न्याय्य बुद्धीने वागण्याची स्फूर्ती मिळते आणि तुमच्याप्रमाणेच तेसुद्धा कूपमंडूक वृत्तीचे राहत नाहीत. कदाचित समोरच्यालासुद्धा आपली चूक कबूल करण्याचा मोह होतो.

जर तुम्हाला नक्की माहिती असेल की, समोरच्या व्यक्तीने चूक केली आहे आणि जर तुम्ही ते अगदी निर्दयतेने त्याला सांगायला गेलात, तर काय घडेल? थांबा, मी तुम्हाला उदाहरणासह सांगतो.

श्री. जेकब हे न्यूयॉर्कमधील एक प्रसिद्ध वकील होते. ते युनायटेड स्टेट्समधील सुप्रीम कोर्टात एका महत्त्वाच्या केसचे आर्ग्युमेंट करत होते. ती केस खूप मोठ्या रकमेबद्दलची होती आणि एक महत्त्वाचा कायदेशीर मुद्दा त्यामध्ये होता. आर्ग्युमेंट मध्येच थांबवून सुप्रीम कोर्टाचे जज त्यांना म्हणाले, "आरमारावरील मुख्य अधिकाऱ्याची कचेरी फक्त सहा वर्षांसाठीच असते ना? असा 'स्टॅट्युट ऑफ लिमिटेशन्स इन ॲडमिराल्टी'चा कायदा आहे ना?"

ॲड. जेकब थांबले, जजकडे एका क्षणासाठी त्यांनी पाहिले आणि उद्धटपणे म्हणाले, "जजसाहेब, आरमारामध्ये असा कोणताच लिमिटेशनचा कायदा नाही."

"संपूर्ण कोर्टात शांतता पसरली." ॲड जेकब त्यांचा हा अनुभव क्लासमध्ये सांगत होते, "आणि कोर्टाचे तापमान शून्य डिग्रीपेक्षाही खाली गेले. मी बरोबरच होतो. आता काय होणार होते? मी साक्षात जजला चुकीचे ठरवले होते, पण त्यामुळे नाते नक्कीच गढुळले जाणार होते. परिणाम वाईट होण्याची शक्यता होती. नाही! पण माझी अजूनही खात्री होती की, कायदा माझ्या बाजूने आहे आणि मला माहिती होते की, नेहमीपेक्षा आज मी अधिक परिणामकारक बोललो होतो; पण मी जजसाहेबांचे मन वळवले नव्हते. मी एक भलीमोठी घोडचूक केली होती की, एका फार मोठ्या प्रसिद्ध माणसाला हे सांगितले होते की, तो चुकीचा आहे."

काही लोक खूप तर्कशुद्ध विचार करतात, पण आपल्यापैकी बरेचसे पूर्वग्रहदूषित आणि एकांगी विचार करणारे असतात. आपल्यापैकी बरेचसे जुन्या कल्पनांना ठामपणे चिकटून बसणारे असतात. जसे मत्सर, संशय, भीती, द्वेष आणि दुरभिमान इत्यादी. असेही अनेक नागरिक आहेत ज्यांना आपला धर्म बदलायचा नसतो, आपला हेअरकट बदलायचा नसतो, साम्यवाद बदलायचा नसतो आणि त्यांचे आवडते नट किंवा नटीसुद्धा फिक्स्ड असतात, म्हणून तुम्ही जर असा आग्रह धरून बसला की, 'तुम्ही चुकीचे आहात' तर त्यासाठी रोज सकाळी नाष्ट्यापूर्वी खालील परिच्छेद वाचा. हा परिच्छेद जेम्स हावे रॉबिन्सनच्या 'दि माइंड इन दि मेकिंग'मधून घेतला आहे.

कधीकधी आपल्याला असे जाणवते की, कुठल्याही ताणतणावाशिवाय किंवा अवजड भावनांच्या ओझ्याशिवाय आपली मते हळूहळू बदलत चालली आहेत; पण जर आपल्याला कोणी सांगितले की, 'तुझे चुकले' तर ते मात्र आपल्या काळजावर ओरखडा उमटवून जाते. आपला संताप होतो. आपला विश्वास, आपल्या श्रद्धा यांच्याबद्दल आपण अविश्वसनीयरीत्या बेपर्वा असतो; पण जर एखाद्याने त्यांना धक्का पोहोचवला किंवा आपली मैत्री तोडण्याची भाषा केली, तर मात्र त्या भावनांबद्दल आपला प्रचंड उद्रेक होतो. म्हणजे श्रद्धा, विश्वास या भावनांबद्दल आपल्याला प्रेम असते असे नाही, तर आपला अहम् आड येतो. 'माझे' हा दोन अक्षरी छोटाच शब्द आहे, पण तो फार महत्त्वाचा आहे. मानवी व्यवहारात त्याची गणना करणे शहाणपणाचे ठरेल. 'माझे जेवण', 'माझा कुत्रा', 'माझे घर' किंवा 'माझे वडील', 'माझा देश', 'माझा देव' या सगळ्या 'माझा'मध्ये मालकी हक्क आहे. आपल्याला 'आपले घड्याळ चुकीचे आहे किंवा आपली गाडी खराब आहे', ही वाक्ये फारशी जाचत नाहीत, पण 'अवकाशातील मंगळाबद्दलच्या आपल्या कल्पना चुकीच्या आहेत.' असे म्हटलेले सहन होत नाही. आपल्या ज्या खऱ्या किंवा भ्रामक समजुती आहेत, त्या तशाच पुढे चालू ठेवणे आपल्याला आवडते; पण या आपल्या समजुतींवर कोणी अविश्वास दाखवला, तर आपला राग उफाळून येतो आणि मग आपण पळवाटा शोधतो, आपले मुद्दे पटवून देण्याचा प्रयत्न करतो, वितंडवाद घालतो; पण आपला गैरसमज दूर करण्याचा प्रयत्न करत नाही.

कार्ल रोजर्स हा प्रसिद्ध मानसशास्त्रज्ञ होऊन गेला. त्याच्या 'ऑन बिकमिंग अ पर्सन' या पुस्तकातून खालील परिच्छेद घेतला आहे.

'जेव्हा समोरच्या माणसाला समजून घेण्याची मी स्वत:ला परवानगी दिली तेव्हा माझ्यासाठी ते खूप मौल्यवान होते.' ज्या पद्धतीने मी हे वाक्य मांडले आहे ते वाचून तुम्हाला कदाचित विचित्र वाटेल. दुसऱ्याला समजावून घेण्यासाठी स्वत:ला परवानगी देणे गरजेचे असते का? हो! मला वाटते की, ते तसेच असते. अनेक विधानांना आपली पहिली प्रतिक्रिया ही तशी टीकात्मकच असते. त्यामागचा अर्थ जाणून घेण्याचा आपण प्रयत्न करत नाही. जेव्हा कोणीतरी काही भावना, दृष्टिकोन किंवा विश्वास व्यक्त करते तेव्हा आपली सहजप्रवृत्ती काय असते की, आपण ताबडतोब 'अगदी खरे आहे' किंवा 'काय हा मूर्खपणा?', 'ते विचित्रच आहे', 'ते अयोग्य आहे',

'ते चुकीचे आहे', 'ते बरोबर नाही' अशीच प्रतिक्रिया देतो. फार क्वचित आपण स्वत:ला त्या विधानाचा अर्थ जाणून घेण्याची परवानगी देतो.

एकदा मी पडद्यांच्या दुकानदाराकडे गेलो व त्याला माझ्या घरासाठी पडदे बनवण्याची ऑर्डर दिली. मी पडदे विकत घेतले, पण जेव्हा बिल समोर आले तेव्हा माझे डोळे पांढरे झाले.

काही दिवसांनी एक मैत्रीण माझ्याकडे आली आणि तिने पडद्यांना हात वगैरे लावून पाहिला. मग किंमत विचारली आणि मग मी फसवला गेल्याच्या आनंदात ती चीत्कारली, "काय? भयंकरच आहे! त्याने तुला पडद्यात चांगलेच गुंडाळले!"

हे खरे होते का? हो खरे होते! पण फारच थोड्या लोकांना खरे मान्य करण्याची इच्छा असते. कारण ते कटू असते. मीसुद्धा एक मनुष्यप्राणीच आहे. तिची टीका मला सहन न होऊन मी स्वत:चा बचाव करू लागलो. मी तिला कापडाची उच्च प्रत दाखवली, शिवाय शिलाईमधली सफाई दाखवली आणि शेवटी सांगितले की, उच्च अभिरुचीच्या गोष्टी या महागच असतात आणि त्यांच्या किमतीत घासाघीस होत नाही, वगैरे, वगैरे.

दुसऱ्या दिवशी दुसरा एक मित्र आला. त्याने पडद्यांची खूप तारीफ केली. खूप उत्साहाने पडद्यांचे निरीक्षण केले आणि "मला जर असे महागडे पडदे घेणे परवडले असते, तर मीसुद्धा घेतले असते." असे तो म्हणाला. आता माझी प्रतिक्रिया पहिल्यापेक्षा पूर्णपणे वेगळी होती. मी म्हणालो, "तसे नाही! खरे सांगायचे तर मलासुद्धा हे पडदे परवडणारे नाहीत. मी जरा जास्तच पैसे दिले. या पडद्यांची ऑर्डर देऊन मला खरेतर पश्चात्तापच झाला."

जेव्हा आपण चुकतो तेव्हा आपण ते स्वत:शी कबूल करतो आणि जर समोरच्याने आपल्याशी आपुलकीने व प्रेमाने वर्तन केले व तो कौशल्याने वागला, तर आपण तेसुद्धा कबूल करतो आणि स्वत:च्याच उदार अंत:करणाबद्दल आणि मोकळेपणाबद्दल स्वत:ची पाठ थोपटतो; पण एखाद्याने जर आपली खिल्ली उडवायचा प्रयत्न केला, तर आपण प्राणपणाने लढतो.

सिव्हिल वॉरच्या काळात होरेस ग्रीले नावाचा एक मोठा संपादक अमेरिकेत होऊन गेला. त्याला लिंकनच्या योजना अजिबात पटत नसत. त्याचा असा विश्वास होता की, लिंकनबरोबर वादावादी करून किंवा त्याची चेष्टा-मस्करी करून किंवा त्याची निंदा-नालस्ती करून तो लिंकनला त्याच्याशी सहमत व्हायला भाग पाडेल. त्याचे हे शीत युद्ध महिनोन् महिने, वर्षोन् वर्षे चालू राहिले. तो लिंकनवर अत्यंत अमानुषपणे कडवट पद्धतीने आणि उपहासात्मक लिहीत असे. म्हणजे लिंकनच्या अगदी शेवटच्या रात्रीपर्यंत म्हणजे बूथने ज्या रात्री त्याच्यावर गोळ्या

झाडल्या तेथपर्यंत तो व्यक्तिश: लिंकनवर हल्ला करत राहिला होता; पण इतक्या कडवटपणानंतरसुद्धा लिंकन ग्रीलेशी सहमत झाला का? मुळीच नाही. चेष्टा आणि निंदा यांचा कधीच उपयोग होत नाही.

जर तुम्हाला लोकांशी कसे वागावे याबद्दलच्या उत्कृष्ट सूचना हव्या असतील आणि स्वत:चे व्यवस्थापन कसे करायचे हे शिकून घ्यायचे असेल आणि व्यक्तिमत्त्व-विकास करून घ्यायचा असेल, तर बेंजामिन फ्रँकलिनचे आत्मचरित्र वाचा. हे आत्मचरित्र म्हणजे अमेरिकन साहित्यात आत्तापर्यंत लिहिल्या गेलेल्या आत्मचरित्रांपैकी सर्वांत प्रभावशाली असे आत्मचरित्र होय. बेन फ्रँकलिनने स्वत:च त्यामध्ये सांगितले आहे की, त्याच्या फाजील चौकशी करून वादविवाद घालण्याच्या सवयीला त्याने कशी मुरड घातली व स्वत:ला अमेरिकन इतिहासातील सगळ्यात चतुर मुत्सद्दी म्हणून जगाला कशी ओळख करून दिली!

जेव्हा बेन फ्रँकलिन ऐन तारुण्यात होता, तेव्हा एक दिवस त्याचा एक जुना मित्र संधी साधून त्याच्याजवळ आला. त्याने त्याला बाजूला घेतले आणि त्याला काही कटू सत्ये सांगितली. ती पुढीलप्रमाणे होती:

> 'बेन, खरेच तुझ्याबरोबर राहणे अशक्य आहे. जो कोणी तुझ्या विरोधात बोलतो तेव्हा तू जी मते मांडतोस ती फार टोकाची असतात. तुझी मते इतकी आक्रमक आहेत की, कोणीच त्यांच्याकडे लक्ष देत नाही. तुझ्या मित्रांनासुद्धा जेव्हा तू त्यांच्याबरोबर नसतोस तेव्हा अधिक चांगले वाटते. तू इतका सर्वज्ञ आहेस की, त्यामुळे तुला कोणी काही सांगायच्या भानगडीत पडत नाही. कोणताच माणूस तसा प्रयत्नही करत नाही, कारण असा प्रयत्न करणे म्हणजे मन:स्ताप करून घेण्यासारखेच असते. त्यामुळे आत्ता तुला जेवढी माहिती आहे त्यामध्ये विशेष भर पडण्याची शक्यता नाहीच.'

बेन फ्रँकलिनमध्ये एक चांगली गोष्ट होती की, असले शाब्दिक आसुडाचे फटके तो सहज पचवत असे. तो मनाने मोठा होता आणि हुशारही होता. त्यामध्ये तथ्य आहे याची त्याला जाणीव होती. जेव्हा त्याच्या लक्षात यायचे की, आपला आता पराभव होत आहे आणि आता सामाजिक संकटांचा धोका उद्भवत आहे, अशा वेळी तो 'अबाऊट टर्न' करायचा. मग तो त्याची उद्धटपणाची मते बदलत असे.

फ्रँकलिन म्हणतो, 'मग मी माझ्यापुरता नियमच करून टाकला की, इतरांच्या भावना दुखवायच्या नाहीत. मी स्वत:ला बांध घातला की, कोणतेही आग्रही किंवा ठाम भूमिका बजावणारे शब्द वापरायचे नाहीत. जसे 'निश्चितच' किंवा 'नि:संशय'

वगैरे वगैरे आणि त्याऐवजी मी 'मला वाटते', 'माझा असा समज आहे', 'माझी अशी कल्पना आहे' किंवा 'आत्ता तरी मला असे वाटते' असे बोलायला लागलो. जेव्हा समोरचा मला ठामपणे असे सांगायचा की, 'माझे चुकते,' तेव्हा मी त्याला खोडून काढण्याच्या आनंदापासून स्वतःला वंचित ठेवू लागलो. तसेच त्याचे बोलणे मूर्खपणाचे आहे हे त्याला पटवून देण्याचा मोह आवरू लागलो. त्याला उत्तर देताना मनावर संयम ठेवून म्हणू लागलो की, काही विशिष्ट प्रकरणात किंवा परिस्थितीत त्याचे म्हणणे बरोबर असेलही, पण सध्याच्या परिस्थितीत तरी त्याचे व माझे विचार जुळत नाहीत आणि आश्चर्य म्हणजे ताबडतोब समोरच्या व्यक्तीच्या वर्तणुकीत व बोलण्यात मला फरक जाणवू लागे. आमच्यात अधिक चांगले संभाषण होऊ लागे. माझी बाजू मांडण्यातील माझ्या नम्रतेमुळे त्यांना ती स्वीकारणे सोपे होत असे. त्यामुळे त्यातील संघर्ष कमी होऊ लागला. माझे जरी काही चुकले, तरी माझी मानखंडना झाली नाही. त्यांनी माझा पाणउताराही केला नाही आणि त्यांचे जरी काही चुकले असेल, तरी चूक सुधारण्याची मी त्यांना आनंदाने संधी दिली आणि माझ्या मताशी सहमत करून घेतले.

'सुरुवातीच्या काळात माझ्या नैसर्गिक उपजत प्रवृत्तींमुळे माझ्या संभाषणाला जे हिंसक वळण लागत असे, ते आता माझ्या या नवीन दृष्टिकोनामुळे नाहीसे झाले आणि आता मला त्यांची इतकी सवय झाली की, गेली पन्नास वर्षे मला कोणी माझे दुराग्रही विचार मांडताना पाहिले नसेल. या गोष्टीचा मला माझ्या पुढील आयुष्यात फार उपयोग झाला. एखादी नवी संस्था सुरू करताना किंवा जुन्या संस्थामध्ये काही बदल करताना मी तेथे सभासद नसेन, तर या गोष्टीचे माझ्या मित्रमंडळींना खूप फरक पडू लागला. जरी मी रसाळ वाणीचा उत्तम वक्ता नसलो किंवा शब्दांची जुळवाजुळव करण्यास मला वेळ लागत असला आणि माझी भाषाशैली उत्तम नसली, तरीसुद्धा मी माझे मुद्दे पुढे नेण्यात यशस्वी ठरत असे.'

बेन फ्रँकलिनची ही पद्धत व्यावसायिकरीत्या कशी यशस्वी ठरत असे? याची दोन उदाहरणे आपण पाहू.

उत्तर कॅरोलिना, किंग्ज माउंटन येथे राहणाऱ्या कॅथरीनने काय सांगितले बघा. ती एका सूतगिरणीत इंडस्ट्रीयल इंजिनिअर म्हणून काम करत होती. सूत तयार करण्याचा तो प्रोजेक्ट होता. ती सुपरवायझर होती तेथे एक अत्यंत नाजूक समस्या उभी राहिली. तिचे निराकरण तिने या कोर्सला येण्यापूर्वी कसे करण्याचा प्रयत्न केला व हा कोर्स झाल्यानंतर तिच्या दृष्टिकोनात काय बदल झाला ते आपण तिच्याच शब्दांत वाचू.

ती म्हणते, "माझ्या कार्यालयीन जबाबदारीचा एक भाग हापण होता की, आमच्या ऑपरेटर्सना ही सूतगिरणी उभारण्यात व चालवण्यात लाभांश किती द्यावा

हे ठरवणे, ज्यामुळे आमचे कामगार अधिकाधिक सूत बनवण्यास उद्युक्त होतील. सध्या जी प्रणाली आम्ही वापरत होतो, ती फक्त दोन-तीन प्रकारच्या सूतनिर्मितीसाठी योग्य होती, पण नुकतीच आम्ही आणखी काही मशीन्समध्ये वाढ करून आमची क्षमता वाढवली होती व आता आम्ही बारा वेगवेगळ्या प्रकारचे सूत काढत होतो. आत्ताची आमची जी प्रणाली होती, ती आमचे कामगार ज्या प्रमाणात काम करत होते त्या प्रमाणात त्यांचा लाभांश वाढवून देण्यास सक्षम नव्हती, म्हणून मी एक नवी प्रणाली शोधून काढली की, जी कामगारांना योग्य प्रकारे लाभांश देऊ शकेल. मी तयार केलेल्या नियोजनाची कागदपत्रे घेऊन मी मीटिंगला गेले आणि मनाशी ठरवले होते की, आपल्या व्यवस्थापनाला या प्रणालीचे फायदे पटवून द्यायचे. मी व्यवस्थापनाला सांगितले की, त्यांचे कसे व कोठे चुकत होते आणि त्यांना हव्या असलेल्या सर्व प्रश्नांची उत्तरे माझ्याकडे होती, पण सांगायला वाईट वाटते की, मी अपयशी ठरले. या नव्या प्रणालीमधील माझी बाजू पटवून देण्यातच माझी इतकी ऊर्जा कामी आली की, मी त्यांच्या समस्या जाणून घेतल्या नाहीत. परिणामी, बोलणी फिसकटली.

"पण मी या क्लासमध्ये दाखल झाल्यानंतर बरेचकाही शिकल्यावर मला मी कोणत्या चुका केल्या याची जाणीव झाली. मग मी पुन्हा एकदा मीटिंग बोलावली आणि त्या वेळेस त्यांना आधी विचारले की, त्यांच्या समस्या काय आहेत! त्या प्रत्येक मुद्यावर आम्ही चर्चा केली आणि प्रत्येक वेळी मी त्यांना त्यांचे मत विचारले. त्यानंतरच पुढील मुद्दा चर्चेला घेतला आणि हीच योग्य पद्धत होती. मी जो मसुदा तयार केला होता त्यामध्येच त्यांना त्यांच्या सूचना समाविष्ट करण्यास परवानगी दिली. त्यासाठी त्यांना पुरेशी मोकळीक दिली आणि शेवटी काय झाले, तर मी तयार केलेली प्रणालीच सादर झाली आणि अतीव उत्साहाने त्या कामगारांनी ती स्वीकारलीसुद्धा!

"आता माझी खात्री झाली आहे की, एखाद्या माणसाला ती किंवा तो कसे चुकीचे आहेत हे दाखवण्याने काहीच चांगले घडत नाही. नुकसान मात्र होते. दुसऱ्याला चुकीचे ठरवून तुम्ही त्याच्या आत्मसन्मानाला ठेच पोहोचवता आणि त्या संभाषणात तुम्ही फक्त अप्रियता मिळवता.'

आता आपण दुसरे उदाहरण पाहू आणि लक्षात घ्या, मी तुम्हाला इथे जी उदाहरणे देतो आहे, ती अक्षरश: हजारो लोकांनी अनुभवली आहेत. आर. व्ही. क्राउले हा न्यूयॉर्कमधील एका लाकूड कंपनीचा विक्रेता होता. क्राउलेने हे कबूल केले की, काही नाठाळ इन्स्पेक्टर्सना त्याने अनेकदा ते कसे चुकीचे होते, हे सांगितले आणि कित्येक वेळा असे वादविवाद त्याने जिंकलेले होते; पण त्यामुळे त्याचे काही भले झाले नाही, कारण हे इन्स्पेक्टर्स म्हणजे बेसबॉल खेळाच्या

अंपायर्ससारखे असतात. एकदा एक निर्णय दिला की, ते तो बदलत नाहीत.

मि. क्राउलेच्या हे लक्षात आले की, तो जे वादविवाद जिंकत होता त्यामुळे त्याच्या कंपनीला हजारो डॉलर्सचा आर्थिक फटका बसत होता. म्हणून माझ्या कोर्सला येऊन त्याने त्याची जीवनशैली बदलायची व वादविवादाचा त्याग करायचा असे ठरवले. परिणाम काय झाला म्हणता? त्याने स्वत:च आमच्या क्लासमध्ये त्याच्या सहकारी मित्रांना सांगितलेली गोष्ट वाचा.

''एकदा एके सकाळी माझ्या ऑफिसमधील फोन खणखणला. अत्यंत रागावलेला व त्रस्त झालेला माणूस पलीकडे होता आणि तो सांगत होता की, ज्या गाडीतून आम्ही त्याच्या कामाच्या ठिकाणी लाकूड पाठवले, ते अत्यंत खराब निघाले होते. त्याच्या कंपनीने ते लाकूड उतरवून घेणे पूर्णपणे थांबवले होते. त्याच्या प्लॉटमधून ते लाकूड उतरवून झाल्यावर त्यांच्या इन्स्पेक्टरने त्यांना हे सांगितले होते की, आम्ही पाठवलेले लाकूड हे पंचावन्न टक्के निकृष्ठ असून अशा परिस्थितीत ते लाकूड स्वीकारणे त्यांनी नाकारले.

''मी ताबडतोब त्या माणसाचे जेथे काम चालू होते तेथे निघालो. रस्ताभर ही परिस्थिती कौशल्यपूर्णपणे कशी हाताळायची याचा मी विचार केला. मी जर पूर्वीचाच असतो, तर अशा परिस्थितीत मी स्थलांतराच्या नियमांवरून काथ्याकूट केला असता व स्वत:च्या बचावाचा पवित्रा घेतला असता. शिवाय मी त्या इन्स्पेक्टरलाही पटवून दिले असते की, लाकडाचा दर्जा उत्तम आहे; पण या वेळेस मी कार्नेगी कोर्समध्ये जे शिक्षण घेत होतो, ती तत्त्वे वापरून पाहायचे ठरवले.

''जेव्हा मी त्या जागी पोहोचलो तेव्हा तिथला मालक व इन्स्पेक्टर माझ्याविषयी अद्वातद्वा बोलत होते, माझी खिल्ली उडवण्याच्या व भांडणाच्या चांगल्याच तयारीत होते. मी त्या ट्रकजवळ गेलो ज्यामधून काही लाकूड आधीच उतरवले गेले होते. मग मी त्यांना विनंती केली की, त्यांनी संपूर्ण लाकूड उतरवावे म्हणजे नेमके किती लाकूड खराब झाले होते, ते मला कळले असते. मग मी त्या इन्स्पेक्टरकडे वळलो व त्याला म्हणालो, ''जे लाकूड खराब आहे ते वेगळे काढ आणि जे चांगले आहे त्याचा वेगळा ढीग कर.''

''मग मी त्या इन्स्पेक्टरचे निरीक्षण करू लागलो, तेव्हा त्याचे इन्स्पेक्शन फारच कडक होते, असे माझ्या लक्षात आले व लाकडाच्या दर्जाबद्दलच्या त्याच्या कल्पना चुकीच्या होत्या हेही मला जाणवले. मी तेथे पाठवलेले लाकूड हे 'व्हाइट पाइन' जातीचे होते, पण त्या इन्स्पेक्टरला बहुधा फक्त 'हार्ड वूड'बद्दलचीच माहिती होती. व्हाइट पाइनबद्दलचे फारसे ज्ञान व अनुभव त्याला नव्हता. 'व्हाइट पाइन' हा तर माझ्या आवडीचा विषय होता; पण म्हणून मी त्याची अक्कल आत्ता या क्षणाला तरी काढू शकत नव्हतो. म्हणून मी गप्प बसून पाहत राहिलो. मग मी

हळूहळू त्याला प्रश्न विचारायला सुरुवात केली की, त्याने हे बाजूला काढलेले लाकूड समाधानकारक का नाही? पण मी त्या वेळी एकदाही त्याला त्याचे चुकीचे होते, असे म्हटले नाही. मी यावर जास्त जोर दिला की, पुढील खेपेला त्यांना काय आवडत नाही हे मला समजेल.

"अत्यंत मैत्रीपूर्ण नात्याने व सहकार्याने मी त्या इन्स्पेक्टरला प्रश्न विचारून त्याला आग्रहाने सांगत होतो की, त्यांचा हेतू योग्यच होता. आता त्याचेही मत माझ्याबद्दल चांगले होऊ लागले व आमच्यातला तणाव विरघळू लागला. मधूनच त्याचा एखादा शेरा मला हेपण सुचवून गेला की, खरेतर नाकारलेले काही लाकूड चांगलेपण असू शकते; पण त्याची मागणी यापेक्षा चांगल्या लाकडाची होती. तरीसुद्धा त्याच्या या विधानाकडे मी जाणीवपूर्वक दुर्लक्ष केले.

"हळूहळू त्याचा पूर्ण दृष्टिकोनच बदलला. मग त्यानेच माझ्याकडे हे कबूल केले की, व्हाइट पाइनबद्दल त्याला विशेष अनुभव नाही आणि मग प्रत्येक ओंडक्याची त्यानेच माझ्याकडे चौकशी केली. मी त्याला त्या लाकडाचा विशिष्ट दर्जा समजावून सांगितला. परत वर हेसुद्धा सांगितले की, जर हे लाकूड त्यांच्या मागणीप्रमाणे नसेल, तर त्यांनी ते घेऊ नये. मग त्याला त्याची चूक समजली व तो शरमिंदा झाला. नंतर त्याने हे कबूल केले की, त्यांना कोणत्या विशिष्ट दर्जाचे लाकूड हवे होते, ते त्यांनी त्यांच्या ऑर्डरफॉर्ममध्ये कोठेच लिहिले नव्हते.

"आणि या प्रकरणाचा शेवट असा झाला की, मी गेल्यावर त्याने पुन्हा लाकडे तपासली आणि संपूर्ण मालाचा स्वीकार केला आणि आम्हाला संपूर्ण मोबदला मिळाला.

"या प्रकरणात अगदी छोटीशी युक्ती वापरून आणि निग्रहाने समोरच्याला 'तू चुकला' असे म्हणण्याचा मोह टाळून मी माझ्या कंपनीला मोठ्या नुकसानीपासून वाचवू शकलो."

एकदा मार्टिन ल्यूथर किंगला असे विचारले गेले, "एक शांतिदूत म्हणून तुम्ही तत्कालीन एअर फोर्स जनरल डॅनियलचे, 'चॅपी' जेम्सचे, जो निग्रो ऑफिसर होता त्याचे चाहते कसे?" यावर डॉ. किंग म्हणाले, "मी लोकांचे त्यांच्या तत्त्वानुसार मूल्यमापन करतो; माझ्या नाही."

एकदा जनरल ली त्याचा प्रेसिडेंट जेफरसन डेव्हीसबरोबर त्याच्या एका ऑफिसरबद्दल खूप चांगले बोलला. ते ऐकणाऱ्या दुसऱ्या ऑफिसरला खूप आश्चर्य वाटले. तो म्हणाला, "तुम्हाला माहिती आहे ना, तुम्ही ज्याच्याबद्दल इतके चांगले बोलता त्याने तुम्हाला खाली खेचण्याची एकही संधी सोडली नव्हती." जनरल ली म्हणाला, "होय! पण प्रेसने माझे त्याच्याबद्दलचे मत विचारले. त्याचे माझ्याबद्दलचे नाही."

खरे सांगायचे, तर या प्रकरणात मी तुम्हाला कोणतीच नवीन गोष्ट सांगितली नाही. दोन हजार वर्षांपूर्वी जिझसने म्हटले आहे, 'तुमच्या शत्रूबरोबर पटकन सहमत व्हा.'

आणि त्याहीपूर्वी म्हणजे ख्रिस्त जन्मापूर्वी बावीसशे वर्षे इजिप्तच्या राजाने त्याच्या मुलाला अत्यंत चाणाक्षपणे सल्ला दिला होता की, 'मुत्सद्दी बन, त्याचाच तुला भविष्यात उपयोग होईल.' आज त्याच सल्ल्याची गरज आहे.

वेगळ्या शब्दांत सांगायचे, तर तुमच्या ग्राहकांशी किंवा जोडीदाराशी किंवा तुमच्या शत्रूशी वाद घालू नका. 'त्यांचे चुकले' असे त्यांना कधीही सांगायला जाऊ नका. मुत्सद्दीपणाचे धोरण ठेवून वागा.

समोरच्या व्यक्तीच्या मतांची कदर करा आणि 'तुमचे चुकले' असे त्याला कधीही म्हणू नका.

१४

मधाचा एक थेंब

जर तुम्ही खूप रागावलात आणि समोरच्या व्यक्तीला तुम्ही काही दोन-चार गोष्टी सुनावल्यात, तर तुमच्या भावनांचा निचरा झाल्यामुळे तुम्हाला हलके वाटते. पण त्या समोरच्या व्यक्तीचे काय? आता तुम्हाला जो आनंद होतो, त्यामध्ये ती व्यक्ती सहभागी होऊ शकेल का? तुमच्या या भांडखोर स्वरांमुळे आणि आक्रमक दृष्टिकोनामुळे ती तुमच्याशी कधीतरी सहमत होऊ शकेल का?

वुड्रो विल्सन म्हणतो, 'तुम्ही जर माझ्याकडे मुठी आवळत आलात, तर मला वाटते, मी हे शपथेवर सांगतो की, माझ्या मुठी तुमच्यापेक्षाही अधिक वेगाने आवळल्या जातील. त्यापेक्षा जर आपण एकत्र बसलो आणि सामोपचाराने बोलणी केली, तर त्यातून आपल्यातील मतभेदाचे मुद्दे कोणते हे आपल्याला समजेल. आपल्या असेही लक्षात येईल की, आपण एकमेकांपासून वैचारिक दृष्ट्या फार लांब नाही, कारण आपले मतभेदाचे मुद्दे कमी आणि सहमतीचे मुद्दे जास्त आहेत; पण हे समजणे कधी शक्य होईल? जेव्हा आपण संयम ठेवून आपले विचार प्रामाणिकपणे उघड करू आणि पुन्हा एकत्र येण्याची आस मनात ठेवू, तरच आपण पुन्हा एकत्र येऊ शकतो.'

वुड्रो विल्सनच्या या विधानांमधील सत्यता जॉन डी रॉकफेलरशिवाय दुसऱ्या कोणीच पडताळून पाहिली नाही. इ. स. १९१५मध्ये जॉन डी. रॉकफेलर हा कोलोराडोमधील सर्वांत अधिक तिरस्करणीय माणूस होता. अमेरिकन औद्योगिक क्षेत्राच्या इतिहासात सर्वांत मोठा लांच्छनीय संप त्याच्याच कारखान्यात घडून आला, ज्याचे भयंकर पडसाद दोन वर्षांपर्यंत टिकले आणि संपूर्ण देश या घटनेने हादरून गेला. रॉकफेलरचे व्यवस्थापन असलेल्या कोलोराडो फ्युएल आणि आयर्न

कंपनीमधील त्रस्त कामगारांनी आपले म्हणणे स्पष्टपणे मांडले व संप केला. कंपनीच्या मालमत्तेची मोठ्या प्रमाणात नासधूस झाली, सैन्याला पाचारण करावे लागले, रक्ताचे पाट सांडले, संपकऱ्यांवर गोळ्या झाडल्या गेल्या, एवढेच नव्हे, तर त्यांच्या मृतदेहांचीसुद्धा चाळणी करण्यात आली.

अशा परिस्थितीत सगळीकडे संतापाचे डोंब उसळत असताना रॉकफेलरला त्याच्या संपकरी कामगारांना त्याच्या बाजूने वळवायचे होते आणि ते त्याने कसे केले? त्याची एक उद्‌बोधक गोष्ट आहे. काही आठवडे मैत्रीपूर्ण वातावरणात घालवल्यानंतर रॉकफेलरने कामगारांच्या प्रतिनिधींना बोलावले आणि त्यांच्यासमोर एक भाषण केले. हे भाषण अप्रतिम होते. ते अतिशय परिणामकारक ठरले. हे सगळेच आश्चर्यकारक होते. चिंताग्रस्त रॉकफेलरवर आदळणाऱ्या तिरस्काराच्या लाटांना या भाषणाने शांत केले आणि त्याचा प्रचंड तिरस्कार करणारे त्याचे कामगारच त्याचे गुणगान गाऊ लागले. ज्या पगारवाढीसाठी कामगारांनी संप केला होता, त्याबद्दल अवाक्षरही न बोलता कामगार गुमान कामावर आले.

त्या उल्लेखनीय भाषणाची सुरुवात कशी होती बघा. ते भाषण अत्यंत मैत्रीपूर्ण होते. रॉकफेलर विसरला नव्हता की, आज तो ज्या लोकांशी बोलत होता, त्या लोकांचे हात थोड्याच दिवसांपूर्वी त्याला आंबट सफरचंदाच्या झाडाला लटकवून त्याचा शिरच्छेद करण्यासाठी आसुसले होते. त्याच्या भाषणामध्ये पुढील शब्दांची साखरपेरणी होती. तो म्हणाला, "मी आज येथे आलो, हे माझे भाग्यच म्हणायला हवे. तुमच्या घरांना मी भेट दिली, तुमच्या बायकामुलांना भेटलो, हे माझे परमभाग्य आहे. आपण येथे मित्रत्वाच्या नात्याने भेटलो, परक्यासारखे नाही, ही आनंदाची गोष्ट आहे. आपल्या सगळ्यांच्याच हिताची गोष्ट अशी की, तुम्ही दाखवलेल्या सौजन्यामुळेच मी येथवर येऊन पोहोचू शकलो."

आता त्याने कोणत्या शब्दांत भाषणाला सुरुवात केली ते पाहा. रॉकफेलर म्हणाला –

'हा माझ्या आयुष्यातील सुवर्ण अक्षरांनी लिहून ठेवावा असा दिवस आहे. माझ्या या महान कंपनीच्या कामगारांच्या प्रतिनिधींना, ऑफिसर्सना व सुपरिटेंडंट्सना भेटण्याचे भाग्य यापूर्वी मला मिळाले नव्हते. आज आपण सगळे एकत्रितपणे जमलो ही फार चांगली गोष्ट आहे. मी तुम्हाला मनापासून सांगतो की, मी जोपर्यंत जिवंत आहे तोपर्यंत आपला हा आजचा मेळावा मी कधीच विसरणार नाही. जर ही मीटिंग दोन आठवड्यांपूर्वी घडली असती, तर तुमच्यापैकी सर्व लोकांना मी परका वाटलो असतो. कदाचित त्यांनी मला ओळखलेही नसते. मागच्या आठवड्यात 'साऊदर्न कोल फिल्ड'मध्ये मला यायची संधी मिळाली असती आणि तुमच्यापैकी प्रत्येकाशी व्यक्तीचः मला बोलायची संधी मिळाली असती आणि मी तुमच्या घरांना

भेटी दिल्या असत्या, तुमच्या बायकामुलांना भेटलो असतो, तर आपल्यात सौहार्दपूर्ण नाते तयार झाले असते; पण आता उशिरा का होईना, आपण आपल्या हिताबद्दल, उज्ज्वल भविष्याबद्दल या भेटीमध्ये बोलू शकू, याचा मला आनंद आहे.

'आजची ही मीटिंग फक्त अधिकाऱ्यांची व कामगारांच्या प्रतिनिधींची आहे. केवळ तुमच्या सभ्यतेमुळे मी आज येथे आहे, नाहीतर मी स्वत: एवढा भाग्यवान नाही, पण तरीही मला असे वाटते की, तुमचे आणि माझे नाते जन्मजन्मांतरीचे आहे. मी येथे आज स्टॉक होल्डर्स व डायरेक्टर्स या दोघांचेही प्रतिनिधित्व करतो आहे.'

शत्रूंना मित्रांमध्ये बदलवणारी एक उत्कृष्ट कलाकृती म्हणजे हे भाषण होते, असे तुम्हाला नाही वाटत?

असा विचार करा की, रॉकफेलरने यापेक्षा वेगळा मार्ग निवडला असता, तर काय झाले असते? समजा त्याने त्या खाण-मालकांशी वादविवाद केला असता आणि त्यांच्यावर शब्दांचे आसूड ओढले असते, समजा त्याने त्यांना ते कसे चुकीचे आहेत ते पटवून दिले असते, तरी त्याच्याने काय झाले असते? त्याच्यामुळे अधिक जास्त राग, संताप, तिरस्कार आणि बंड एवढेच झाले असते. आणखी काही नाही.

जर एखाद्या व्यक्तीचे हृदय सतत मतभेदांनी व हेव्यादाव्यांनी तुमच्या प्रति भरून वाहत असेल, तर तुम्ही त्याला तुमच्या धार्मिक शिकवणीमधील तंत्रे वापरून तुमच्या बाजूने वश करून घेऊ शकत नाही. सतत रागावणारे पालक आणि दबाव आणणारे वरिष्ठ आणि नवरे, नाठाळ बायका या सगळ्यांनीच हे समजावून घेतले पाहिजे. कोणत्याच माणसाला स्वत:ला बदलण्याची इच्छा नसते. त्यांनी तुमच्याशी सहमत व्हावे म्हणून तुम्ही त्यांच्यावर बळजबरी करू शकत नाही, पण जर तुम्ही त्यांच्याशी हळुवारपणे बोललात, त्यांच्यापुढे मैत्रीचा हात ठेवलात, तर ते तुमच्याकडे बघू शकतात आणि मग तुमच्यात गाढ मैत्री होऊ शकते.

लिंकननेसुद्धा जवळपास शंभर वर्षांपूर्वी हेच म्हटले आहे. ते त्याच्या शब्दांत वाचू या :

हे अत्यंत जुने व खरे तत्त्वज्ञान आहे की, 'मधाचा एक थेंब स्वत:भोवती हजारो माश्या जमा करू शकतो, पण कडवट दूध भरलेल्या गॅलनकडे एक माशीही फिरकत नाही.' माणसांचेही तसेच असते. जरी तुम्ही एखाद्या

माणसाला जिंकून घेतले, तरी त्याला अशी खात्री वाटू द्या की, तुम्ही त्याचे
प्रामाणिक मित्र आहात. तुमच्यामध्ये अशी एक मधाची कुपी असू द्या की,
त्याकडे त्याचे हृदय झेप घेईल आणि तरच तो तुमच्या इच्छेपुढे मान
झुकवेल.

आता व्यावसायिकांच्या हे लक्षात आले आहे की, संपाला विरोध करून मोडून काढण्याऐवजी त्यांच्याशी मैत्रीचेच संबंध प्रस्थापित केले पाहिजेत. उदाहरण द्यायचे झाले, तर जेव्हा व्हाइट मोटार कंपनीमध्ये पगारवाढीसाठी व युनियन बनवण्यासाठी कामगारांनी संप केला तेव्हा त्या वेळचा कंपनीचा अध्यक्ष रॉबर्ट ब्लॅक याने जरासुद्धा आपला तोल ढळू दिला नाही. ना त्याने निषेध केला, ना त्याने कामगारांना धमक्या दिल्या, ना जुलुमशहासारखा वागला, ना साम्यवादाची बोलणी केली. त्याने उलट संपकऱ्यांची प्रशंसाच केली. त्याने क्लीव्हलँड येथील स्थानिक पेपरांमध्ये संपकऱ्यांना शुभेच्छा दिल्या व त्यांनी 'हत्यारे खाली ठेवून' शांतिपूर्ण मार्गाने संप पुकारल्याबद्दल त्यांची वाहवा केली. संपाच्या काळात त्याचे कामगार रिकामे बसलेले पाहून त्याने दोन डझन बेसबॉल बॅट्स आणि हातमोजे खरेदी केले व कामगारांना बेसबॉल खेळण्यासाठी रिकाम्या जागेवर स्वत: आमंत्रित केले. ज्यांना बोलिंग करण्यात अधिक रस होता त्यांना बोलिंग ॲली भाड्याने मागवून दिल्या.

ब्लॅकच्या या मैत्रीपूर्ण वर्तनाचा परिणाम जसा मैत्रीचा फायदा होतो तसाच झाला. संपकरी कामगारांनी तर झाडू, कुंचे, टोपल्या, फावडे वगैरे सामान लोकांकडून उसने आणून त्या पटांगणावरील रिकाम्या काडेपेट्या, कागदाचे तुकडे, सिगरेटची थोटके, राख हे सगळे टोपल्यांत भरून कारखान्याचे आवार साफ केले. कल्पना करा असे कामगार, जे वाढीव वेतनासाठी संप पुकारून बसले आहेत आणि ज्यांना युनियन स्थापन करायची आहे, ते लढता-लढता फॅक्टरीचे आवार साफ करत आहेत. अशी घटना यापूर्वीही कधी कोणी ऐकली नव्हती व पुढेही कोणी ऐकेल अशी शक्यता वाटत नाही. अमेरिकेच्या औद्योगिक क्षेत्राच्या इतिहासातील ही एक अविस्मरणीय घटना होती. तो संप कोणतेही दुराग्रह व हाडवैर न ठेवता फक्त आठवड्याभरातच तडजोडीने व सामंजस्याने मिटला. हे तुम्हाला सांगायची गरज आहे का?

डॅनियल वेबस्टर हा देवासारखा दिसायचा आणि दैवी वाणी प्राप्त झाल्यासारखीच भाषा बोलायचा. तो एक यशस्वी वकील होता. तो जेव्हा कधी कोर्टात आपली कैफियत मांडत असे तेव्हाचे त्याचे ठसकेबाज बोलणेसुद्धा फार मैत्रीपूर्ण असे. त्याची वाक्ये उदा. – 'आता ज्युरींनीच त्याचा विचार करायचा आहे' किंवा 'कदाचित या गोष्टीचा विचार करणे महत्त्वाचे ठरेल' किंवा 'आत्ता मी जी काही सत्ये

सांगितली ती तुम्ही नजरेआड करणार नाही, असा माझा विश्वास आहे', 'तुम्ही मानवतेच्या दृष्टीकोनातून या गोष्टीचे महत्त्व जाणाल.' उगाच आपले म्हणणे रेटायचे नाही, दुसऱ्यावर दबाव टाकण्याचे तंत्र नाही, आपली मते दुसऱ्यावर लादण्याचा प्रयत्न करायचा नाही, अशी त्याची पद्धत. वेबस्टर अत्यंत मृदुभाषी, शांत, मैत्रीपूर्ण रीतीने समोरच्याशी वागत असे आणि म्हणूनच तो इतका प्रसिद्ध झाला.

कदाचित तुमच्यावर कधीच संप मिटवण्याची किंवा कोर्टात अर्ग्युमेंट करण्याची वेळ येणार नाही, पण कदाचित तुमच्यावर तुमचे भाडे कमी करून मागण्याची वेळ येऊ शकते. अशा वेळी तुम्हाला तुमचा मैत्रीपूर्ण मार्गच उपयुक्त ठरेल. हो ना? पुढील उदाहरण बघू या.

ओ. एल. स्ट्रॉब नावाचा एक इंजिनिअर होता, ज्याला त्याचे भाडे कमी करून हवे होते; पण त्याला माहिती होते की, त्याचा मालक जरा भडक माथ्याचा होता. आमच्या क्लासमध्ये स्ट्रॉबने भाषण दिले, तेव्हा त्याने सांगितले, ''मी माझ्या घरमालकाला पत्र लिहिले व कळवले की, माझ्या भाडेकराराप्रमाणे माझा कालावधी ज्या दिवशी संपतोय त्याच दिवशी मी घर खाली करत आहे. खरी परिस्थिती अशी होती की, मला अजिबात घर सोडायचे नव्हते. मला त्याच घरात राहायचे होते, पण मला भाडे कमी करून हवे होते; पण घरमालक त्याला तयार नव्हता, कारण इतर भाडेकरूंचे तसे प्रयत्न करून झाले होते. प्रत्येकाने मला हेच सांगितले होते की, त्या घरमालकाबरोबर संवाद साधणेच मुश्कील आहे; पण मी माझ्या मनाशी विचार केला की, मी सध्या संवाद-कौशल्याचे विशेष शिक्षण घेत आहे, त्यामुळे मी माझी कौशल्ये वापरून बघायला हवीत. बघू या कसे जमते ते!

''माझे पत्र मिळाल्याबरोबर तो व त्याचा सेक्रेटरी माझ्याकडे आले. मी त्याचे प्रेमाने स्वागत केले. मी त्यांच्याशी अत्यंत सौहार्दपूर्ण रीतीने वागलो. नंतर मी त्या घराची वारेमाप स्तुती केली. मी केलेली ही प्रशंसा अगदी अंत:करणापासून होती आणि स्तुती करतानासुद्धा मी शब्दांची मुक्त कंठाने उधळण केली. तो ज्या पद्धतीने त्या बिल्डिंगची देखभाल करत होता ती स्तुत्य होती, हेसुद्धा मी त्याला सांगितले. शिवाय हेसुद्धा सांगितले की, खरेतर त्याच जागेत राहण्याची माझी मनापासून इच्छा होती, पण आर्थिकदृष्ट्या ते मला परवडणारे नव्हते.

''कदाचित आजपर्यंत कोणत्याच भाडेकरूने त्याचे अशा पद्धतीने स्वागत केले नसेल. त्यामुळे तोही भारावून गेला व अशा परिस्थितीत कसे वागावे हे त्याला समजले नाही.

''मग त्याने मला त्याच्या अडचणी सांगण्यास सुरुवात केली. काही भाडेकरूंबद्दल तक्रारी केल्या. एका भाडेकऱ्याने तर त्याला चौदा पत्रे लिहिली होती. त्यातील काही

अपमान करणारी होती. एका भाडेकरूने तर त्याला अशी धमकी दिली की, वरच्या मजल्यावर राहणाऱ्या भाडेकरूने त्याचे घोरणे थांबवले नाही, तर तो भाडे करार मोडेल. 'पण तुमच्यासारखा समाधानी भाडेकरू मिळणे म्हणजे माझे नशीबच म्हणावे लागेल.' असेही तो म्हणाला आणि मग मी 'भाडे कमी करा' अशी विनंती करण्यापूर्वीच त्याने थोडेसे भाडे कमी करण्याची तयारी दाखवली, पण मला यापेक्षा अधिक भाडे कमी करून हवे होते, म्हणून मी सरळ मला परवडणारा आकडा सांगितला आणि एक शब्दही न बोलता माझ्या घर मालकाने तो कबूल करून टाकला.

इतर भाडेकरूंनी जो मार्ग अवलंबला तोच मी अवलंबला असता, तर कदाचित माझेही भाडे कमी झाले नसते. मी आशावादी होतो. माझ्या मैत्रीच्या, सहानुभूतीच्या, स्तुती करण्याच्या मार्गाचाच शेवटी विजय झाला.''

पेनिसिल्व्हानिया, पिट्सबर्ग येथील डीन वुडकॉक हा स्थानिक विद्युत-कंपनीचा सुपरिटेंडंट होता. त्याच्या कामगारांना खांबावरील काही दुरुस्तीसाठी बोलावण्यात आले होते. अशा प्रकारचे काम पूर्वी इतर विभागांकडून करण्यात आले होते, पण वुडकॉकच्या विभागाकडे ते नुकतेच सोपवण्यात आले होते. त्याच्या कामगारांना या कामाचे प्रशिक्षण दिले गेले होते. तथापि त्या जागेवर जाऊन प्रत्यक्ष काम करण्याची त्यांची पहिलीच वेळ होती. त्या विभागातील प्रत्येकालाच त्या कामाबद्दल उत्सुकता होती. मि. वुडकॉकसुद्धा त्याच्या इतर कनिष्ठ अधिकाऱ्यांसोबत त्या कामाच्या जागेवर आला. तेथे आता बरीच गर्दी जमली होती. अनेक गाड्या व ट्रक्ससुद्धा थांबल्या होत्या आणि प्रत्येक जण खांबाच्या टोकावर चढलेल्या त्या दोन कामगारांकडे उत्सुकतेने बघत होते.

वुडकॉकचे जेव्हा आजूबाजूला लक्ष गेले तेव्हा त्याच्या लक्षात आले की, एक माणूस कॅमेरा घेऊन गाडीतून उतरला होता आणि आता तो त्या देखाव्याचे फोटो काढू लागला होता. सार्वजनिक संस्थेत काम करणाऱ्या माणसांची अशा गोष्टींकडे नजर असतेच. लगेचच वुडकॉकच्या लक्षात आले की, या प्रकारामुळे त्याच्या खात्यावर टीका होऊ शकते. दोन माणसांच्या कामाला डझनभर माणसे बोलावल्याबद्दल त्याच्या वरिष्ठांनीसुद्धा त्याला फैलावर घेतले असते. म्हणून तो ताबडतोब फोटोग्राफरच्या मागे गेला व म्हणाला, ''तुम्हाला आमच्या चालू असलेल्या कामात विशेष रुची दिसते.''

''हो! आणि माझ्या आईला तर त्यापेक्षाही अधिक, कारण तिचे तुमच्या कंपनीमध्ये शेअर्स आहेत. हे फोटो तिच्यासाठी डोळे उघडणारे ठरतील. तिच्या लक्षात येईल की, तिने चुकीच्या ठिकाणी तिचे पैसे गुंतवले आहेत. मी तिला अनेक वर्षांपासून हे सांगत आलो आहे की, अशा कंपनीत पैसे गुंतवणे म्हणजे

अपव्यय आहे, पण आता मी तिला पुराव्यानिशी पटवू शकेन. वर्तमानपत्रांनासुद्धा हे फोटो आवडतील.''

''हो! तुम्ही म्हणता ते खरे आहे. निदान तुमच्या जागेवर उभे राहून तरी तसेच दिसते. पण लक्षात घ्या, ही थोडी वेगळी परिस्थिती आहे.'' आणि मग डीन वुडकॉक त्याला समजावून सांगू लागला की, त्याच्या विभागाचा अशा प्रकारचा तो पहिलाच जॉब होता म्हणून अगदी उच्च अधिकाऱ्यापासून ते कनिष्ठ वर्गापर्यंत सगळ्यांनाच त्याबद्दल उत्सुकता होती. मग त्याने त्या माणसाला खात्रीपूर्वक सांगितले की, खरेतर त्या कामाला दोन कामगार पुरेसे होते. तेव्हा कुठे त्या फोटोग्राफरने त्याचा कॅमेरा बाजूला ठेवला, वुडकॉकशी हस्तांदोलन केले आणि परिस्थिती समजावून सांगितल्याबद्दल त्याचे आभार मानले.

डीन वुडकॉकची मैत्रीपूर्ण वर्तणूकच अशा लाजिरवाण्या प्रसंगी कामी आली.

आमच्या क्लासचा न्यू हॅम्पशायर, लिटल्टन येथे राहणारा आणखी एक सभासद जिराल्ड विन याने त्याची नुकसानभरपाई मैत्रीपूर्ण वर्तणुकीमुळे कशी मिळवली हे सांगतोय :

'वसंत ऋतूच्या सुरुवातीला, बर्फ पडण्यापूर्वी एकदा अकस्मातपणे जोरदार वृष्टी व वादळ झाले आणि सामान्यपणे जवळच्या गटारांमधून जे पाणी वाहून जायला हवे होते, त्या पाण्याने वेगळे वळण घेतले व एका बिल्डिंगच्या शेजारी मी नुकत्याच बांधलेल्या छोट्या बंगलीवजा घराकडे त्या पाण्याने आपला मोर्चा वळवला.

'त्या पाण्याचा जोर इतका जबरदस्त होता की, मी फक्त बघत राहिलो. ते पाणी माझ्या तळघरात घुसले आणि माझे तळघर पाण्याने पूर्णपणे भरून गेले. तळघरात असलेला गरम पाण्याचा हीटर व फरनेस यांना मोठे नुकसान पोहोचले व ते काम करेनासे झाले. ते दुरुस्त करण्यासाठी दोन हजार डॉलर्स खर्च येणार होता. अशा प्रकारच्या नुकसानीचा मी इन्शुरन्सही काढलेला नव्हता.

'तेवढ्यात माझ्या असे लक्षात आले की, त्या विभागाच्या मालकाने वादळापासून संरक्षक जाळ्या त्याच्या घराजवळ न टाकल्यामुळे हा अपघात घडला होता. जर त्या संरक्षक जाळ्या असत्या, तर ही समस्या आलीच नसती. मग मी त्या मालकाला भेटण्यासाठी वेळ ठरवून घेतली. त्याचे ऑफिस माझ्या घरापासून पंचवीस मैलांवर होते. मी परिस्थितीचा पूर्ण अभ्यास केला आणि या कोर्समध्ये शिकलेल्या तत्त्वांची पुन्हा एकदा उजळणी केली. मी हे मनाशी पक्के ठरवले की, रागावण्याने किंवा संतापण्याने माझा हेतू साध्य होणार नाही. मी जेव्हा त्याच्या ऑफिसमध्ये पोहोचलो तेव्हा मी अत्यंत शांत राहिलो व लगेच मुद्याला हात न घालता त्याने नुकतीच वेस्टइंडीजमध्ये जी सुट्टी घालवली होती त्याबद्दल बोललो.

जेव्हा माझी खात्री झाली की, विषय काढण्यायोग्य परिस्थिती निर्माण झाली आहे, तेव्हाच मी त्याला पाण्यामुळे झालेल्या माझ्या छोट्याशा समस्येबद्दल सांगितले. त्याने ताबडतोब दुरुस्ती करण्यास मदत करण्याचे आश्वासन दिले.

'थोड्याच दिवसांनी त्याने मला पुन्हा एकदा ऑफिसमध्ये बोलावले आणि माझ्या नुकसानभरपाईचे पैसे दिले व भविष्यात पुन्हा अशी समस्या येऊ नये म्हणून संरक्षक जाळ्या बसवण्याचे वचन दिले.

'जरी त्या उपविभागातील मालकाचा दोष होता, तरीसुद्धा मी मैत्रीपूर्ण सुरुवात केली नसती, तर झालेल्या नुकसानीची संपूर्ण जबाबदारी उचलण्यास तो तयार झाला नसता.'

अनेक वर्षांपूर्वी जेव्हा मी मिसुरीमधील जंगलातून अनवाणी शाळेत जात असे तेव्हा मी एक दंतकथा वाचली होती. ती सूर्य व वारा यांच्याबद्दलची होती. एकदा वारा व सूर्य यांचे तुफान भांडण जुंपले. मुद्दा होता : 'कोण अधिक श्रेष्ठ?' तेव्हा वारा म्हणाला, 'मीच श्रेष्ठ आहे. मी ते सिद्ध करून दाखवतो. तो बघ, खाली एक म्हातारा माणूस कोट घालून चालला आहे. मी पैज लावतो की, मी त्याचा कोट तुझ्याआधी उतरवून दाखवीन.'

मग सूर्य ढगांच्या आड लपला आणि वाऱ्याने जिवाच्या आकांताने वाहायला सुरुवात केली, जणूकाही वादळच अवतरले! पण वारा जितका जास्त जोरात वाहायला लागला त्याच्या दुप्पट जोराने त्या म्हाताऱ्याने त्याचा कोट घट्ट पकडून ठेवला.

शेवटी हळूहळू वारा शांत झाला व त्याने नाद सोडून दिला. आता सूर्य ढगांच्या आडून बाहेर आला आणि त्या वृद्ध माणसाकडे पाहून प्रफुल्लितपणे हसला. मग हळूहळू त्याने त्याची भुवई वक्र केली आणि त्या वृद्ध माणसाला आपला कोट स्वतःच्या हातांनीच काढून टाकायला भाग पाडले. मग सूर्याने वाऱ्याला हळूच कानमंत्र दिला की, 'सभ्यता आणि मैत्री हे नेहमीच संताप आणि जोर-जबरदस्ती यापेक्षा बलवान असतात.'

दिवसेंदिवस लोकांना आता याची जाणीव होत चालली आहे की, कडवटपणाने भरलेल्या बाटलीपेक्षा मधाचा एक थेंब माश्यांना आपल्याकडे आकर्षित करतो. त्यामुळेच लोकांना सभ्यता आणि मैत्र यांचे महत्त्व पटू लागले आहे. मेरीलँड, ल्युथरव्हिले येथील गेल कोलोरने आमच्या क्लासमध्ये सांगितले की, हे तत्त्व त्याला प्रत्यक्ष अनुभवातून पटले आहे. त्याची चार महिने जुनी झालेली गाडी घेऊन तो तिसऱ्यांदा सर्व्हिस सेंटरमध्ये गेला. गाडीत काही ना काही प्रॉब्लेम असायचाच. तो म्हणतो, ''पण आता सुरुवातीलाच सेल्स मॅनेजरच्या अंगावर ओरडून काही उपयोग झाला नसता, त्यामुळे माझी समस्या सुटली नसती.

"म्हणून मी शो-रूम ओलांडून पुढे गेलो व 'मला मालकालाच भेटायचे आहे.' असे सांगितले. थोड्याच वेळात मि. व्हाइट तेथे आला. मी त्याला स्वत:ची ओळख सांगितली आणि म्हटले की, मित्राच्या सांगण्यावरून मी तुमच्याकडून ही गाडी घेतली, कारण त्याने मला सांगितले की, गाडीच्या किमती तुमच्याकडे वाजवी आहेत आणि तुमची सेवासुद्धा उत्तम आहे. तो समाधानाने हसला, कारण त्याची स्तुती ऐकून त्याला आनंद झाला. मग मी त्याला त्याच्या लोकांकडून मला योग्य सर्व्हिस मिळण्यात काय अडचणी येतात ते सांगितले. "मला असे वाटते की, तुमच्या कारकिर्दीला, नावलौकिकाला अशा छोट्या गोष्टींमुळे बट्टा लागू नये." त्याने माझे आभार मानले, कारण खूप महत्त्वाची गोष्ट मी त्याच्या कानावर घातली होती आणि तो स्वत: माझ्या गाडीकडे जातीने लक्ष घालेल असे त्याने मला आश्वासन दिले. एवढेच नाही, तर माझी गाडी दुरुस्त होईपर्यंत त्याने त्याची स्वत:ची गाडी मला वापरायला दिली."

इसाप एक ग्रीक गुलाम होता. तो क्रोशस राजाच्या दरबारी होता आणि त्याने खिस्तपूर्व सहाशे वर्षे अजरामर दंतकथा सांगितल्या. त्याच्या त्या मानवी स्वभावातील सत्य सांगणाऱ्या कथा जगाच्या कानाकोपऱ्यात आजही पटणाऱ्या आहेत. मग ते बोस्टन असू दे, बर्मिंघम असू दे, चीन, भारत, अथेन्स अगदी कुठेही! सूर्य वाऱ्याच्या आधी तुमच्या अंगावरचा कोट उतरवू शकतो. दयाळूपणा, मैत्री, कौतुक यांमुळे समोरच्याचे मन बदलू शकते. ती ताकद राग, संताप, आततायीपणा, जोरजबरदस्ती यांमध्ये नाही.

लक्षात ठेवा, लिंकन म्हणतो, 'बादलीभर कडवटपणापेक्षा एका मधाच्या थेंबात माश्यांना आकर्षित करण्याची शक्ती असते.'

मैत्रीपूर्ण दृष्टिकोन ठेवा.

१५

सॉक्रेटीसची सिक्रेट्स

लोकांशी बोलायला सुरुवात करताना तुम्ही ज्या मुद्यांशी सहमत नसाल त्या मुद्यांपासून कधीही सुरुवात करू नका. ज्या गोष्टींशी तुम्ही सहमत असाल त्या गोष्टींवर जास्त जोर द्या. शक्य असेल तर समोरच्याच्या मनावर असे बिंबवा की, आपल्या दोघांचे मार्ग भिन्न असले तरी अंतिम ध्येय एकच आहे.

निदान सुरुवातीला तरी समोरच्या माणसाला 'होय-होय' म्हणत मान डोलवायला लावा. तुमच्या विरोधकाला शक्य असेल, तर 'नाही' म्हणण्यापासून परावृत्त करा.

प्रो. ओव्हरस्ट्रीट यांच्या मते 'नाही' असा समोरच्याकडून प्रतिसाद येणे, हा आपल्या मार्गातील एक मोठा अडथळा असतो. जेव्हा तुम्ही 'नाही' म्हणता तेव्हा तुमच्या व्यक्तिमत्त्वाचा अहंकार सुखावला जातो, कारण तुम्ही तुमच्या मताला चिकटून आहात, असा त्याचा अर्थ होतो. कदाचित नंतर तुमच्या असेही लक्षात येते की, 'नाही' म्हणणे चुकीचे ठरले, तरीसुद्धा तुमचा मौल्यवान अहंकार जोपासला गेलेला असतोच! पण आता एखादी गोष्ट आपण बोलून बसलो तर माघार कशी घेणार? असे तुमच्या मनात येते आणि म्हणूनच माणसाने नेहमी होकारात्मक दिशेने सुरुवात करणे हे फार महत्त्वाचे असते.

जो कुशल संवादकर्ता असतो तो सुरुवातीला 'होय-होय' म्हणत माना डोलवतो. त्यामुळे ऐकणाऱ्याच्या मनावर मानसिकदृष्ट्या सकारात्मक परिणाम होऊन विधायक दिशेने प्रवास सुरू होतो. हे म्हणजे बिलियर्ड खेळातील चेंडूसारखे असते. एका दिशेने जोरदार धक्का लगावल्यास तो दिशा बदलून आणखी वेगाने उलट दिशेला येतो.

ही मानसिकता विशेष नमुनेदार असते. जेव्हा एखादी व्यक्ती 'नको' म्हणते

आणि तिला नेमके तेच म्हणायचे असते, तेव्हा ती 'नको' या दोन शब्दांच्या उच्चाराखेरीज आणखी बरेचकाही करत असते. त्या नकारामध्ये तिची संपूर्ण शरीरयंत्रणा, सगळ्या ग्रंथी, मज्जासंस्था, स्नायू सगळे एकत्र एकवटतात. बहुधा हे सगळे अवघ्या एका मिनिटामध्ये घडते; पण ते लक्षात घेण्यामागे असते शरीराची नकारात्मक भावना किंवा शरीर आखडून घेण्याची तयारी! अगदी बारीकसारीक हालचालींवरून हे दिसून येते. थोडक्यात, संपूर्ण मज्जासंस्थाच स्वीकारायला नकार देते; पण याच्या उलट, माणूस जेव्हा 'हो' म्हणतो तेव्हा यांपैकी कोणतीच नकारात्मक हालचाल होत नाही. जोपर्यंत आपण सुरुवातीपासूनच अनेकदा 'हो' म्हणत जाऊ तोपर्यंत आपले अंतिम ध्येय गाठण्याच्या मार्गात आपण यशस्वी होत जाऊ.

असे 'हो' म्हणणे फार सोपे असते आणि त्याच वेळी ते दुर्लक्ष करण्याजोगेपण असते, पण काही लोकांना वाटते की, आपण असा नकार दिल्याने किंवा विरोध केल्याने आपले महत्त्व वाढते.

असे 'हो-हो' म्हणण्याचे तंत्र न्यूयॉर्क शहरातील ग्रीनविच सेव्हिंग बँक येथे काम करणाऱ्या जेम्स एबरसनने वापरले आणि जे ग्राहक त्यांना सोडून जाण्याच्या विचारात होते त्यांना पुन्हा धरून ठेवणे त्याला शक्य झाले. मि. एबरसन म्हणाले, ''एकदा एक माणूस आमच्या बँकेत त्याचे खाते उघडायला आला तेव्हा मी त्याला आमचा नेहमीचा फॉर्म भरायला दिला. काही प्रश्नांची उत्तरे त्याने आनंदाने दिली, पण काही प्रश्नांची उत्तरे द्यायला त्याने सरळ-सरळ नकार दिला.

''जर मी या मानवी नात्यांचा अभ्यास सुरू करण्यापूर्वीचा असतो, तर मीसुद्धा स्पष्ट शब्दांत त्या खातेदाराला सुनावले असते की, तुला जर माहिती द्यायची नसेल, तर आम्हालाही तुझे खाते नको आहे. पूर्वी अनेकदा मी असे केले आहे, हे सांगण्याचीसुद्धा मला आता लाज वाटते. साहजिकच असा पर्याय ग्राहकांसमोर ठेवताना पूर्वी मला बरे वाटायचे. मी माझ्या बॉसला हे दाखवून द्यायचो की, बँकेचे कायदे कानून मी किती कसोशीने पाळतो, पण अशा प्रकारचा माझा दृष्टिकोन आमच्या बँकेत स्वतःच्या पायांनी चालत येणाऱ्या ग्राहकाचे स्वागत करायला अपुरा पडायचा.

''त्या सकाळी मी माझा 'कॉमन सेन्स' वापरण्याचा निश्चय केला. त्या दिवशी मी असे ठरवले की, बँकेला काय पाहिजे यापेक्षा ग्राहकाला काय पाहिजे याचाच फक्त विचार करायचा. म्हणून सुरुवातीपासूनच मी त्या ग्राहकाला 'होय-होय' म्हणायला सुरुवात केली. त्यामुळे आम्ही एकमेकांशी सहमत झालो. मग मी त्याला हेसुद्धा सांगितले की, त्याला जी माहिती आम्हाला द्यायची नाही त्याची तशीही फारशी काही गरज नाही. मग मी त्याला पुन्हा म्हटले, ''पण तरीही, समजा की, तुमच्या मृत्यूच्या वेळी तुमच्या खात्यात पैसे जमा असतील, तर ते कायद्याप्रमाणे कोणाच्यातरी खात्यात जमा व्हावेत, अशी तुमची इच्छा असेलच ना?''

"हो! अर्थातच." तो उत्तरला. मी म्हणालो, "मग तुम्हाला असे नाही का वाटत की, आत्ताच त्याचे नाव व पत्ता देऊन ठेवावा. त्यामुळे आम्ही योग्य वेळी योग्य माणसाच्या खात्यात ते पैसे बिलकूल विनाविलंब जमा करू शकू."

"पुन्हा तो म्हणाला, "हो! हे खरेच आहे."

"त्या तरुण माणसाचा दृष्टिकोन आता बदलून जरा मऊ व्हायला लागला होता, कारण आता त्याला हे जाणवू लागले होते की, आम्ही त्याला जी माहिती विचारत होतो, ती आमच्या फायद्यासाठी नसून त्याच्या फायद्यासाठी होती. बँक सोडून जाण्यापूर्वी त्या तरुणाने मला त्याची संपूर्ण माहिती तर दिलीच, पण माझ्या सूचनेनुसार त्याने एक ट्रस्ट अकाउंटसुद्धा उघडले, ज्यामध्ये त्याने लाभार्थींचे नाव म्हणून आईचे घातले आणि मग त्याच्या आईसंबंधीची विचारलेली माहितीसुद्धा त्याने आम्हाला पुरवली.

"माझ्या असे लक्षात आले की, सुरुवातीलाच 'हो, हो' म्हणण्याने त्याने त्याचा मुद्दा सोडून दिला आणि नंतर मग मी सुचवलेल्या सगळ्याच गोष्टी करायला तो तयार झाला."

जोसेफ ॲलीसन हा एका इलेक्ट्रिक कंपनीचा विक्रेता होता. त्याने सांगितलेली त्याची कथा पुढीलप्रमाणे. तो म्हणतो,

"माझ्या कार्यक्षेत्राच्या परिसरात एक असा माणूस राहत होता की, त्याला काहीतरी विकण्यासाठी माझी कंपनी फार उत्सुक होती. माझ्या पूर्वीच्या अधिकाऱ्यांनी दहा वर्षांत असा प्रयत्न अनेकदा करून पाहिला होता, पण ते त्याला काहीही विकू शकले नव्हते. जेव्हा मी त्या विभागाचा ताबा घेतला तेव्हा सतत तीन वर्षांपर्यंत मला त्याची एकही ऑर्डर मिळाली नाही. अखेर सतत तीन वर्षांच्या प्रयत्नानंतर आम्ही त्याला काही मोटारी विकण्यात यशस्वी झालो. जर या ऑर्डरमध्ये काही दोष आढळला नसता, तर शेकडो ऑर्डर्स आणखी मिळतील अशी माझी अपेक्षा होती.

"मला खात्री होती की, मोटारी चांगल्या चालणारच, म्हणून मी तीन आठवड्यांनी जोरात विचारले, "सगळे ठीक चालले आहे ना?"

"तर तिकडून मुख्य इंजिनिअरने मला अभिवादन करून एक बॉम्बगोळाच टाकला. तो म्हणाला, "ॲलीसन, यापुढे आम्ही तुमच्याकडून मोटारी विकत घेऊ शकत नाही."

"मला इतका मोठा धक्का बसला की, मी आश्चर्याने विचारले, "का? काय झाले?"

"कारण तुमच्या मोटारी फार गरम होतात. मी त्याच्यावर हात ठेवू शकत नाही."

"आता याच्यावर वादविवाद घालणे बेकार होते, हे मी समजून चुकलो होतो.

मी पूर्वी असे करत असे, पण आता मला समोरून 'हो, हो' असा प्रतिसाद हवा होता, म्हणून मी म्हणालो, ''ठीक आहे! मि. स्मिथ, मी तुमच्याशी शंभर टक्के सहमत आहे. जर या मोटारी चालवताना खूप गरम होत असतील, तर तुम्ही या मोटारी घेऊ नका. तुमच्याकडे 'नॅशनल इलेक्ट्रिक मॅन्युफॅक्चरर्स असोसिएशन'ने प्रमाणित केलेल्या तापमानापेक्षा कमी तापमान असलेल्या मोटारी आहेत का? असे असू शकत नाही. हो ना?''

तो माझ्याशी सहमत झाला आणि मला त्याचा पहिला होकार मिळाला.

दि इलेक्ट्रिक मॅन्युफॅक्चरर्स असोसिएशन असे सांगते की, 'मोटार योग्य रीतीने चालण्यासाठी रूम टेंपरेचरपेक्षा बहात्तर डिग्री फॅरनहाइट तापमान अधिक ठेवावे लागते.'

'होय.' तो कबूल झाला, तरी त्याने त्याचा हेका सोडला नाही. तो म्हणाला, ''पण तुमच्या मोटारी त्याहीपेक्षा जास्त गरम होतात.''

मग मी त्याच्याशी वाद घातला नाही. मी सहजच विचारले, ''मीलरूमचे तापमान किती आहे?''

तो म्हणाला, ''पंचाहत्तर डिग्री फॅरनहाइट.''

''ठीक आहे.'' मी म्हणालो, ''त्या मीलरूमचे तापमान पंचाहत्तर डिग्रीज आणि त्यात बाहत्तर डिग्रीची भर पडली म्हणजे एकूण तापमान एकशे सत्तेचाळीस डिग्री फॅरनहाइट झाले. ज्या गरम पाण्याचे तापमान एकशे सत्तेचाळीस फॅरनहाइट डिग्री आहे त्याखाली तुम्ही हात धरलात, तर तुमचा हात भाजेल ना?''

तो पुन्हा 'होय' म्हणाला.

''मग मी तुम्हाला असे सुचवू का की, त्या मोटारीपासून तुमचे हात दूर ठेवा?''

''त्याने कबूल केले, ''हं, तुम्ही म्हणता त्यात तथ्य आहे.'' मग आम्ही आणखी थोडा वेळ गप्पा मारल्या. मग त्याने त्याच्या सेक्रेटरीला बोलावले आणि जवळपास पस्तीस हजार डॉलर्स किमतीच्या ऑर्डर्स पुढील महिन्यासाठी दिल्या.''

मला हे शिकण्यासाठी हजारो डॉलर्सचे नुकसान आणि आयुष्यातील अनेक वर्षे वाया घालवावी लागली आणि त्यानंतरच मला समजले की, वादविवाद घालून काहीच साधत नाही. त्यापेक्षा समोरच्याच्या दृष्टिकोनातून एखाद्या घटनेकडे बघणे अधिक फायदेशीर असते आणि त्या माणसाकडून होकार मिळवणे अधिक आनंददायी असते.

एडि स्नो हा ऑकलंड, कॅलिफोर्निया येथील आमच्या क्लासेसचे व्यवस्थापन करतो. त्याने सांगितले की, एका दुकानदाराने त्याच्याकडून 'होय, होय' असे वदवून घेऊन त्याला त्याचा चिरंतन, विश्वासू ग्राहक बनवून ठेवले. एडीला

धनुष्यबाणाने शिकार करण्यात रुची वाटू लागली होती आणि ते धनुष्यबाण विकत घेण्यासाठी त्याने बऱ्यापैकी किंमत मोजली होती. जेव्हा त्याचा भाऊ त्याच्याकडे त्याला भेटायला आला होता तेव्हा त्या भावालासुद्धा वाटले की, आपणपण धनुष्यबाण घेऊन शिकारीला जावे. म्हणून त्या दुकानात एडीने चौकशी केली की, भाड्याने असे धनुष्यबाण मिळते का? तो दुकानदार 'नाही' म्हणाला. मग एडीने दुसऱ्या दुकानात फोन लावला. एडीने त्या प्रसंगाचे वर्णन पुढीलप्रमाणे केले आहे.

"एका अत्यंत उमद्या माणसाने फोन उचलला. पहिल्या दुकानापेक्षा इथे अगदी वेगळा अनुभव आला. त्याने माझी माफी मागितली की, ते आता भाड्याने धनुष्यबाण देत नव्हते, कारण त्यांना ते परवडत नव्हते. त्याने मला पुन्हा विचारले की, यापूर्वी मी कधी धनुष्यबाण असे भाड्याने घेतले होते का? मी म्हणालो, "हो, खूप पूर्वी." मग त्याने मला आठवण करून दिली की, भाड्याचे पंचवीस ते तीस डॉलर्स द्यावे लागले असतील. मी 'हो' म्हणालो. मग तो म्हणाला, "तुम्हाला पैसे वाचवायला आवडतील का?" मी म्हणालो, "साहजिकच हो!" मग त्याने मला असे समजावून सांगितले की, सध्या त्यांच्याकडे धनुष्यबाणांचा सेल चालू होता व सेलमधील त्याची किंमत ३४.९५ डॉलर्स इतकी आहे. तेव्हा फक्त ४.९५ डॉलर्स मी जास्त दिले असते, तर अख्खा सेट माझाच होऊन गेला असता आणि म्हणूनच त्यांनी आता धनुष्यबाण भाड्याने देणे बंद केले होते. मला ते योग्य वाटले का? अर्थातच मी 'हो' म्हणालो आणि धनुष्यबाणाबरोबर इतरही अनेक वस्तू घेऊन मी त्या दुकानाचा नियमित ग्राहक झालो."

'अथेन्सचा गॅडफ्लॉय' (चरचरीत बोलणारा) सॉक्रेटीस हा जगाला माहिती असलेला थोर तत्त्ववेत्त्यांपैकी एक होता. ज्या मूठभर लोकांनी जगाच्या इतिहासात थोर कामगिरी केली त्यांपैकी तो एक होता. त्याने संपूर्ण मानवजातीला विचारांची नवी दिशा दाखवली आणि आता त्याच्या मृत्यूला चोवीस शतके झाल्यानंतर या भांडकुदळ जगाला शहाणपणाचा मार्ग दाखवणारा एक हुशार माणूस म्हणून संपूर्ण जगाने त्याचा बहुमान केला.

काय होती त्याची पद्धत? तो लोकांना असे सांगायचा का की, त्यांचे चुकीचे आहे? छे:! सॉक्रेटीस असे कधी सांगणे शक्यच नाही. तो अत्यंत चतुर होता. त्याच्या तंत्राला 'सॉक्रेटीस पद्धत' या नावाने ओळखले जाते. जे पूर्णपणे 'होय, होय' अशा सकारात्मक प्रतिसादाच्या पायावर उभे होते. तो असेच प्रश्न विचारत असे की, त्याचे उत्तर त्याला विरोधक 'होय' असे देऊ शकेल आणि मग असे ढीगभर कबुलीजबाब तो मिळवत असे आणि मग अत्यंत कौशल्यपूर्ण संभाषणाने तो शेवटास येत असे आणि मग विरोधक अशा कात्रीत सापडत असत की, काही मिनिटांपूर्वी ज्या गोष्टी त्यांनी कबूल केलेल्या असत त्या गोष्टी आता ते नाकारू

शकत नसत.

जर यापुढे कधी तुम्हाला असा मोह झालाच की, आपण त्याला किंवा तिला सांगावे की, 'तुझे चुकलेय!' तर आधी सॉक्रेटीसला आठवा आणि अत्यंत सभ्यपणे प्रश्न विचारा. असा प्रश्न की, त्याचे उत्तर 'होय' येईल.

चिनी लोकांमध्ये एक म्हण फार प्रसिद्ध आहे आणि ती शहाणपणाच्या अनुभवी निकषांवर अनेकदा घासून पाहिली गेली आहे : 'जो हळुवारपणे व्यवहार करतो, तो लांबचा पल्ला गाठतो.'

चिनी संस्कृतीत मानवी स्वभावाचा सुमारे पाच हजार वर्षांपर्यंत अभ्यास केल्यानंतरच ते शेवटी या निष्कर्षाला आले : 'जो सौम्यपणे व्यवहार करतो, तो यशस्वी होतो.'

समोरच्याने ताबडतोब तुम्हाला 'होय' म्हणून प्रतिसाद द्यावा, असे काहीतरी करा.

१६

सहकार्य कसे मिळवाल?

दुसऱ्या एखाद्याने अगदी चांदीच्या तबकात रेडीमेड कल्पना आणून तुमच्या पुढ्यात ठेवल्या, तरीसुद्धा तुमची श्रद्धा, तुमचा विश्वास हा तुमच्या स्वतःच्या डोक्यातून बाहेर पडणाऱ्या कल्पनांवरच अधिक असणार; हो की नाही? असे जर असेल, तर आपली मते बळजबरीने दुसऱ्याच्या घशात कोंबणे चुकीचेच नाही का? हे अधिक शहाणपणाचे नव्हे का की, आपण समोरच्याला सूचना कराव्यात आणि शेवटी त्याचा निर्णय त्यानेच घ्यावा?

एका ऑटोमोबाइल दुकानाचा सेल्स मॅनेजर आणि माझ्या कोर्सचा विद्यार्थी ॲडॉल्फ सेल्ट्झ हा फिलाडेल्फिया येथील राहणारा होता. एक दिवस अचानक त्याला असे जाणवले की, त्याच्या विभागातील विक्रेते काहीसे असंघटित आणि नाउमेद झालेले दिसत होते आणि त्यांच्यात उत्साह भरण्याची गरज होती. मग त्याने संबंधित लोकांची एक मीटिंग बोलावली आणि त्या सगळ्या लोकांना आग्रह केला की, त्या लोकांच्या त्याच्याकडून काय अपेक्षा होत्या ते त्यांनी सांगावे. ते जसजसे बोलू लागले तसतसे त्याने ते फळ्यावर लिहायला सुरुवात केली. नंतर तो म्हणाला, "तुमची माझ्याकडून ज्या गोष्टींची अपेक्षा आहे त्या सगळ्या गोष्टी मी तुम्हाला देईन. आता मी तुम्हाला हे विचारतो की, मला तुमच्याकडून कोणत्या अपेक्षा बाळगण्याचा हक्क आहे?" त्याबरोबर भराभर उत्तरे आली 'निष्ठा', 'प्रामाणिकपणा', 'पुढाकार घेणे', 'सकारात्मकता', 'सांघिक गुण', 'दिवसातून आठ तास झटून काम'. एक कामगार तर उत्साहाच्या भरात 'दिवसातून चौदा तास काम' असे म्हणाला. मि. सेल्ट्झने मला सांगितले की, खरोखरच त्यानंतर विक्रीमध्ये भरघोस वाढ झाली. जणूकाही माझ्या माणसांनी माझ्याबरोबर हे नैतिक

आव्हानच पेलले होते आणि जोपर्यंत मी माझे वचन पाळत होतो, तोपर्यंत त्यांनीसुद्धा त्यांचे वचन पाळण्याचा निर्धार केला होता.

''कामगारांच्या इच्छा-आकांक्षांबद्दल खुद्द त्यांच्याशी केलेली सल्लामसलत ही जणू दंडावर घेतलेल्या एखाद्या इंजेक्शनसारखी रामबाण ठरली होती.''

कोणत्याच पुरुषाला किंवा स्त्रीला एखादी गोष्ट आपल्या मर्जीविरुद्ध आपल्या गळ्यात मारली आहे, हे सांगणे आवडत नाही. त्यापेक्षा आपल्याला ही जाणीव अधिक सुखाची वाटते की, ही आपली स्वत:ची कल्पना आहे किंवा आपली स्वत:ची आवड आहे. आपल्याला आपले विचार, आपल्या इच्छा आणि आपल्या गरजा यांबद्दल कोणी आपुलकीने विचारले तर ते आवडते.

आपण मि. युगेन वेसनची केस पाहू. त्याला हे सत्य समजण्यापूर्वी त्याने हजारो डॉलर्सचे नुकसान करून घेतले. कापड उद्योगामधील नवीन फॅशन्सची डिझाइन्स बनवून त्याचे स्केचेस स्टुडिओला विकण्याचे काम मि. वेसन करत असे. एका प्रतिथयश उत्पादक कंपनीकडे न्यूयॉर्कला तो नियमितपणे आठवड्यातून एकदा जात असे. याप्रमाणे तो सतत तीन वर्षे गेला. मि. वेसन पुढे म्हणाला, ''त्या उत्पादकाने मला भेटायला कधीच नकार दिला नाही, पण त्याने माझ्याकडून कधी काही विकत घेतलेही नाही. तो नेहमी माझी स्केचेस काळजीपूर्वक बघत असे आणि म्हणे, ''नाही वेसन, मला वाटते की, आजही आपली आवड जुळत नाही.'' ''

हे अपयश सुमारे दीडशे वेळा घडले. वेसनला आता असे जाणवले की, या मागे काहीतरी मानसिक समस्या असावी. म्हणून त्याने मनाशी निश्चय केला की, 'एक पूर्ण संध्याकाळ घालवावी लागली तरी बेहत्तर, पण आता मनुष्य-स्वभावावर प्रभाव टाकणाऱ्या गोष्टींचा अभ्यास करायला हवा आणि नवीन कल्पना, नवीन उत्साह निर्माण होईल असे काहीतरी करायला हवे.'

आता त्याने वेगळ्याच मार्गाने जायचे ठरवले. अर्धा डझन चित्रे त्याने मुद्दामच अपूर्ण ठेवली आणि त्या खरेदीदाराच्या ऑफिसमध्ये तो गेला व म्हणाला, ''जर तुमची इच्छा असेल, तर तुम्ही माझ्यावर एक छोटीशी कृपा कराल का? कृपा करून तुम्ही मला सांगाल का की, ही स्केचेस मी कशा प्रकारे पूर्ण करू ज्यामुळे तुम्ही ती वापरू शकाल?''

त्या खरेदीदाराने क्षणभर चित्रांकडे पाहिले, पण तोंडातून चकार शब्द काढला नाही; पण शेवटी तो म्हणाला, ''ही स्केचेस तू काही दिवसांसाठी माझ्याकडे सोडून जा आणि नंतर मला येऊन भेट.''

तीन दिवसांनी वेसन पुन्हा त्याच्या ऑफिसमध्ये गेला. त्याने त्याच्या सूचना काळजीपूर्वक ऐकल्या आणि त्याच्या स्टुडिओतून स्केचेस परत आणली आणि खरेदीदाराच्या इच्छेप्रमाणे ती पूर्ण केली. परिणाम काय झाला असे विचारताय?

सगळी स्केचेस स्वीकारली गेली.

त्यानंतर त्या ग्राहकाने वेसनच्या इतर स्केचेसचीसुद्धा मागणी केली. ती सगळी स्केचेस त्या ग्राहकाच्या आवडीनुसार बनवली गेली. मि. विल्सन म्हणाले, ''मला आता समजले की, वर्षानुवर्षे मी स्केचेस विकण्यात अयशस्वी का होत असे! मी त्याला माझ्या मनातली स्केचेस विकण्याचा आग्रह धरत होतो; पण नंतर मी माझा दृष्टिकोन पूर्णपणे बदलला. मग त्याने त्याची आवड मला सांगावी असा आग्रह मी धरला. त्यामुळे त्याला असे वाटले की, तो स्वत:च डिझाइन्स बनवतो आहे आणि ते तसेच होते. मी त्याला स्केचेस विकली नाहीत, तर ती त्याने खरेदी केली!''

व्यवसाय-धंद्यात किंवा राजकारणात समोरच्या व्यक्तीला जर ही जाणीव झाली की, त्यांचीच कल्पना अमलात आणली जात आहे, तर त्याचा जादूई परिणाम होतो. कुटुंब-संस्थेतसुद्धा हेच तत्त्व लागू पडते. तुलसा ऑक्लोहोमा येथील पॉल डेव्हीस यांनी हीच तत्त्वे अवलंबली. कशी ते त्याने क्लासमध्ये सांगितले. ते असे :

''आत्तापर्यंतच्या आयुष्यात मी व माझ्या कुटुंबाने मजेत घालवलेली ही सहल होती. मला स्वत:ला फार वर्षांपासून अशी तीव्र इच्छा होती की, गेटीसबर्ग येथे झालेले सिव्हिल वॉर, त्याची ऐतिहासिक भूमी पाहावी, फिलाडेल्फिया येथील इंडिपेन्डन्स हॉल पाहावा आणि आपल्या देशाची राजधानी पाहावी. तसेच माझ्या यादीमध्ये व्हॅली फोर्ज जेक्सटाउन आणि विल्यम्सबर्ग येथील जतन केलेल्या वसाहतीसुद्धा भेटी देण्याच्या वरच्या क्रमांकावर होत्या.

''पण मार्च महिन्यात माझी बायको नान्सी हिने बोलून ठेवले होते की, या उन्हाळ्याच्या सुट्टीत तिला पश्चिमेकडच्या देशांना भेटी द्यायला आवडले असते. तिच्या यादीत न्यू मेक्सिको, ॲरिझोना, कॅलिफोर्निया आणि नेबाज होते. तिलासुद्धा अशी सहल अनेक वर्षांपासून करायची होती. मात्र आमच्या दोघांच्याही इच्छा आत्तापर्यंत फलद्रुप झाल्या नव्हत्या.

''आमची मुलगी ॲनी हिने नुकताच अमेरिकेतील ज्युनिअर हायस्कूलमधून इतिहास या विषयाचा अभ्यासक्रम पूर्ण केला होता आणि आपल्या देशाला आकार देणाऱ्या घटनांचे तिला प्रचंड आकर्षण होते म्हणून मी तिला विचारले की, तिने अभ्यासलेल्या स्थळांना भेटी देणे तिला आवडेल का? ती म्हणाली की, तिला खूपच आवडले असते.

''त्यानंतर दोन दिवसांनी आम्ही डायनिंग टेबलाभोवती बसलो असताना नॅन्सीने जाहीर केले की, या उन्हाळ्याच्या सुट्टीत आम्हा सगळ्यांना पूर्वेकडील देशांना भेटी द्यायला जायचे आहे, कारण ॲनीला ते खूप आवडणार होते. आम्ही सगळेच जिंकलो होतो!''

अगदी हेच मानसशास्त्र एका एक्स-रे उत्पादकाने त्याचे एक एक्स-रे मशीन

ब्रुकलिन येथील हॉस्पिटलला विकण्यासाठी वापरले होते. या हॉस्पिटलमध्ये अमेरिकेतील सर्वांत मोठा एक्स-रे विभाग उघडण्याचा त्याचा मानस होता. डॉ. एल यांच्यावर या एक्स-रे विभागाची जबाबदारी सोपवण्यात आली होती, त्यामुळे प्रत्येक एक्स-रे विक्रेता, उत्पादक त्यांच्याशी बोलणी करण्यास उत्सुक होता व त्याच्याच कंपनीचे एक्स-रे मशीन कसे सर्वोत्तम होते, हे पटवून देत होता.

पण त्या सगळ्यांमध्ये एक उत्पादक अधिक कुशल होता. त्याचा मानवी स्वभावाबद्दल दांडगा अभ्यास होता. त्याने डॉ. एलना खालीलप्रमाणे पत्र लिहिले –

आमच्या फॅक्टरीने एवढ्यातच एक नवीन प्रकारचे एक्स-रे मशीन बनवले आहे. या पद्धतीचे पहिले मशीन आमच्या ऑफिसमध्ये नुकतेच येऊन दाखल झाले आहे, पण ते मशीन परिपूर्ण नाही असे आम्हाला वाटते. आम्हाला माहिती आहे की, आम्हाला त्यामध्ये काही सुधारणा करणे गरजेचे आहे. जर तुम्ही वेळात वेळ काढून आमच्या ऑफिसमध्ये आलात व हे मशीन डोळ्यांखालून घातलेत, तर आम्ही उपकृत होऊ आणि तुम्ही आम्हाला काही सुधारणा सुचवू शकाल, जेणेकरून तुमच्या व्यवसायात त्याचा जास्तीतजास्त उपयोग होईल. आपण किती कार्यमग्न असता याची आम्हाला जाणीव आहे. आपण जर आपल्या सोयीने दिवस व वेळ निश्चित केलीत, तर आपल्याला आमच्या ऑफिसमध्ये घेऊन येण्यास आम्ही गाडी पाठवू.

डॉ. एल आमच्या क्लासमध्ये बोलत होते. ते म्हणाले, ''हे असे पत्र पाहून मी अचंबित झालो. मला आश्चर्य तर वाटलेच, पण स्वतःबद्दल अभिमानसुद्धा वाटला. आत्तापर्यंत एकाही एक्स-रे उत्पादकाने माझा सल्ला विचारला नव्हता, पण या पत्रामुळे माझी छाती गर्वाने फुलून आली. खरेतर संपूर्ण आठवडाभर मी खूप कामात होतो; पण मी एक जेवणाचे आमंत्रण टाळून त्या वेळेत ते एक्स-रे मशीन पाहायला गेलो. जेवढ्या बारकाईने मी ते मशीन न्याहाळत गेलो तेवढे ते मला अधिक आवडत गेले.

''हे मशीन मला विकण्याचा कोणीच प्रयत्न केला नाही. आमच्या हॉस्पिटलसाठी ते मशीन विकत घ्यावे, हा सर्वस्वी माझा निर्णय होता. मी त्या मशीनच्या उच्च दर्जाच्या प्रेमात पडलो आणि ऑर्डर देऊन आमच्या हॉस्पिटलमध्ये बसवूनसुद्धा टाकले.''

राल्फ वॉल्को इमर्सन त्याच्या 'सेल्फ रिलायन्स' या निबंधात म्हणतो, 'बुद्धिवान लोकांनी केलेल्या प्रत्येक कृतीत आपल्याला असे लक्षात येते की, आपणच

नाकारलेले आपले विचार नवीन दिमाखदार पेहराव घालून आपल्यासमोर सादर होतात.'

जरी प्रत्यक्षात व्हाइट हाउसमध्ये वुड्रो विल्सन बसून सूत्रे हलवीत होता, तरीही कर्नल एडवर्ड एम. हाउस यांचा राष्ट्रीय आणि आंतरराष्ट्रीय घडामोडींवर मोठा पगडा होता! विल्सन नेहमी कर्नल हाउसचे मत खाजगीमध्ये घेत असे. त्याच्या स्वत:च्या कॅबिनेट मंत्र्यांपेक्षाही विल्सनला कर्नल हाउसचा सल्ला मोलाचा वाटे.

प्रेसिडेंटवर एवढी मोहिनी घालण्याइतके कर्नल हाउसकडे तंत्र होते तरी कोणते? नशिबाने ते आपल्याला माहिती आहे, कारण हाउसने स्वत:च ते आर्थर स्मिथला सांगितले होते आणि 'दि सॅटर्डे इव्हिनिंग पोस्ट' या पेपरमध्ये स्मिथने हाउस जे बोलला त्यावर अग्रलेखही लिहिला होता. हाउस म्हणाला,

''माझी प्रेसिडेंटशी ओळख झाल्यानंतर मी अगदी सहजपणे गप्पा मारता मारता काही चांगल्या कल्पना त्याच्या गळी उतरवायचे शिकलो. म्हणजे आधी त्याने त्यामध्ये रुची दाखवावी म्हणून मी प्रयत्न करायचो, नंतर त्याने त्यावर अधिक विचार करावा म्हणून मी प्रयत्नशील असायचो आणि मग ते विचार त्याचेच आहेत अशी त्याची खात्री व्हायची. अगदी पहिल्यांदा असे घडले, ते तर केवळ योगायोगामुळेच! मी त्याला एकदा व्हाइट हाउसमध्ये भेटायला गेलो होतो आणि त्या वेळी माझ्याकडे अशी एक योजना होती की, जी तो नाकारत होता; पण मी त्याने ती स्वीकारावी यासाठी आग्रह धरत होतो, पण तो ती नाकारणार असे चिन्ह दिसत होते. त्यानंतर थोड्याच दिवसांनी एके दिवशी डायनिंग टेबलावर त्याने ती योजना जाहीर केली व त्याचे असे काही समर्थन केले की, ही योजना जणूकाही त्याचीच होती.''

अशा वेळी हाउसने कधी त्याला थांबवून म्हटले का की, 'ही तुझी कल्पना नाही. माझी आहे.' छे! कधीच नाही! हाउसने असे कधीच केले नाही, कारण हाउस एक अत्यंत कुशल संवादक होता. त्याला श्रेय घेण्यात रुची नव्हती. त्याला परिणाम हवे होते. त्यामुळे त्यानेही त्या कल्पना जणू प्रेसिडेंटच्याच आहेत अशा आविर्भावात अनुमोदन दिले. त्याच्याही पुढे जाऊन हाउसने प्रेसिडेंटचे आभार मानले.

आपण हे कायम लक्षात ठेवून म्हणू की, आपल्या संबंधात येणारी सगळी माणसे ही वुड्रो विल्सनसारखी असू देत म्हणजे आपणसुद्धा कर्नल हाउसचे तंत्र वापरू शकू.

न्यू ब्रुन्सविक या सुंदर कॅनेडियन परगण्यातील एका माणसाने हेच तंत्र वापरले आणि माझ्याकडून सर्व प्रकारचे साहाय्य घेतले. मी त्या काळात पडावातून सफर करून थोडीफार मच्छीमारी करण्याच्या विचारात होतो, म्हणून मी एका टुरिस्ट

ऑफिसमध्ये माहिती मिळण्यासाठी विचारणा केली. त्यामुळे माझे नाव आणि पत्ता साहजिकच त्यांच्या यादीमध्ये लावले गेले. त्याबरोबर माझ्या पत्त्यावर मला अनेक बुकलेट्स, पत्रे आणि अनेक गाइड्सकडून, कॅम्प मॅनेजर्सकडून त्यांची मदत घ्यावी या आशयाची पत्रे आली. मी तर भयचकित झालो. त्यांपैकी कोणाला निवडावे हे मला समजेना; पण एका कॅम्पच्या मालकाने हुशारीची गोष्ट केली. त्याने मला न्यूयॉर्कमधील अशा लोकांची नावे व पत्ते पाठवली की, जे लोक त्याच्या कॅम्पमध्ये राहून गेले होते आणि त्याने मला प्रत्यक्ष येऊन भेटून जाण्याचीसुद्धा विनंती केली.

आणखी चांगली गोष्ट अशी झाली की, त्याने मला पाठवलेल्या यादीपैकी एकाला मी चांगले ओळखत होतो. म्हणून मी त्याला फोन केला आणि त्याला त्याचे अनुभव विचारले आणि ताबडतोब त्या कॅम्प-मालकाला माझी येण्याची तारीख कळवली.

इतरांनी मला त्यांची सेवा माझ्या गळ्यात मारायचा चंग बांधला होता, पण एकाने मात्र असा प्रयत्न केला की, मी आपण होऊन त्याची सर्व्हिस गळ्यात मारून घेतली. तो जिंकला होता.

पंचवीस शतकांपूर्वी लाओनसे नावाचा एक चायनीज संत होऊन गेला. तो जे काही म्हणाला त्यातल्या काही गोष्टी या पुस्तकाच्या वाचकांनी लक्षात ठेवाव्यात असे मला वाटते.

'नद्या आणि समुद्र यांना अति उंच पर्वतांवरून येणाऱ्या शेकडो झऱ्यांच्या रूपाने आदरांजली मिळते. ती का मिळते हे तुम्हाला ठाऊक आहे का? कारण नद्या व समुद्र पर्वतांच्या खाली असतात, पण तरीही त्या पर्वतांवर राज्य करतात. तसेच संतांचे आहे. ते सामान्य माणसापेक्षा खूप श्रेष्ठ असतात. ते त्यांना चांगली शिकवण देतात. महान बनवतात, पण कुठेही स्वतःचा टेंभा मिरवत नाहीत. त्यांना शिष्याला घडवताना कितीही कष्ट पडले, तरी त्यांना त्याचा त्रास होत नाही.'

समोरच्या व्यक्तीला असे वाटू द्या की, ती कल्पना त्याची किंवा तिचीच आहे.

१७

आव्हान स्वीकारणे प्रत्येकाला आवडते

जेसी जेम्सच्या शहराने मला पुन्हा पुढे जाऊन मागे आणले आणि मग मी केर्ने, मिसुरी येथील जेसी जेम्सच्या शेताला भेट दिली, जेथे सध्या त्याचा मुलगा राहत होता.

त्याच्या बायकोने मला काही कथा सांगितल्या की, जेसी ट्रेन कसा लुटायचा आणि बँकांमधून पैसे कसे काढायचा आणि मग ते पैसे शेजारच्या शेतकऱ्यांना त्यांची कर्जे फेडण्यासाठी कसा द्यायचा.

नक्कीच जेसी जेम्स स्वत:ला अतिशय उदार अंत:करणाचा, आदर्शवादी समजत होता. ज्याप्रमाणे डच सुल्टझ् 'टू गन' क्राउले, अल कपोन आणि इतर काही सुसूत्रित गुन्हा करणारे लोक स्वत:ला गॉडफादर समजत असत व लोकांवरही तसेच बिंबवण्याचा प्रयत्न करत. खरेतर वास्तव असे आहे की, आपल्याला भेटणाऱ्या सर्वच लोकांना स्वत:बद्दल प्रचंड आदर असतो आणि त्यांच्या स्वत:च्या हिशोबाप्रमाणे ते खूप चांगले आणि नि:स्वार्थी असतात.

जे. पायरपॉट मॉर्गन याने एकदा विश्लेषण करताना असे म्हटले आहे की, माणूस जेव्हा एखादी गोष्ट करतो तेव्हा त्याच्यामागे दोन कारणे असतात. त्यातील एक कारण म्हणजे तसे करणे चांगले दिसते आणि दुसरे म्हणजे त्या कृतीमागचे खरे कारण.

अर्थात जे कृतीमागचे खरे कारण असते त्याचा विचार स्वत: ती व्यक्तीच करते. त्याचा विचार आपण करण्याची गरज असते, पण आपल्या सगळ्यांच्या हृदयात एक प्रकारचा आदर्शवाद भरलेला असतो आणि म्हणून जे करणे चांगले दिसते त्याबद्दल आपण विचार करतो. म्हणून लोकांना बदलवण्यासाठी आपण

उदात्त हेतूंना आव्हान देतो.

व्यवसाय-धंद्यातसुद्धा असा आदर्शवाद आणावा का? चला बघू या. आपण पेनिसिल्व्हालिया येथील फॅरेल मिशेल कंपनीतील हॅमिल्टन फॅरेलची केस बघू या. मि. फॅरेल यांचा एक असंतुष्ट भाडेकरी होता, ज्याने करार संपण्यापूर्वीच घर सोडून जायची धमकी दिली होती. कराराप्रमाणे अजून चार महिने बाकी होते, तरीही त्याने फॅरेलला नोटीस पाठवली की, तो ताबडतोब घर सोडून जाणार होता; करार मोडणार होता.

मि. फॅरेल म्हणाले, ''हे लोक माझ्या घरामध्ये संपूर्ण हिवाळाभर राहिले, जो वर्षातील सर्वांत महागडा ऋतू असतो आणि मला माहिती होते की, आता काही महिने तरी मला नवीन भाडेकरू मिळणार नव्हते आणि भाड्यातून आलेले पैसेही सगळे खर्च झाले होते. माझ्यासाठी तो धोक्याचा इशारा होता.

''सामान्यपणे मी काय करायला हवे होते, तर त्याला आमच्यातील भाडेपट्टा कराराची आठवण करून देऊन त्याला तो करार पुन्हा वाच असे सांगायला हवे होते. मी त्याला हेसुद्धा सांगायला हवे होते की, कराराप्रमाणे तुला उरलेले पैसे परत मिळणार नाहीत.

''पण मी आता डोक्यात राख घालून घेऊन तमाशा करण्यापेक्षा वेगळी युक्ती वापरायची ठरवली. मग मी त्याच्याशी अशा पद्धतीने बोलायला सुरुवात केली, ''मि. जे, मी तुमची कथा ऐकली आणि तरीही माझा असा विश्वास आहे की, तुम्ही हे घर सोडून जाणार नाही. मी वर्षानुवर्षे घरे भाड्याने देण्याच्या व्यवसायात आहे आणि एवढ्या वर्षांच्या अनुभवांवरून मला माणसांची पारख आहे आणि तुम्ही तुमचा शब्द मोडणाऱ्यातले मला दिसत नाही. खरे सांगायचे, तर मला इतकी खात्री आहे की, मी पैज लावायलासुद्धा तयार आहे.

'' ''मी तुम्हाला आता असे सुचवतो की, तुमचा जो काय निर्णय असेल, तो तुम्ही इथे या टेबलावर ठेवा आणि काही दिवस त्याच्यावर विचार करा. तुम्ही जर आत्तापासून एक तारखेपर्यंत कधीही आलात आणि म्हणालात की, तुम्हाला घर सोडून जायचे आहे, तर तुमचा निर्णय मी मान्य करेन आणि मी हेसुद्धा मान्य करेन की, माझा अंदाज चुकला, पण माझा अजूनही विश्वास आहे की, तुम्ही तुमच्या शब्दांचे पक्के आहात आणि तुम्ही तुमचा करार मोडणार नाही, कारण शेवटी आपण माणसे आहोत किंवा माकडे आहोत आणि आपल्याला आपण काय होणे आवडेल याची निवड आपणच करायची असते.''

''मग पुढील महिन्याची एक तारीख आली आणि त्या सद्गृहस्थाने स्वत: भाडे आणून दिले. त्यांची पत्नी व ते माझ्याशी याबद्दल बोलले आणि त्यांनी सांगितले, ''आम्ही आमचा करार संपेपर्यंत इथेच राहणार आहोत.'' ''

लॉर्ड नॉर्थक्लिफने पाहिले की, वर्तमानपत्रात त्याचा तो फोटो प्रकाशित झाला होता, जो फोटो झळकू नये अशी त्याची इच्छा होती. मग त्याने संपादकाला पत्र लिहिले, पण तो पत्रात असे म्हणाला का की, 'कृपा करून माझा तो फोटो छापू नका. मला ते आवडत नाही.' तर नाही! तो असे काहीच म्हणाला नाही. उलट त्याने संपादकाच्या कोमल भावनांना, मातृप्रेमाला हात घातला आणि लिहिले, 'कृपा करून माझा तो फोटो छापू नका. माझ्या आईला तो आवडणार नाही.'

जेव्हा जॉन डी. रॉकफेलरला (ज्यु.) त्याच्या मुलांचे फोटोग्राफ्स वर्तमानपत्रात छापून येऊ नये असे वाटले तेव्हा त्यानेसुद्धा उदात्त भावनांना हात घातला. तो असे काही म्हणाला का की, 'मला मुलांचे फोटो छापलेले चालणार नाहीत?' तर नाही. त्या उलट आपल्या सगळ्यांच्याच मुलांचे भले व्हावे ही जी आंतरिक इच्छा असते, तिचा संदर्भ देऊन तो म्हणाला, "तुम्हालाही मुले आहेत आणि त्यामुळे तुम्हाला हे चांगलेच समजेल की, लहान मुलांना या वयात फार प्रसिद्धी मिळणे, हे त्यांच्या भविष्यासाठी चांगले नसते."

जेव्हा सायरस एच. के. कर्टिस हा मेनमधील एक अत्यंत गरीब मुलगा परिस्थितीशी झगडत होता आणि पुढे जो 'सॅटर्डे इव्हिनिंग पोस्ट' आणि 'लेडिज होम' जर्नलचा मालक झाला तो सुरुवातीच्या काळात मोठ्या साहित्यिकांचे व पत्रकारांचे मानधन देऊ शकत नव्हता. जे लोक केवळ पैशांसाठी लिहीत होते, त्यांच्याकडून लेखनाची अपेक्षा करणे तर दुरापास्तच होते! मग अशा वेळी तो त्यांच्या उदात्त भावनांना हात घालत असे. उदाहरणार्थ, एकदा त्याने त्या काळात प्रसिद्ध असलेली व 'लिटल वुमेन'ची लेखिका लुईसा मे अलकॉट हिला त्याच्या पेपरसाठी लिहायला कसे भाग पाडले, तर त्याने शंभर डॉलर्सचा एक चेक तिला नव्हे, तर तिच्या धर्मादाय संस्थेला पाठवला.

हे सगळे ऐकल्यावर काही पाखंडी लोक असे म्हणतील की, हे सगळे नॉर्थक्लिफ, रॉकफेलर किंवा भावनाशील कादंबरीकारांसाठी ठीक आहे; पण आमच्या रोजच्या आयुष्यात असे चमत्कार होणे अशक्य आहे!

कदाचित तुमचे बरोबरही असेल! सगळ्यांच्याच बाबतीत या युक्त्या परिणामकारक ठरतील असे नाही. जर तुम्ही तुमच्या आत्ताच्या परिस्थितीत समाधानी असाल, तर तुमच्यात काहीच बदल करू नका, पण जर तुम्ही समाधानी नसाल, तर हा प्रयोग करून बघायला काय हरकत आहे?

मी तुम्हाला आत्ता जी जेम्स एल. थॉमस, माझा जुना विद्यार्थी याची गोष्ट सांगणार आहे, ती तुम्हाला नक्कीच मनोरंजक वाटेल.

एका ऑटोमोबाइल कंपनीच्या सहा ग्राहकांनी त्यांच्या गाड्यांच्या सर्व्हिसिंगचे

बिल नाकारले. म्हणजे त्यांपैकी कोणीच संपूर्ण बिल नाकारले नाही, पण प्रत्येकाने त्यापैकी एखादा आकडा चुकीचा दाखवला. कंपनीला हे माहिती होते की, कंपनीची बाजू बरोबर होती, कारण प्रत्येक ग्राहकाची कामे पूर्ण झाल्यानंतर त्याबद्दलची स्वाक्षरी होती. म्हणून त्यांनी त्यांचे बरोबर असल्याचे ठणकावून सांगितले, पण हीच त्यांनी केलेली पहिली चूक होती.

ते बिल वसूल करण्याच्या बाबतीतली कंपनीतल्या लोकांनी उचललेली पावले पाहा.

१. ते प्रत्येक ग्राहकाकडे गेले व त्यांना त्यांनी चढ्या आवाजात सांगितले की, ते मागील थकलेले बिल वसूल करायला आले आहेत.
२. त्यांनी हे स्पष्टपणे सांगितले की, कंपनी संपूर्णपणे आणि बिनशर्त बरोबर होती, याचाच अर्थ ते संपूर्णपणे आणि बिनशर्त चुकीचे होते.
३. त्या लोकांनी त्या ग्राहकांना असे सांगितले की, कंपनीला गाड्यांमधले अधिक चांगले कळते आणि त्यांच्यापैकी कोणीही असे मानू नये की, त्यांना अधिक कळते. मग वादविवाद कशासाठी?
४. परिणाम – त्यांच्यात वादावादी झाली.

यांपैकी एकही पद्धत सामंजस्याने बिलाची वसुली होण्याच्या दृष्टीने योग्य होती का? तुम्ही स्वत:च स्वत:शी याचे उत्तर द्या.

परिस्थिती अशी चिघळलेली असतानाच कर्जवसुली व्यवस्थापक आता कायदेशीर कृती करण्याच्या विचारात होता, पण सुदैवाने हे प्रकरण जनरल मॅनेजरपर्यंत पोहोचले. मग मॅनेजरने त्या ग्राहकांची चौकशी केली, तसेच गाड्यांच्या कामाचा तपशील अभ्यासला. त्याच्या हे लक्षात आले की, या ग्राहकांची पैसे बुडविणारे म्हणून तर ख्याती निश्चित नव्हती! काहीतरी, कुठेतरी भयंकर मोठी चूक होत होती आणि पैसे वसूल करण्याच्या बाबतीतच चूक होत होती, असे त्याच्या लक्षात आले, म्हणून त्याने जेम्स थॉमस याला बोलावले आणि वसूल न होणारे बिल वसूल करून आणायला सांगितले.

जेम्स थॉमसने कशा प्रकारे काम केले ते त्याच्याच शब्दांत वाचा :

१. खरेतर प्रत्येक ग्राहकाला मी दिलेली भेट ही जुने बिल वसूल करण्यासाठीच होती आणि त्या बिलात काहीच चूक नव्हती, पण मी त्याबद्दल एक चकार शब्दही काढला नाही. मी उलट त्यांना असे समजावून सांगितले की, कंपनीने काय केले

किंवा काय करण्यात ती अयशस्वी झाली, हे पाहायला मी आलो आहे.

२. मी त्यांना प्रथमच हे सांगितले, ''मी तुमची बाजू ऐकायला आलो आहे. मी अजून कुठलेच मत बनवले नाही आणि कंपनीची काही चूकच नाही असा कोणताही दावा कंपनी करत नाही.''

३. मी त्यांना हे सांगितले की, त्यांच्या गाड्या बघण्यात मला स्वारस्य आहे आणि जगातील इतर कोणाहीपेक्षा त्यांनाच त्यांच्या गाड्यांबद्दल जास्त चांगली माहिती असणार.

४. त्यांना हवे होते त्याप्रमाणे मी त्यांना बोलू दिले व उत्तम श्रोता बनलो. त्यांचे बोलणे सहानुभूतिपूर्वक ऐकले.

५. शेवटी जेव्हा ते ग्राहक चांगल्या म्हणजे माझे ऐकण्याच्या मन:स्थितीत आले तेव्हा मी माझे उत्तम नाट्य वठवले. मी त्यांच्या उदात्त हेतूलाच हात घातला आणि म्हणालो, ''पहिली गोष्ट मी तुम्हाला ही सांगतो की, तुमच्याप्रमाणेच मलाही असे वाटते की, हे प्रकरण चुकीच्या पद्धतीने हाताळले गेले आहे. आमच्या एका प्रतिनिधीकडून तुम्हाला असुविधा झाली, त्रास झाला आणि त्यामुळे तुम्ही रागावलात. कंपनीचा प्रतिनिधी या नात्याने मी तुमची माफी मागतो. मला खेद होतो. जेव्हा मी तुमच्याजवळ बसून तुमची बाजू ऐकली तेव्हा माझ्या लक्षात आले की, तुम्ही केवढातरी संयम व चांगुलपणा दाखवला. तुम्ही खरोखरच भली माणसे आहात. म्हणूनच तुम्ही माझ्यासाठी एक गोष्ट करावी असे मला वाटते आणि तुम्हीच ते चांगल्या प्रकारे करू शकता. मी तुमच्यासमोर हे बिल ठेवतो. तुम्हाला त्यात काय कमी करायचे तर करा. मी ते सगळे तुमच्यावरच सोडतो. तुम्ही जे म्हणाल ते आपण करू!''

''त्यांनी बिल कमी केले का? बिल साधारण दीडशे ते चारशे डॉलर्सच्या दरम्यान होते. सर्व ग्राहकांनी तेवढे पैसे दिले का? हो. एकाने दिले. एकाने वादातीत मुद्यामधील एक पैसाही देण्यास नकार दिला, पण इतर पाच जणांनी पैसे दिले आणि या गोष्टीचे फल असे की, पुढील दोन वर्षांत त्या सहाही ग्राहकांना आम्ही नव्या गाड्या विकल्या.''

मि. थॉमस म्हणाले, ''अनुभवाने मी हे शिकलो आहे की, जर ग्राहकांबद्दल तुम्हाला काहीच माहिती नसेल, तर असे समजा की, ग्राहक हा प्रामाणिक, सत्यवादी आणि पैसे देण्यास उत्सुक असाच असतो. हं! पण त्याची तशी खात्री झाली पाहिजे. तरच तो तेवढे पैसे देऊ लागतो. हेच वेगळ्या भाषेत सांगायचे झाले, तर स्पष्ट शब्दांत मी असे म्हणेन की, लोक प्रामाणिक असतात आणि ते त्यांच्यावरील भारातून लवकर मोकळे होऊ इच्छितात. या नियमाला तुलनेने

कमी अपवाद आहेत, पण माझी स्वत:ची खात्री आहे की, जे लोक सुरुवातीला हातात छत्री घेऊन प्रहार करण्याच्या तयारीत असतात, तेच जर तुम्ही त्यांच्यावर विश्वास दाखवलात, सभ्यपणे वागलात, तर आपल्याला अनुकूल असेच वर्तन करतात.''

माणसाच्या अंतरंगातील सत्प्रवृत्तींना आव्हान द्या!

भाग चार

लोकांना राग न येऊ देता किंवा आक्रमक न होऊ देता कसे बदलावे?

तुम्हाला समोरच्या व्यक्तीमध्ये बदल घडवून आणायचा आहे का? तेही त्याला जराही राग न येऊ देता? ऐका तर मग, आधी तुम्ही त्याला सन्मानाने वागवले पाहिजे आणि त्याला-त्याला आनंदाने स्वीकारले पाहिजे. तुम्ही त्याच्या प्रति जो दृष्टिकोन ठेवाल त्यावरच त्याचा प्रतिसाद अवलंबून राहील.

१८

समोरच्याला न दुखावता त्याच्यावर टीका कशी करावी?

एकदा चार्ल्स स्क्वॅब त्याच्या एका स्टील कारखान्यातून दुपारच्या वेळी फेरफटका मारत होता. तेवढ्यात त्याने काही कामगारांना सिगरेट ओढताना पाहिले. ते जेथे सिगरेट ओढत होते, बरोबर त्याच्या वरती 'नो स्मोकिंग'चा बोर्ड लटकत होता. स्क्वॅबने त्या बोर्डकडे बोट दाखवून असे सांगितले का की, 'तुम्हाला वाचता येत नाही का?' छे! मुळीच नाही. तो असे काही म्हणाला नाही. तो त्या कामगारांच्या जवळ चालत गेला आणि त्या प्रत्येकाच्या हातात त्याने सिगरेट ठेवली आणि म्हणाला, "मुलांनो, ही सिगरेट तुम्ही बाहेर कुठे तरी जाऊन ओढली तर फार बरे होईल." त्या कामगारांनाही हे समजले की, त्यांनी नियमभंग केला होता. त्यांना त्यांच्या मालकाचे कौतुक वाटले, कारण तो त्यांना काहीच बोलला नव्हता. उलट त्यांना छोटीशी भेटवस्तू देऊन त्याने त्यांना महत्त्व दिले होते. अशा माणसावर प्रेम करण्यापासून कोण स्वत:ला रोखू शकेल? तुम्ही रोखू शकाल?

जॉन वॅनामेकरने हेच तंत्र वापरले. वॅनामेकर त्याच्या भल्या मोठ्या दुकानात रोज एक चक्कर मारत असे. त्याचे दुकान फिलाडेल्फिया येथे होते. एकदा त्याने एका ग्राहकाला काउंटरपाशी उभे असलेले पाहिले. कोणीच त्या ग्राहकाकडे लक्ष देत नव्हते. मग सेल्समन कोठे होते? ते होय! ते त्या काउंटरच्या पलीकडच्या टोकाला एकत्र जमून हसत-खेळत गप्पा मारत होते. वॅनामेकर एक शब्दही बोलला नाही. तो क्षणभर त्या ग्राहकाजवळ थांबला. त्याला जे काही खरेदी करून हवे होते, ते त्याने स्वत: काढले व पॅकिंग करण्यासाठी सेल्समनकडे दिले.

सरकारी अधिकाऱ्यांवर नेहमीच टीका होते की, ते कधीही जागेवर सापडत

नाहीत. ते त्यांच्या मतदारसंघातील लोकांनाही भेटत नाहीत. ते कामात गुंतलेले असतात आणि याचा दोष त्यांच्या निकटवर्तीयांनाही जातो, कारण त्यांना आपल्या साहेबांना आणखी लोकांना भेटू द्यायचे नसते, कारण त्यांना वाटते की, त्यामुळे त्यांच्या साहेबांना त्रास होईल.

कार्ल लँगफोर्ड हा फ्लोरीडा-ऑरलोडो येथील मेयर होता. फ्लोरीडा हे डिस्ने वर्ल्डसाठी जगप्रसिद्ध आहे. तो त्याच्या अधिकाऱ्यांना, नोकरांना नेहमी बजावून सांगत असे की, त्याला भेटायला जे लोक येत त्यांना त्यांनी अडवू नये. तो सर्वांना सांगत असे की, त्याची 'खुल्या दरवाजा'ची कार्यप्रणाली आहे. तरीसुद्धा काही वेळेस त्याचे सेक्रेटरी व त्याचे प्रशासक लोकांना त्याला भेटण्यास मज्जाव करीत असत.

कार्लच्या हे लक्षात आले तेव्हा त्यावर त्याने आणखी कडक उपाय शोधला. त्याने त्याच्या ऑफिसचा दरवाजाच काढून टाकला. अशा प्रकारे प्रतिकात्मकरीत्या मेयरने दरवाजा काढून टाकला तेव्हापासून खऱ्या अर्थाने लोकांना त्याचा राज्यकारभार पारदर्शक होता याची जाणीव झाली आणि त्याच्या हाताखालच्या लोकांनाही कार्लला काय म्हणायचे आहे ते समजले.

तीन अक्षरी एक शब्द आहे. त्याचा उच्चार न केल्यास समोरचा माणूस रागावणार नाही. अधिक आक्रमक होणार नाही. यश आणि अपयश यांच्यामधील ही सीमारेषा आहे. असा शब्द कोणता? 'पण' – 'But'.

खूप लोकांना अशी सवय असते की, ते सुरुवातीला समोरच्या माणसाची स्तुती करतात व मग 'पण' असे म्हणून कडक टीकेला हात घालतात. उदाहरणार्थ, एखाद्या लहान मुलाचा त्याच्या अभ्यासाप्रति आपला दृष्टिकोन बदलायचा आहे, तर आपण असे म्हणतो, 'जॉनी, खरेच आम्हाला तुझा अभिमान आहे! तू तुझ्या अभ्यासात बरीच प्रगती केलीस, पण तू जर बीजगणिताचा आणखी अभ्यास केला असतास, तर तुला यापेक्षा अधिक मोठे यश मिळाले असते.'

आता वरील उदाहरणात जॉनीला जोपर्यंत तो 'पण' हा शब्द ऐकू येत नाही तोपर्यंत खूप उत्साह वाटेल; पण नंतर आपले आधी केलेले कौतुक खरे की खोटे अशी शंका त्याच्या मनात येईल. मग त्याला वाटेल की, खरेतर त्याला आपले कौतुक करायचेच नव्हते, पण टीका करायला 'स्टार्टर' म्हणून हे कौतुकाचे नाटक! अशा वागण्याने विश्वासार्हता धोक्यात येते आणि मग आपला हेतू साध्य होत नाही व आपण जॉनीचा अभ्यासाविषयीचा दृष्टिकोन बदलू शकत नाही.

हे सगळे आपल्याला टाळता येईल. पण कसे? तर फक्त 'पण' हा शब्द न वापरता 'आणि' हा शब्द वापरायचा. आता मघाचेच वाक्य कसे होईल बघा!

'जॉनी आम्हाला तुझा अभिमान आहे, कारण तू तुझ्या अभ्यासात बरीच प्रगती केली आहेस आणि असेच कष्ट तू पुढच्या वर्षी बीजगणितासाठी घेशील, तर त्यातसुद्धा तुझा वरचा नंबर येईल.'

आता जॉनीसुद्धा आनंदाने स्तुती स्वीकारेल, कारण त्यामध्ये त्याच्या गणितातील अपयशाचा उल्लेख नाही. आपण त्याचे लक्ष त्याच्या वागणुकीकडे वळवले आहे आणि अप्रत्यक्षपणे आपल्याला त्याची वागणूक बदलायची आहे. त्यामुळे परिस्थिती बदलण्याची शक्यता आहे. तसेच त्यामुळे तुमच्या अपेक्षा पूर्ण होण्याचीसुद्धा शक्यता निर्माण झाली आहे.

चुकांकडे जर अप्रत्यक्षपणे लक्ष वेधले, तर संवेदनशील लोकांच्या बाबतीत याचा फार सकारात्मक परिणाम दिसून येतो; पण त्यांच्यावर जर तुम्ही उघड-उघड टीका केलीत, तर मात्र ते मनात कडवटपणा ठेवतात. टोडे आयलंड येथील मार्गी जेकब हिने आपल्या क्लासमध्ये बांधकामावरील गबाळ्या मजुरांकडून तिच्या अंगणातील पसारा कसा आवरून घेतला हे सांगितले.

सुरुवातीला जेव्हा काम सुरू झाले तेव्हा मिसेस जेकब जेव्हा ऑफिसमधून घरी येई तेव्हा तिच्या लक्षात येई की, अंगणात सगळे लाकूड, सिमेंट वगैरे इतस्तत: पसरलेले आहे. त्या मजुरांचा अपमान करायची तिची इच्छा नसे, कारण ते बांधकाम चांगले करत होते. त्यांच्या कामात ते निष्णात होते. मग एके दिवशी सगळे कामगार गेल्यावर तिने व तिच्या मुलांनी मिळून सगळे दगड, विटा, लाकूड वगैरे गोळा करून अंगणाच्या एका कोपऱ्यात रचून ठेवले.

दुसऱ्या दिवशी सकाळी त्यांच्यातील मुकादमाला तिने बाजूला बोलावले आणि म्हणाली, ''काल जाताना तुम्ही लॉनवरचा सगळा पसारा आवरून ठेवला, त्यामुळे मला खूप बरे वाटले. लॉन स्वच्छ व नीटनेटके करून गेल्यामुळे आता शेजाऱ्यांनी आक्षेप घेण्याचे काहीच कारण नाही.'' पण त्या दिवसापासून कामगारांनी सर्व पसारा उचलून अंगणाच्या कोपऱ्यात नीटनेटका रचून ठेवण्यास सुरुवात केली, व मुकादम स्वत: दिवसाच्या शेवटी सर्वकाही ठीकठाक केले आहे की नाही, हे जातीने बघू लागला.

सहसा संघर्षाचा जो एक महत्त्वाचा मुद्दा सैन्यातील राखीव दलाची शिकाऊ मुले व त्यांचे प्रशिक्षक यांच्यात असतो, तो म्हणजे कॅडेट्सची चंपी! राखीव दलातील मुलांना असे वाटते की, ते सिव्हिलियन्स आहेत आणि म्हणून त्यांना बारीक केस कापून घेणे मान्य नसते.

सार्जंट हार्ले कैसर हा ५४२ यूएसएसआर येथे प्रशिक्षक म्हणून काम करत होता. त्याच्याकडे प्रशिक्षणासाठी आलेली नॉनकमिशन्ड राखीव दलाची तुकडी होती. जर तो जुन्या विचारांचा सार्जंट असता, तर तो त्या कॅडेट्सवर ओरडला

असता. त्याने त्यांना धमक्या दिल्या असत्या, पण त्याऐवजी त्याने 'हेअरकट'चा मुद्दा अप्रत्यक्ष रीतीने गळी उतरवायचे ठरवले. तो म्हणाला,

"मित्रांनो, तुम्ही पुढील काळात नेतृत्व करणार आहात व जेव्हा तुम्ही नेतृत्व कराल तेव्हा ते निश्चितच खूप परिणामकारक असेल आणि लोकही पुढील काळात त्याचे उदाहरण देतील व तुमचा आदर्श ठेवण्यास सांगतील. तुम्हाला माहिती आहेच की, 'हेअरकट'बद्दल मिलिटरीचे काय नियम आहेत! मी आजच माझे केस कापून घेणार आहे आणि ते तुमच्यापेक्षाही बारीक कापणार आहे. तुम्ही आरशात जाऊन स्वत:कडे बघा आणि जर तुम्हाला असे वाटले की, 'हेअरकट' केल्याने तुम्ही आदर्श ठरू शकाल, तर मग न्हाव्याच्या दुकानात जाण्यासाठी आपण ठरावीक वेळेचे नियोजन करू.''

याचा परिणाम त्याला जो अपेक्षित होता तोच झाला. अनेक उमेदवारांनी आरशामध्ये पाहिले आणि दुपारी न्हाव्याकडे जाऊन ठरावीक प्रकारचा हेअरकट म्हणजे सोल्जरकट केला. मग सार्जंट कैसरने दुसऱ्या दिवशी सकाळी त्यांना कौतुकाची पावती देण्यासाठी म्हटले, ''मला आत्ताच तुमच्यातील काहींमध्ये नेतृत्वगुणाचे दर्शन झाले आहे.''

८ मार्च, १८८७ या दिवशी प्रसिद्ध वक्ते हेन्री वॉर्ड मरण पावले. त्यानंतरच्या रविवारी श्रद्धांजली देण्यासाठी लॅमन ॲबटला आमंत्रित केले गेले. त्या वेळचे आपले भाषण अधिक प्रभावी व्हावे म्हणून ॲबटने ते एकदा लिहिले, दोनदा लिहिले, त्यात अनेकदा खाडाखोड केली. त्याला जो काही संदेश द्यायचा होता तो जास्तीतजास्त श्राव्य ठरण्यासाठी त्याने अतिशय मेहनत घेतली. नंतर त्याने ते आपल्या पत्नीलाही वाचून दाखवले. इतर भाषणांप्रमाणेच ते अत्यंत सुमार दर्जाचे होते. तिला जर मनुष्य-स्वभावाची समज नसती, तर ती असेच म्हणाली असती की, 'लॅमन, हे फारच भयंकर आहे. तुझे हे भाषण कोणी ऐकणार नाही. लोकांना झोप येईल. हे म्हणजे जणूकाही ज्ञानकोश वाचल्यासारखे वाटते. इतकी वर्षे चर्चमध्ये तू लोक-शिक्षणाचे काम करतोस. तुला यापेक्षा अधिक चांगले करता यायला हवे होते. तू साध्या-सरळ माणसासारखे साधेसुधे का बोलत नाहीस? तू सामान्यांसारखा सहजपणे का वागत नाहीस? तू जर हे लिखाण वाचलेस, तर सगळे तुझी चेष्टा करतील.''

असे ती म्हणू शकली असती, पण तसे ती म्हणाली नाही, कारण ती जर तसे म्हणाली असती, तर पुढे काय घडले असते, हे आपण सगळे जाणतोच. म्हणून तिने एकच शेरा मिस्कीलपणे मारला, ''तुझे हे लिखाण नॉर्थ अमेरिकन रिव्ह्यूसाठी उत्कृष्ट अग्रलेख म्हणून तू प्रसिद्ध करू शकतोस!'' दुसऱ्या शब्दांत सांगायचे, तर त्याच्या लिखाणाचे तिने कौतुक केले, पण मोठ्या कौशल्याने तिने हे सुचवले की,

हे भाषण म्हणून अयोग्य आहे. लॅमन ॲबटला तिचा मुद्दा समजला. त्याने ताबडतोब ते लिखाणाचे कागद फाडून टाकले आणि मग एक ओळीचीही पूर्वतयारी न करता जसे सुचेल तसे भाषण केले.

दुसऱ्यांच्या चुका सुधारण्याचा परिणामकारक मार्ग म्हणजे अप्रत्यक्षपणे लोकांना त्यांच्या चुका दाखवून द्या.

१९

आधी आपल्या चुकांची कबुली द्या!

जोसेफिन कार्नेगी ही माझी पुतणी! माझ्याकडे न्यूयॉर्कला माझ्या सेक्रेटरीचे काम करण्यासाठी ती आली. ती एकोणीस वर्षांची होती आणि तीन वर्षांपूर्वी तिने तिचे पदवीपर्यंतचे शिक्षण पूर्ण केले होते आणि व्यवसायासंबंधीचा तिचा अनुभव तर शून्यापेक्षाही कमी होता. आता ती पश्चिम सुएझमधली एक तडफदार सेक्रेटरी म्हणून ओळखली जाते, पण सुरुवातीला परिस्थिती फार वाईट होती. तिच्यात अनेक सुधारणा घडवून आणणे आवश्यक होते. एक दिवस मी तिच्यावर टीका करण्याच्या बेतात होतो, पण मग मी स्वत:ला सावरले आणि मनाशी म्हणालो, 'क्षणभर थांब डेल कार्नेगी! थांब जरा! तू जोसेफिनच्या दुप्पट वयाचा आहेस. तुला तुझ्या व्यवसायाचा तिच्यापेक्षा दहा हजार पट अधिक अनुभव गाठीशी आहे. त्यामुळे ती तुझ्याच दृष्टिकोनातून पाहू शकेल हे कसे शक्य आहे? तू आज तुझ्या कामात पारंगत आहेस, पण तू जेव्हा एकोणीस वर्षांचा होतास तेव्हा तू कसा होतास ते जरा आठव. त्या वयात तू किती मूर्खपणा व किती चुका केल्या होत्यास ते जरा आठव. ती वेळ आठव, अनेक प्रसंग तुझ्याभोवती फेर धरून नाचतील.'

आणि मी भूतकाळ आठवून प्रामाणिकपणे व नि:पक्षपातीपणे स्वत:च्या मनाशी कबूल करून टाकले की, 'जोसेफिनचा एकोणिसाव्या वर्षी चालू असलेला लढा हा माझ्यापेक्षा कितीतरी पटीने चांगला आहे'. आणि मला हे सांगायलासुद्धा लाज वाटेल की, मी जोसेफिनशी त्या वेळी चार कौतुकाचे शब्दही बोलत नव्हतो.

म्हणून त्यानंतर जेव्हा केव्हा मला जोसेफिनच्या चुका दाखवायच्या असतील, तेव्हा मी तिला अशा शब्दांत म्हणत असे, "जोसेफिन, तुझे हे चुकले आहे, पण देवाशप्पथ ही चूक मी केलेल्या चुकांइतकी वाईट नाही. हे तर खरेच की, तू या

गोष्टी काही जन्मजात शिकून आली नाहीस. या गोष्टी अनुभवातूनच शिकायला मिळतात आणि माझ्या त्या वयात मी जसा होतो, त्यापेक्षा तू तर खूपच बरी आहेस. मी स्वत: असंख्य अक्षम्य चुका केल्या आहेत, त्यामुळे तुला किंवा इतर कोणालाही दोषी ठरवण्याचा माझा अट्टहास नाही, पण तुला नाही का असे वाटत की, तू यापेक्षा असे-असे केले असतेस, तर बरे झाले असते?'

जो माणूस दुसऱ्यांच्या चुकांचा पाढा वाचत असेल, पण त्याआधी त्याने सुरुवातीलाच असे कबूल केले असेल की, त्यानेसुद्धा खूप चुका केल्या आहेत, तर लोकांना त्यांचे दोष ऐकणे तेवढेसे अवघड वाटत नाही.

कॅनडातील ब्रॅडन येथील इ. जी. डिलिस्टोन नावाचा एक इंजिनिअर होता. त्याच्या नवीन सेक्रेटरीबद्दल तो फारसा खूश नव्हता. त्याने जी पत्रे सेक्रेटरीला तोंडी सांगून टाइप करायला दिली होती, ती त्याच्या टेबलावर सहीसाठी आली की, प्रत्येक पानावर दोन किंवा तीन चुका हमखास असायच्या, पण मि. डिलिस्टोनने ही परिस्थिती कौशल्याने हाताळली. तो सांगतो,

"इतर इंजिनिअर्सप्रमाणेच माझे इंग्लिश भाषेवर प्रभुत्व वगैरे नव्हते किंवा स्पेलिंग लिहिण्याच्या बाबतीतही मी अचूक नव्हतो. गेल्या अनेक वर्षांपासून ज्या काही ठरावीक शब्दांच्या स्पेलिंगमध्ये माझ्या चुका होतात, ते शब्द एका वहीत लिहून ठेवून ती वही मी सदैव माझ्या ड्रॉवरमध्ये ठेवत असे. माझ्या असे लक्षात आले की, माझ्या या नव्या सेक्रेटरीला तिच्या फक्त चुका दाखवून किंवा तिला डिक्शनरी वापरायला देऊन हा प्रश्न सुटणार नव्हता, म्हणून मी जरा वेगळी युक्ती करायचे ठरवले. जेव्हा पुढचे पत्र मी तिला टाइप करण्यास सांगत होतो, तेव्हाच माझ्या लक्षात येत असे की, त्यामध्ये चुका होत आहेत. मग मी टायपिस्टबरोबर बसलो व म्हणालो,

"का कोणास ठाऊक, पण हा शब्द मला खटकतो आहे. मला या शब्दाच्या स्पेलिंगबाबत नेहमीच अडखळायला होते. (मग मी तो शब्द ज्या पानावर आहे ते पान काढले.) हं! हा बघ तो शब्द. मी शब्दांच्या स्पेलिंगच्या बाबतीत फार जागरूक असतो, कारण आपली पत्रे वाचून लोक आपले व्यक्तिमत्त्व ठरवतात आणि स्पेलिंगच्या अशा चुका दिसल्यास आपली व्यावसायिक प्रतिष्ठा कमी होते."

"मला माहिती नाही की, तिनेपण माझ्यासारखी अडखळणाऱ्या शब्दांची वही केली की नाही! पण तेव्हापासून तिचा चुका करण्याचा वेग लक्षणीयरीत्या मंदावला."

एका सभ्य, सुसंस्कृत राजकुमाराला, बर्नहार्ड व्हॉन बुलॉला तर हे शिकण्याची इ. स. १९०९मध्येच तीव्र गरज भासली. त्या वेळी व्हॉन बुलॉ हा जर्मनीचा 'इंपेरियल चान्सिलर' होता आणि सिंहासनावर विल्हेम (दुसरा) बसला होता.

विल्हेम अत्यंत गरम डोक्याचा, उद्धट आणि शेवटचा कैसर होता, ज्याने बढाया मारल्या की, आर्मी आणि नेव्हीच्या स्थापनेत त्याचाच सिंहाचा वाटा होता.

मग एक आश्चर्यकारक घटना घडली. कैसरने अनेक अविश्वसनीय गोष्टी कथन केल्या. अशी गोष्ट की, ज्यांमुळे फक्त देशच नाही, तर सगळे जगच हादरून गेले. एवढे कमी होते की काय म्हणून कैसरने सार्वजनिक ठिकाणी जाहीरपणे मूर्खपणाच्या, अहंपणाच्या पोकळ वल्गना केल्या. हे सगळे त्याने कधी केले, तर जेव्हा तो इंग्लंडला राजकीय पाहुणा म्हणून गेला होता तेव्हा! एवढ्यावरच तो थांबला नाही, तर त्या सगळ्या वल्गना 'डेली टेलिग्राफ' या वृत्तपत्रात छापण्याची शाही परवानगीसुद्धा त्याने दिली. उदाहरणार्थ, त्याने असे जाहीर केले की, फक्त तोच एकटा असा जर्मन आहे की, ज्याला इंग्लंड आपला मित्र वाटतो. दुसरे म्हणजे तो जपानवर हल्ला करण्यासाठीच नेव्हीला बळकट करत होता. तिसरे असे की, त्यानेच इंग्लंडला रशिया व फ्रान्स यांच्यासमोर गुडघे टेकवण्यापासून वाचवले होते आणि साउथ आफ्रिकेतील बोअर्सचा पराभव करण्याचा सगळा प्लॅन त्याचाच होता म्हणून इंग्लंडला यश मिळाले. हे आणि आणखी असे बरेचकाही!

गेल्या शंभर वर्षांच्या शांततामय काळात तोपर्यंत कोणत्याही युरोपियन राजाच्या ओठांमधून अशा पद्धतीचे विपरीत, भयचकित करणारे शब्द बाहेर पडले नव्हते. एखाद्या पोळ्यातून घोंघावणाऱ्या मधमाश्या बाहेर पडाव्यात तसेच काहीसे घडले होते. इंग्लंड क्रुद्ध झाले, जर्मन मुत्सद्दी संतापले. अशा या सगळ्या त्रेधातिरपिटीत कैसरे पार गोंधळून गेला आणि त्याने व्हॉन बुलॉला सुचवले की, हा सगळा दोष आता त्याने स्वत:च्या माथी घ्यावा. हो, खरे आहे! कैसरची इच्छा होती की, व्हॉन बुलॉने असे जाहीर करावे की, त्यानेच राजाला असे बोलण्याचा सल्ला दिला होता, म्हणून सगळी जबाबदारी त्याचीच असावी.

व्हॉन बुलॉने विरोध केला. तो म्हणाला, "पण महाराज, जर्मनीत काय किंवा इंग्लंडमध्ये काय, मी राजाला असा सल्ला देऊ शकेन यावर कोणाचा विश्वास तरी बसेल का?" ज्या क्षणी व्हॉन बुलॉच्या मुखातून ही वाक्ये बाहेर पडली तेव्हाच त्याच्या डोक्यात धोक्याची घंटा घणघणली व आपण फार गंभीर चूक केली आहे, हे त्याला जाणवले. मग कैसर उसळला.

"मी काय तुला गाढव वाटलो?" तो ओरडला, "ज्या चुका तू करू शकत नाहीस, त्या काय मी करू शकतो?"

व्हॉन बुलॉच्या आता लक्षात आले की, निषेध करण्यापूर्वी त्याने राजाची स्तुती करायला हवी होती; पण आता त्याला फार उशीर झाला होता. मग चूक सुधारण्यासाठी त्याने एक चांगली गोष्ट केली. ती म्हणजे टीकेनंतर त्याने आता कैसरची स्तुती करण्यास सुरुवात केली आणि चमत्कार घडला!

आता तो सन्मानपूर्वक राजाला म्हणाला, "महाराज, मी तुम्हाला असे सुचवणे माझ्या अकलेच्या बाहेरचे काम आहे. सगळ्याच बाबतीत महाराज आपण माझ्यापेक्षा श्रेष्ठ आहात. अर्थातच मिलिटरी आणि नेव्ही या क्षेत्रातला अधिकार तर फक्त आपलाच आहे. एवढेच नाही, तर नॅचरल सायन्ससुद्धा तुम्ही जाणता. महाराज, आपण जेव्हा बॅरोमीटर, वायरलेस टेलिग्राफी, रॉंटजेन रेज याबद्दल बोलता तेव्हा मी इतका अडाणी आहे याची मला लाज वाटते, कारण शास्त्र शाखेशी माझा काहीच संबंध नाही. रसायनशास्त्र, पदार्थविज्ञान तर मला कधी समजलेच नाही, पण या सगळ्याच्या बदल्यात माझे ऐतिहासिक ज्ञान चांगले आहे. तसेच राज्यशास्त्राचा माझा अभ्यासही दांडगा आहे आणि मुत्सद्देगिरी मला चांगली जमते."

कैसरचा चेहरा उजळला. व्हॉन बुलॉने त्याची स्तुती केली होती. व्हॉन बुलॉने त्याला उच्च पदाला नेऊन ठेवले होते आणि त्याच्यासमोर तो नतमस्तक झाला होता. अशा परिस्थितीत कैसरने काहीही माफ केले असते. तो आता उत्साहाने भारून गेला व म्हणाला, "मी तुला म्हटले नव्हते का की, आपण दोघे एकमेकांची कमतरता भरून काढू शकतो. आपण एकमेकांच्या पाठीशी उभे राहू, नक्कीच राहू!"

त्याने व्हॉन बुलॉबरोबर हात हलवून अभिवादन केले. एकदा नव्हे तर अनेकदा! आणि दिवसभर तो इतका खुशीत होता की, एकदा तर मुठी आवळून तो म्हणाला, "जर कोणी व्हॉन बुलॉच्या विरुद्ध माझ्याकडे काही कागाळी केली, तर मी त्याच्या नाकावर ठोसा मारीन."

व्हॉन बुलॉने वेळेवर स्वत:ला सावरले; पण तो एक हुशार, मुत्सद्दी असूनही त्यानेही चूक केली होती : त्याने स्वत:चे दोष आणि विल्हेमचे श्रेष्ठत्व सांगूनच सुरुवात करायला हवी होती.

स्वत:कडे कमीपणा घेऊन समोरच्या व्यक्तीची स्तुती करण्यासाठी काही वाक्ये बोलल्याने संतापी, अपमानित कैसरसुद्धा जिगरी दोस्त बनतो, तर कल्पना करा की, नम्रता व स्तुती तुमच्या आणि माझ्या रोजच्या जीवनात किती किमया करणारी ठरेल! जर योग्य पद्धतीने त्याचा अवलंब केला, तर मानवी संबंधात चमत्कार घडतील.

दुसऱ्याने न टोकतासुद्धा जर आपण आपली चूक कबूल केली, तर आपण समोरच्याला त्याची वागणूक बदलण्यास भाग पाडू शकतो. मेरीलँड येथे राहणाऱ्या क्लॅरेन्झ याने ते सोदाहरण पटवून दिले. जेव्हा त्याच्या लक्षात आले की, त्याचा पंधरा वर्षांचा मुलगा सिगरेट प्यायला लागला होता, त्या वेळची गोष्ट तो सांगत होता. तो म्हणाला,

"साहजिकच डेव्हिडने सिगरेट ओढू नये असे मला वाटत होते, पण मी स्वत:

व त्याची आई दोघेही सिगरेट ओढत होतो. त्यामुळे आम्हीच त्याच्यापुढे एक वाईट उदाहरण ठेवले होते. मग मी डेव्हिडला समजावून सांगितले की, मीसुद्धा त्याच्या वयात कशी सिगरेट ओढायला सुरुवात केली होती आणि त्यामुळे निकोटीनचा माझ्या शरीरावर किती वाईट परिणाम झाला आणि आता सिगरेट माझ्यासाठी किती हानिकारक आहे, हे समजूनसुद्धा मी सिगरेट ओढणे थांबवू शकत नाही. मी डेव्हिडला आठवण करून दिली की, त्यामुळेच मला किती त्रासदायक खोकला होतो आणि म्हणून त्याने सिगरेट ओढणे सोडून द्यावे.

''मी काही त्याला रागावलो नाही, सिगरेट ओढणे थांबवण्याची सक्ती केली नाही की धमकावले नाही किंवा कानउघाडणीही केली नाही. फक्त सिगरेट ओढण्यात किती धोके असतात ते त्याला समजावून सांगितले. माझ्या सांगण्याचा मथितार्थ एवढाच होता की, आता मी कसा सिगरेटच्या व्यसनात अडकलो आहे आणि त्यामुळे माझे किती नुकसान होत आहे!

''त्याने माझ्या सांगण्याचा क्षणभर विचार केला आणि स्वत:च स्वत:च्या मनाने ठरवले की, इथून पुढे पदवीधर होईपर्यंत तो सिगरेट ओढणार नाही. आता या गोष्टीला अनेक वर्षे लोटली, पण डेव्हिडने अजून सिगरेट ओढली नाही आणि आता त्याचा तसा विचारही दिसत नाही.

''त्या दिवशीच्या त्या संभाषणाचा आणखी एक परिणाम असा झाला की मी स्वत:साठीसुद्धा सिगरेट न ओढण्याचा निश्चय केला आणि माझ्या कुटुंबाच्या भावनिक आधाराच्या जोरावर मी यशस्वी झालो.''

एक उत्तम नेता पुढील तत्त्व जरूर पाळेल.

दुसऱ्या माणसावर टीका करण्यापूर्वी तुमच्या स्वत:च्या दोषाबद्दल चर्चा करा.

२०

आदेश कोणालाच आवडत नाहीत

मिस इडा तारबेलबरोबर जेवणाचे भाग्य मला एकदा लाभले. मिस इडा तारबेल या 'अमेरिकन बायोग्राफर्स' या संस्थेच्या डीन होत्या. मी जेव्हा त्यांना असे सांगितले की, मी हे पुस्तक लिहीत आहे तेव्हा आम्ही माणसा-माणसांमधील संबंध कसे असावेत व कसे नसावेत याबद्दल विस्तृत चर्चा केली. त्या वेळी त्यांनी मला सांगितले की, जेव्हा त्या ओवेन डी. यंगचे चरित्र लिहीत होत्या, त्या वेळी त्यांनी अशा एका माणसाची मुलाखत घेतली होती, जो सलग तीन वर्षे मि. यंगबरोबर त्यांच्या ऑफिसमध्ये बसत होता. या माणसाने खात्रीपूर्वक असे सांगितले की, त्याच्या संपूर्ण तीन वर्षांच्या कालावधीमध्ये मि. यंगने त्याला एकदाही एकही आज्ञा केली नव्हती. त्यालाच असे नाही, तर कोणालाच नाही. तो नेहमी सूचना देत असे, आज्ञा नव्हे. उदाहरणार्थ, ओवेन डी. यंग कधीच असे म्हणत नसे की, 'हे करा' किंवा 'ते करू नका'. त्याऐवजी तो म्हणत असे, 'तुम्ही असा विचार केला, तर बरे होईल' किंवा 'तुला असे वाटते का की, त्यामुळे हे होईल?' अनेकदा तर पत्राचे तोंडी लेखन झाल्यावर शेवटी तो लिहीत असे, 'जर आपण असे केले, तर बरे होईल'. तो नेहमी लोकांना त्यांनी स्वत:हून काही गोष्टी कराव्या म्हणून संधी देत असे. तो त्याच्या सहकाऱ्यांनासुद्धा 'हे करा' असे म्हणत नसे. त्यांनी स्वत: आपल्या मनाने करावे आणि त्यांनी त्यांच्या चुकांमधून शिकत जावे असे त्याला वाटे.

या तंत्रामुळे कोणत्याही व्यक्तीला आपल्या चुका सुधारण्यास सोपे जाते. या तंत्रामुळे करणाऱ्याच्या स्वाभिमानाला धक्का पोहोचत नाही आणि त्याला किंवा तिला आपणही कोणीतरी आहोत, ही महत्त्वाची भावना जाणवते आणि बंड करून

उठवण्यापेक्षा सहकार्य करण्यास प्रोत्साहन मिळते.

कडक शब्दांत केलेल्या आज्ञेमुळे संतापाला धुमारे फुटतात आणि ती आज्ञा जरी भल्यासाठी असली, अगदी उघड-उघड परिस्थिती निवळण्यासाठी असली, तरी संताप बाकी उरतोच. पेनिसिल्व्हानिया व्योमिंग येथील व्यावसायिक शिक्षण देणाऱ्या शाळेतील एक शिक्षक डॅन सॅन्टारेली याने एक दिवस आमच्या क्लासमध्ये सांगितले, "एके दिवशी माझ्या एका विद्यार्थ्याने अनधिकृत ठिकाणी आपली गाडी लावून शाळेचे मुख्य प्रवेशद्वारच बंद केले. शाळेतील एक प्रशिक्षक खूप संतापले व रागातच वर्गात घुसले आणि अत्यंत उद्दाम स्वरात त्यांनी विचारले, "रस्त्यात लावलेली गाडी कोणाची आहे?" ज्या मुलाची ती गाडी होती त्याने जेव्हा होकारार्थी उत्तर दिले, तेव्हा ते प्रशिक्षक अत्यंत कठोर आवाजात ओरडले, "ती गाडी हलव. ती ताबडतोब हलव, नाहीतर मी त्या गाडीला साखळीने तेथून खेचून दुसरीकडे नेईन."

"वास्तविक त्या विद्यार्थ्याचीच चूक होती. ती गाडी त्याने तिथे लावायला नको होती, पण त्या दिवसापासून फक्त तो विद्यार्थीच नाही, तर त्याच्याबरोबरची इतर मुलेसुद्धा त्या प्रशिक्षकावर चिडली. त्यांचा रागराग करायला लागली आणि जसे जमेल तसे त्याला त्रास द्यायला लागली. त्यामुळे त्या प्रशिक्षकाला तेथील नोकरी करणे अवघड झाले.

"त्या प्रशिक्षकाने परिस्थिती कशी हाताळायला पाहिजे होती? त्याने जर खेळकरपणे असे विचारले असते की, 'प्रवेशद्वारापाशी लावलेली गाडी कोणाची आहे?' आणि नंतर असे सुचवले असते की, जर ही गाडी बाजूला केली, तर इतर गाड्यांना जा-ये करणे सोपे जाईल, तर त्या विद्यार्थ्याने आनंदाने ती गाडी काढली असती. तो किंवा त्याचे मित्र त्यामुळे अस्वस्थ झाले नसते व संतापलेसुद्धा नसते."

'आज्ञा किंवा आदेश देण्यापेक्षा एखादी गोष्ट करशील का?' असा प्रश्न विचारल्याने अर्थ जरी तोच असला, तरी ते काम चटकन करण्याची मनाची आनंदाने तयारी होते. काम करण्याचा निर्णय जर लोकांवरच सोपवला गेला, तर ते काम करणे लोकांना आवडते. ते त्याचा स्वीकार आपखुशीने करतात.

साउथ आफ्रिकेतील जोहान्सबर्ग येथील इयान मॅकडोनाल्ड हा एका छोट्या उत्पादक कंपनीच्या प्लांटवर काही छोटे पार्ट्स बनवण्यात विशेष वाक्बगार होता. त्याच्याकडे एक फार मोठी ऑर्डर आली, पण त्याला खात्री होती की, ज्या तारखेला ऑर्डर पूर्ण करायची होती ती तारीख गाठणे शक्य नव्हते, कारण आधीच कामाचा भार खूप होता आणि त्यातून या नवीन ऑर्डरसाठी फारच थोडा अवधी देण्यात आला होता. म्हणून त्याला ही ऑर्डर स्वीकारणे अशक्यप्राय होते.

त्याने त्याच्या लोकांना उगाचच 'खूप घाईने काम करा,' वगैरे दबाव आणला

नाही. त्याने सगळ्यांना जवळ बोलावले. सगळ्यांना परिस्थिती समजावून सांगितली आणि हेसुद्धा सांगितले की, खरेतर कंपनीसाठी ही ऑर्डर पूर्ण करता आली, तर ते खूप फायदेशीर ठरेल. मग त्याने कामगारांना प्रश्न विचारण्यास सुरुवात केली. "तुम्हाला कोणाला काही सुचते का की, ज्यायोगे आपण ही ऑर्डर घेऊन पूर्ण करू शकू?"

"तुमच्यापैकी कोणाच्या मनात आमच्यापेक्षा काही वेगळे विचार आहेत का की, ज्यामुळे ही ऑर्डर स्वीकारणे शक्य होईल?"

"आपण आपले कामाचे तास वाढवू शकतो का? किंवा व्यक्तिश: तुमच्यापैकी कोणी ऑर्डर पूर्ण करण्यासाठी काही मदत करू शकते का?"

कामगार अनेक वेगवेगळ्या कल्पना घेऊन आले. त्यांनी स्वत:च आग्रह धरला की, आपण ही ऑर्डर स्वीकारू आणि पूर्ण करू. त्यांनी 'आम्ही हे करू शकतो' हेच ध्येय ठरवले आणि ती ऑर्डर स्वीकारली गेली. उत्पादन काढले गेले आणि वेळेवर पोहोचवलेसुद्धा गेले.

यशस्वी नेता कोणते तत्त्व वापरतो –

प्रत्यक्ष आदेश किंवा आज्ञा देण्यापेक्षा प्रश्न विचारून अप्रत्यक्षपणे आदेश द्या.

२१

त्यांचे अपराध पोटात घाला

काही वर्षांपूर्वी जनरल इलेक्ट्रिक कंपनीपुढे एक मोठे संकट उभे राहिले होते. ते म्हणजे चार्ल्स स्टेनमेटस्झ याला त्या विभागाच्या मुख्य पदावरून दूर करणे. हे अवघड जागेचे दुखणे होते, पण कंपनीने त्यासाठी योग्य तो मार्ग काढला. वास्तविक पाहता स्टेनमेटस्झ हा अत्यंत हुशार होता. तो जेव्हा कंपनीत आला तेव्हापासूनची त्याची कर्तबगारीही डोळ्यांत भरण्यासारखीच होती, परंतु विभागाचा प्रमुख म्हणून तो अत्यंत अपयशी ठरला. तरीसुद्धा अशा माणसाचा जरासुद्धा अपमान होऊ नये याची कंपनी खबरदारी घेत होती. त्याच्याशिवाय कंपनीचे पावलोपावली अडत होते आणि तो अत्यंत भावनाप्रधानही होता. म्हणून कंपनीने त्याला नवीन उपाधी दिली. त्यांनी त्याला कंपनीचा कन्सल्टिंग इंजिनिअर बनवले, पण त्याला काम जुनेच करायचे होते आणि त्याच्याऐवजी दुसऱ्या कोणाचीतरी विभागप्रमुख म्हणून नेमणूक होणार होती.

स्टेनमेटस्झ खुशीत होता! आणि जनरल इलेक्ट्रिक कंपनीचे अधिकारीसुद्धा! त्यांनी मोठ्या कौशल्याने नियोजन करून कुठलेही वादळ न येऊ देता त्यांच्या लाडक्या विभागप्रमुखाला अलगदपणे दूर केले आणि तेसुद्धा सन्मानपूर्वक!

इतरांना सन्मानपूर्वक वागवणे अतिशय महत्त्वाचे असते, पण आपल्यापैकी फारच थोडे लोक असे वागतात. आपण इतरांच्या भावनांशी क्रूरपणे खेळतो, त्यांच्याशी उद्धटपणे वागतो, त्यांच्यात दोष काढतो, धमक्या देतो. एखाद्या लहान मुलावर टीका करतो किंवा नोकर माणसांचा इतरांसमोर अपमान करतो. त्या वेळी समोरच्या माणसाच्या स्वाभिमानाला किती धक्का लागत असेल याचा विचारही करत नाही. त्यापेक्षा जरा दोन मिनिटे शांतपणे विचार केला आणि विचारपूर्वक

शब्द वापरले, समोरच्या माणसाचा दृष्टिकोन प्रामाणिकपणे समजून घेतला, तर आपोआपच परिस्थिती निवळते.

नोकर माणसांवर सतत डाफरणे ही काही मौजमजेची गोष्ट नाही. दुसऱ्याकडून रागावून घेणे हेसुद्धा चांगले नाही. याच संदर्भात ग्रँजर नावाच्या सनदी अकाउंटंटने मला लिहिलेल्या पत्रात म्हटले आहे, 'आमचा व्यवसाय हा हंगामी स्वरूपाचा आहे. जेव्हा इन्कमटॅक्स भरण्याच्या तारखा उलटतात, त्यानंतर आमच्या ऑफिसमधील गर्दी ओसरते.

'आमच्या व्यवसायातील ही एक अप्रिय गोष्ट आहे की, लोकांना नाराजीनेच टॅक्स भरावा लागतो. टॅक्स भरणे ही काही आनंदाची गोष्ट होऊ शकत नाही. काम संपले की, आपोआपच आमच्याकडे कोणीही फिरकत नाही. मग आपोआपच आमच्या ऑफिसमध्ये नोकर माणसांसाठी असे संवाद कानी पडतात, 'मि. स्मिथ, बसा आता. कामाची गर्दी संपली आहे आणि आता तुमच्या मदतीची आम्हाला गरज उरलेली नाही. आता तुम्हाला देण्यासाठी आमच्याकडे काम नाही. अर्थातच तुम्ही समजून घेतलेले असेलच की, तुम्हाला तात्पुरत्या वेळासाठी कामावर ठेवले होते. वगैरे, वगैरे.'

'अशा बोलण्यामुळे हे नोकर खूप निराश होतात आणि आपला अपमान जाणूनबुजून करण्यात आला असे त्यांना वाटते. वास्तविक असे अनेक लोक या क्षेत्रात आहेत की, जे वर्षानुवर्षे अशी हंगामापुरती कामे करतात आणि मग त्या ऑफिसमधून त्यांना डच्चू मिळतो. त्यामुळे त्यांना कोणत्याच एका कंपनीबद्दल प्रेम, निष्ठा राहत नाही.

'मग पुढच्या वेळेस अशा नोकरमाणसांशी निरोपाचे बोलताना अधिक कौशल्याने बोलायचे मी ठरवले. तसेच मला त्यांच्या भावनांशी समरसून त्यांच्याशी संवाद साधायचा होता, म्हणून त्या प्रत्येकाने त्या सिझनमध्ये कोणते काम कसे केले याचा मी अभ्यास करून ठेवला. मग मी प्रत्येकाला माझ्या केबीनमध्ये बोलावून त्याच्याशी आपुलकीने बोललो. मी म्हणालो, "तुम्ही खरोखरच तुमचे काम उत्तम रीतीने केले आहे. मागच्या वेळेस आम्ही तुम्हाला नेबार्कला पाठवले होते. तुम्ही खरेतर तात्पुरत्या कामासाठी गेला होतात, पण तुमच्यामुळे आम्ही मोठे यश संपादन करू शकलो आणि कंपनीला त्याबद्दल अभिमान आहे. तुमच्यामध्ये विशेष गुण आहेत आणि तुमचे पुढील भवितव्य उज्ज्वल आहे. आमची कंपनी तुमच्यावर विश्वास टाकत आहे आणि पुढील नवीन कामांमध्ये तुम्हाला पुन्हा सामावून घेण्याचे आश्वासन मी देत आहे.''

(मि. ग्रँजर सोबत एक गुलाबाचे फूल दिले असते, तर आणखी बरे झाले असते!)

'परिणाम काय झाला म्हणून विचारा. त्या लोकांना आपला कोणी अपमान करत आहे असे वाटले नाही. त्यांना आमच्या भावना समजल्या की, जर आमच्याकडे काम असते, तर आम्ही त्यांना नक्कीच कामावर ठेवले असते आणि आम्हाला जेव्हा परत गरज पडली असती तेव्हा बोलावल्यावर ते नक्कीच प्रेमाने परत आले असते.'

आमच्या एका क्लासमध्ये दोन सभासदांनी मात्र असे दोष दाखवायचा नकारात्मक परिणाम कसा होतो ते त्यांच्या प्रत्यक्ष अनुभवावरून सांगितले व सकारात्मक बोलणे कसे फायद्याचे ठरते ते सांगितले.

पेनिसिल्व्हानिया येथील फ्रेड क्लार्क यांनी त्यांच्या कंपनीत घडलेला एक प्रसंग सांगितला आहे. ते म्हणाले, "आमच्या उत्पादन विभागातील एका मीटिंगमध्ये आमचे व्हाइस प्रेसिडेंट जरा जास्तच टोकाची भूमिका घेत होते. त्यांनी खूप उपहासात्मकरीत्या आमच्या सुपरवायझरला उत्पादन प्रक्रियेविषयी प्रश्न विचारायला सुरुवात केली. त्यांचा सूर फारच आक्रमक होता आणि ते सुपरवायझरला त्याच्या कामातील दोष दाखवत होते. सुपरवायझरला त्याच्या इतर सहकारी मित्रांसमोर असे अपमानास्पद बोलणे, ऐकणे सहन झाले नाही. त्यामुळे त्याची प्रतिक्रियासुद्धा स्फोटक होती. त्यामुळे व्हाइस प्रेसिडेंटचा तोल गेला. तो सुपरवायझरला वेड्यावाकड्या शब्दात बोलू लागला.

"अशा पद्धतीचा बेबनाव कामगारांमधील सलोख्याचे नातेसंबंध क्षणार्धात बेचिराख करून सोडण्यास कारणीभूत ठरतो. खरेतर हा सुपरवायझर अत्यंत कष्टाळू व कार्यक्षम होता, पण त्या दिवसापासून तो दुर्लक्षित केला गेला. काही महिन्यातच त्याने आमची कंपनी सोडली व तो दुसऱ्या स्पर्धक कंपनीत रुजू झाला आणि मला समजले की, तेथे तो उत्तम रीतीने काम करत होता."

आमच्या क्लासमधील आणखी एक सभासद ॲना मॅझोनने सांगितले की, असाच एक प्रसंग तिच्या ऑफिसमध्येसुद्धा घडला. ॲना एका फूड पॅकर कंपनीमध्ये मार्केटिंग स्पेशालिस्ट होती. तिच्यावर पहिले मोठे काम सोपवले गेले, ते म्हणजे एका नवीन कंपनीची सॅम्पल्स विकणे. तिने वर्गात सांगितले, "जेव्हा हे ट्रायल मार्केटिंग मी केले व त्याचे निकाल हाती आले तेव्हा मला उद्ध्वस्त झाल्यासारखे वाटले, कारण मी माझ्या कामाचे नियोजन करण्यात प्रचंड मोठी चूक केली होती. त्यामुळे मी केलेले आधीचे काम वाया गेले होते व मला आता पुन्हा नव्याने सुरुवात करावी लागणार होती. त्यात झाले असे की, मला मीटिंगपूर्वी माझ्या बॉसला भेटायला जरासुद्धा वेळ मिळाला नव्हता, ज्यायोगे मी त्यांना परिस्थितीची पूर्वकल्पना देऊ शकले असते.

"जेव्हा मला माझा अहवाल सादर करण्यास सांगितले गेले तेव्हा भीतीने मी

अक्षरशः कापत होते; पण हो, माझ्यात एवढे धाडस नक्कीच होते की, मी कोलमडून पडणार नव्हते. मी निश्चय केला की, मी रडून दाखवणार नाही, ज्यामुळे पुरुष बायकांबद्दल अशी शेरेबाजी करतील की, व्यवस्थापन हे अशा भावनाशील बायकांचे काम नव्हे! मी माझा अहवाल थोडक्यात सादर केला, माझी काय चूक झाली ते सांगितले व ती निस्तरण्यासाठी पुढील मीटिंगपूर्वीचा वेळ मागितला आणि एवढे बोलून मी खाली बसले. अपेक्षा होती की बॉस आता गरजणार!

"पण झाले भलतेच! त्याने माझ्या कामाबद्दल माझे आभार मानले आणि असे मत प्रदर्शित केले की, नवीन काम करताना चुका होणे हे स्वाभाविकच आहे. शिवाय माझा पुढचा सर्व्हे अचूक असेल असा विश्वासही त्याने व्यक्त केला. त्याने माझ्या सहकाऱ्यांसमोर माझ्यावर विश्वास दाखवला. मला आश्वासक शब्दांत धीर दिला आणि सांगितले की, मी कामात कसूर केलेली नाही, तर फक्त पूर्वानुभव नसल्यामुळे माझी चूक झाली. अनुभव नसणे म्हणजे क्षमता नसणे नव्हे, अपयशाचे कारण अनुभव नव्हता एवढेच!

"मी त्या मीटिंगनंतर ताठ मानेने बाहेर पडू शकले. मी अक्षरशः तरंगत होते आणि त्याच वेळी मी निश्चय केला की, मी माझ्या बॉसचा शब्द खाली पडू देणार नाही.''

जर आपण निश्चितपणे बरोबर असलो व समोरचा निश्चितपणे चुकीचा असला, तर आपण त्याच्या स्वाभिमानाला ठेच पोहोचवून त्याचा अपमान करतो. ॲटोनी सेंटक्झुबेरी हा हवाई क्षेत्रातला आद्य पुरुष असे लिहितो की, 'समोरच्या माणसाला त्याच्या स्वतःच्याच नजरेतून उतरवण्यासारखे काही बोलण्याचा वा करण्याचा अधिकार मला नाही. मला त्याच्याबद्दल काय वाटते यापेक्षा त्याला स्वतःबद्दल काय वाटते, हे महत्त्वाचे आहे. समोरच्याचा स्वाभिमान दुखावणे हा गुन्हा आहे.'

खरा नेता नक्कीच पुढील तत्त्व पाळेल –

समोरच्या माणसाला सन्मानपूर्वक वागवा.

ह्या पुस्तकाच्या गाभ्यात आहे तरी काय?

'हाउ टू स्टॉप वरिंग अ‍ॅन्ड स्टार्ट लिव्हिंग' ह्या पुस्तकातील नियम

१. दुसऱ्याचे अनुकरण करू नका.

२. कामाच्या ठिकाणी अंगी बाणवण्याच्या चार चांगल्या सवयी
   - सध्या चालू असलेल्या कामाच्याच फायली टेबलवर ठेवून बाकी सगळ्या फायली कपाटात ठेवून द्या.
   - कामाच्या महत्त्वानुसार त्याचा क्रम लावा.
   - जर तुम्हाला एखादी समस्या भेडसावत असेल, तर तिथल्या तिथेच ताबडतोब त्याबद्दलची सत्ये जाणून घेऊन निर्णय घेऊन तिचा निचरा करा.
   - संघटन, प्रतिनिधित्व आणि अवलोकन करायला शिका.

३. कामाच्या ठिकाणी सैलावून बसा.

४. काम उत्साहपूर्वक करा

५. सकारात्मक दृष्टिकोन ठेवा.

६. लक्षात ठेवा, अन्याय्य टीका ही आशीर्वादाप्रमाणेच असते.

७. शक्य तेवढे जास्तीत जास्त चांगले काम करा

'हाउ टू विन फ्रेंड्स अॅन्ड इन्फ्लुअन्स पीपल' ह्या पुस्तकातील नियम

१. टीका करू नका, निंदा करू नका, तक्रारही करू नका.
२. इतरांचा प्रामाणिकपणे गुणगौरव करा, मुक्तपणे त्याचे कौतुक करा.
३. समोरच्या माणसाच्या मनात आसक्ती निर्माण करा.
४. इतरांच्या सुखदु:खाशी समरस व्हा.
५. समोरच्या व्यक्तीला महत्त्व द्या अन् तेही प्रामाणिकपणे
६. समोरच्याच्या मतांचा आदर करा. तुम्ही चुकलात असे त्याला कदापी म्हणू नका.
७. मैत्रीपूर्ण वाक्याने सुरुवात करा.
८. समोरचा संमतीदर्शक होय म्हणेल, असेच बोला
९. तुमची कल्पना ही समोरच्याला आपलीच कल्पना आहे, असे वाटू द्या.
१०. उदात्त हेतूंना आमंत्रित करा.
११. लोकांच्या चुका काढण्यापूर्वी स्वत:च्या चुकांची कबुली द्या.
१२. दुसऱ्यावर टीका करण्यापूर्वी स्वत:च्या चुकांची कबुली द्या.
१३. प्रत्यक्ष आदेश देण्यापेक्षा प्रश्न विचारून पाहा.
१४. समोरच्याच्या चुका पोटात घाला.